चाणक्यासारखा विचार करा

व्यवस्थापन विषयातील वक्ते आणि योजना सल्लागार म्हणून राधाकृष्णन पिल्लई हे जवळपास पंचवीस वर्षं कार्यरत आहेत. याच विषयावर त्यांचे २०० लेख व पेपर्स प्रसिद्ध आहेत. *अर्थशास्त्र* या विषयात त्यांनी मुंबई विद्यापीठातून पीएचडी प्राप्त केली आहे. पिल्लई हे सध्या विद्यापीठाच्या 'नेतृत्वशास्त्र' प्रकल्पाचे उपसंचालक आहेत. त्यांनी ऑक्सफर्ड, केंब्रिज, इंडियन इन्टिट्यूट्स ऑफ टेक्नॉलॉजी यांसारख्या अनेक प्रतिष्ठित संस्थांमध्ये शिकवलं आहे. अथेन्समध्ये भरलेल्या, 'वर्ल्ड काँग्रेस ऑफ फिलॉसॉफी', सॅन अँटोनियो, टेक्सास येथील 'द अकादमी ऑफ मॅनेजमेंट' आणि 'द इंडियन फिलॉसॉफिकल काँग्रेस' येथे त्यांनी भारताचं प्रतिनिधित्व केलेलं आहे. व्यवस्थापन आणि औद्योगिक विकास या क्षेत्रांतील योगदानासाठी २००९चा, 'इंटरनॅशनल सरदार पटेल अ‍ॅवॉर्ड' आणि २०१३चा, 'आविष्कार चाणक्य इनोव्हेशन रिसर्च अ‍ॅवॉर्ड' त्यांना मिळाला आहे. 'थिंकर्स 50' द्वारे पिल्लाईंना जागतिक सर्वोत्तम तीस भारतीय व्यवस्थापन विचारवंतांपैकी एक मानण्यात आलेलं आहे. *कॉर्पोरेट चाणक्य* या सर्वोत्तम खपाच्या पुस्तकाव्यतिरिक्त; *चाणक्य इन यू, चाणक्याज सेव्हन सिक्रेट्स ऑफ लीडरशिप (विथ डी. शिवानंद), कथा चाणक्य आणि चाणक्य इन डेली लाइफ* ही पुस्तकं त्यांनी लिहिली आहेत. rchanakyapillai@gmail.com इथे त्यांच्याशी संपर्क साधता येईल.

चाणक्यासारखा विचार करा

सुखी, यशस्वी जीवनाचे चिंतनसार

राधाकृष्णन पिल्लई

अनुवाद : अमर देवगांवकर

MANJUL
मंजुल पब्लिशिंग हाउस

First published in India by

MANJUL

Manjul Publishing House

Corporate and Editorial Office

•2nd Floor, Usha Preet Complex, 42 Malviya Nagar,
Bhopal 462 003 – India

Sales and Marketing Office

•C-16, Sector 3, Noida, Uttar Pradesh 201301, India
Website: www.manjulindia.com

Distribution Centres

Ahmedabad, Bengaluru, Bhopal, Kolkata, Chennai,
Hyderabad, Mumbai, New Delhi, Pune

Marathi translation of *Inside Chanakya's Mind:*
Aanvikshiki And the Art of Thinking

English edition first published in Portfolio by
Penguin Random House India 2017

Marathi edition first published in 2023
by Manjul Publishing House Pvt. Ltd.

ISBN: 978-93-5543-267-4

Marathi translation: Amar Deogaonkar

Printed and bound in India by Manipal Technologies Ltd., Manipal.

आन्विक्षिकी आणि अर्जुन, या माझ्या जिज्ञासू आणि सातत्याने आश्चर्य प्रकट करणाऱ्या मुलांना...

...आणि माझी पत्नी सुरेखाला, जी मला पती, मित्र आणि साथीदार म्हणून आयुष्यातील समस्या सोडवताना वेगळ्या प्रकारे विचार करण्यासाठी प्रवृत्त करते.

अनुक्रमणिका

१.	आन्विक्षिकीचा परिचय	१
२.	विचारांचे प्रकार	२१
३.	विचार करण्याच्या आदर्श पद्धती	४०
४.	विचार करण्याची सात परिमाणे	५८
५.	विचार करण्याचे आठवे परिमाण	७८
६.	चाणक्यांची दुसरी बाजू	९७
७.	व्यवस्थापनाबद्दल चाणक्यांचे विचार	११३
८.	राजाची कर्तव्ये	१२८
९.	मानवी आणि दैवी विचारसरणी	१४३
१०.	तुमच्या मनात	१५८
	आभार	१६९
	अनुवादक परिचय	१७०

१

आन्विक्षिकीचा परिचय

एका गोष्टीने सुरुवात करतो.

कोणे एके काळी एक मुलगा होता. त्याने कधीतरी थोडीशी चूक करायची खोटी, बाकीचे त्याच्यावर तुटून पडत. ''एवढ्या चुका का करतोस रे? तुला एवढंसुद्धा समजत नाही का? तुला नीट विचार करता येत नाही का?''

हा मुलगा जेव्हा शाळेत जाऊ लागला, तेव्हा त्याचं शिक्षण हे ज्ञानार्जनाहून अधिक परीक्षा पद्धतीवर भर असलेल्या वातावरणात झालं. जेव्हा त्याला परीक्षेत कमी गुण मिळत, अपयश येई, तेव्हा त्याचे पालक आणि शिक्षक त्याला ओरडत. ''नीट अभ्यास का करत नाहीस? आम्ही जे जे सांगतो त्यावर नीट विचार कर, आमचे ऐकत जा, नाहीतर केवळ परीक्षांमध्येच नाही, तर संपूर्ण आयुष्यातदेखील तू अपयशीच ठरशील, नापासच होशील.''

तारुण्यात तो प्रेमात पडला आणि त्याचा प्रेमभंग झाला. तेव्हा त्याचे मित्र म्हणाले, ''आम्ही तुला त्या मुलीच्या मागे लागू नकोस, असं बजावलं होतं. आमच्या सल्ल्याचा तू का बरं विचार केला नाहीस?''

कॉलेजातून शिक्षण घेऊन बाहेर पडल्यावर अनेक कंपन्यांमधून त्याने कामं केली. तेथील त्याचे वरिष्ठ त्याला नेहमी म्हणत, ''मेहनत ही कामाच्या दृष्टीने महत्त्वाची आहेच, पण त्याहूनही महत्त्वाचं आहे काम वेळेत पूर्ण होणं. या गोष्टीचा नेहमी विचार कर म्हणजे तुला आपल्या करिअरमध्ये यश मिळेल.''

त्याचं लग्न होऊन, मुलंबाळं झाल्यावर जेव्हा त्याच्या खांद्यावर घरादाराच्या जबाबदाऱ्या आल्या, तेव्हाही त्याला घरातले वयस्क सल्ला देत, ''आपली कर्तव्यं समजून घे आणि ती कायम लक्षात ठेव. कोणीही त्यांच्यापासून दूर पळू शकत नाही. हा आयुष्याचा एक मुख्य आणि आविभाज्य घटक आहे.''

मग त्याच्या आयुष्यात एक काळ आला, जेव्हा त्याची मुलं आपापल्या आयुष्यांत स्थिरस्थावर झालेली होती आणि तो निवृत्तीच्या मार्गावर होता. तेव्हा त्याच्या मित्रांनी त्याला विचारलं, "निवृत्तीनंतर काय करायचं, याचा विचार केला आहेस का? काही योजना आखली आहे का?" त्याच्या जवळ काहीच उत्तर नव्हते.

सरतेशेवटी, तो वयस्क आणि एकटा होता. त्याच्या पत्नीचं निधन झालं होतं, मुलं आणि नातवंडं आपापल्या आयुष्यात व्यग्र होती आणि त्याच्याकडे करायला फार काही नव्हतं. आयुष्यात मागे वळून पाहायला आणि गतायुष्यावर विचार करायला त्याच्याकडे वेळच वेळ होता.

बालक, विद्यार्थी, तरुण, नोकरदार, गृहस्थ या त्याच्या आयुष्यातील सर्व टप्प्यांचा, अवस्थांचा विचार करताना त्याच्या लक्षात आलं की, प्रत्येक टप्प्यावर बाकीच्यांनी सतत त्याला कोणत्या ना कोणत्या गोष्टीचा 'विचार' करण्याचा सल्ला दिला होता. मग तो आयुष्यात यश कसं मिळेल इथपासून ते चुका करणं कसं टाळावं, इथपर्यंत होता.

'विचार' या शब्दाचा नीट अर्थ लावण्याची, त्याची सखोल पडताळणी करण्याची त्याला संधीच मिळाली नव्हती.

आता, आयुष्यात पहिल्यांदा तो, 'विचार करण्याबद्दल विचार करू' पाहत होता.

पण कदाचित आता खूप उशीर झाला होता का?

संपूर्ण आयुष्यभर त्याला इतरांनी 'काय विचार करावा' हे सांगितलं. मात्र त्याला, 'विचार कसा करावा' हे प्रत्यक्षात कोणीही शिकवलं नाही.

ही गोष्ट तुम्हाला काही सांगतीय का? या गोष्टीमुळे कुठेतरी, काहीतरी उमगल्यासारखं वाटतंय का?

या गोष्टीचा आपल्या आयुष्याशी संबंध आहे, असं वाटतंय का?

जर नीट 'विचार' केला तर लक्षात येईल की, ही गोष्ट आपल्या सर्वांचीच आहे. मग तुम्ही स्त्री असा वा पुरुष, बालक असा वा तरुण, विद्यार्थी असा वा व्यावसायिक, विवाहित असा वा अविवाहित, ही तर आपल्यातल्या प्रत्येकाची गोष्ट आहे.

ही, तुमची आणि माझी गोष्ट आहे.

एखादा मनुष्य आपले संपूर्ण आयुष्य विचार न करता जगू शकतो; हे चमत्कारिक वाटेल, परंतु सत्य आहे.

याला शोकांतिकेखेरीज काय म्हणता येईल?

पण चला, आता आपण हीच गोष्ट विरूद्ध बाजूने बघू या.

कल्पना करा, आपल्या विचारधारा आणि मेंदूच्या तत्संबंधित शाखा विकसित होऊ लागल्यापासूनच आपल्याला विचार कसा करायला हवा, हे शिकवलं गेलं तर? शिशू-अवस्थेत मनुष्याच्या मेंदूत फक्त माहिती भरण्यापेक्षा, त्याला विश्लेषण, चिकित्सा, निर्णय-क्षमता, प्राधान्यक्रम, नियोजन, संरचना, निर्णायक मूल्यमापन, तर्क अशा विचारप्रक्रियेच्या काही योग्य पद्धती शिकवल्या, तर काहीसे वेगळेच चित्र दिसेल. जिथे प्रश्न विचारण्याची गरज असेल, तिथे प्रश्न उपस्थित केले जातील. गरजेअनुसार इतरांचीही मतं स्वीकारली जातील. एखाद्या गोष्टीच्या परिणामांचा पूर्णपणे विचार केला जाईल. मोजूनमापून काही जोखमी उचलल्या जातील आणि नि:संशयपणे तुम्ही जास्त यशस्वी ठराल, तेही केवळ आयुष्याच्या शेवटी नाही, तर प्रत्येक टप्प्यावर!

या पुस्तकामध्ये आम्ही काही अत्यंत अद्भुत गोष्टी तुमच्यासाठी आणल्या आहेत. यामध्ये विचार करण्याच्या काही पद्धती आणि तंत्रं, विचार करण्यामागील तत्त्वज्ञान आणि विचार करण्याच्या काही वैकल्पिक पद्धती यांचा समावेश आहे. हे पुस्तक अत्यंत साधं तरीही सखोल आहे. या पुस्तकामुळे तुमच्या मनात आणि बुद्धीत नवचैतन्य जागृत होईल.

सूक्ष्म परंतु निश्चित प्रकारे हे पुस्तक तुमच्या विचार करण्याच्या पद्धतीमध्ये सकारात्मक बदल घडवून आणेल, जगण्याबद्दल असलेल्या संकल्पनांना एक नवे परिमाण देईल.

मला आशा आहे की, या पुस्तकामुळे तुमच्या मनातील आधीचे सर्व गैरसमज नाहीसे होतील, अज्ञानाचा नायनाट होईल आणि तुम्ही यापुढे अधिक आनंदी राहाल. जर योग्य दृष्टिकोनातून आकलन झाले, तर तुमचा अहंकारही नेस्तनाबूत करायला हे पुस्तक मदतीस येईल. तुमच्यातील 'मी'पणा मरेल, परंतु तुम्ही एक निखळ आणि संपूर्ण आयुष्य जगू शकाल.

सगळ्यात महत्त्वाचे म्हणजे, या प्रवासाचा तुम्हाला आनंद मिळेल. हे पुस्तक तुम्हाला आत्मशोधासाठी मदत करेल.

या प्रक्रियेला आपण 'विचार करण्याची साहसी सफर' म्हणू या.

चला तर मग, भारतात अनेक शतकांपूर्वी सुरू झालेल्या प्रवासाला आज आपण पुन्हा नव्याने सुरुवात करू या!

चाणक्य : एक महापुरुष

चाणक्य हे नक्की कोण होते? खरं बघायला गेलं, तर चाणक्य हे एक अपूर्व व्यक्तिमत्त्व होतं. एक महान योजनाकार, तत्त्वज्ञ, शिक्षक अशा विविध भूमिका एकाच व्यक्तीत एकवटून ते जणू एक आख्यायिकाच बनले होते!

त्यांची बरोबरी करू शकतील, अशा व्यक्ती संपूर्ण जगाच्या इतिहासात अगदी क्वचितच सापडतील. ते कोणत्याही विषयाला स्पर्श करून काही काळातच त्यात प्रावीण्य मिळवू शकत.

राज्यशास्त्राचा सखोल अभ्यास करून ते भारतातील सर्वांत महान राजकारणी बनले. त्यांनी रणनीतीचा अभ्यास केला आणि जग जिंकायला निघालेल्या अलेक्झांडरचा पराभव केला. त्यांनी जेव्हा धनानंद, या त्या काळच्या सर्वशक्तिशाली राजाला सिंहासनावरून दूर करण्याचा, त्याची सत्ता काढून घेण्याचा निर्णय घेतला, तेव्हा एका गावातल्या सर्वसामान्य बालकाला, चंद्रगुप्त मौर्य याला त्यांनी आपल्या हाताखाली तयार करून, एक महान सम्राट बनवले. रत्नशास्त्र, आयुर्वेद, हेरगिरी, गुन्हा, कायदा, दंड – त्यांच्यासाठी कोणताही विषय अवघड नव्हता. ते सर्व विषयांचे स्वामी होते आणि अनेक राजांचे गुरुवर्य होते.

त्यांच्या हातात जणू एक जादूची छडीच होती! ते कशासही स्पर्श करत आणि त्या गोष्टीचं रूपांतर सोन्यात होई.

त्यांनी एकदा पुस्तक लिहिण्याचा निर्णय घेतला आणि एका सर्वकालीन बेस्ट सेलर पुस्तकाची निर्मिती झाली. त्यांनी ख्रिस्तपूर्व चौथ्या शतकात लिहिलेल्या, *कौटिल्यचे अर्थशास्त्र* या पुस्तकाची आजही प्रचंड संख्येने विक्री होते. विचार करून बघा, हे पुस्तक गेली २४०० वर्षं बेस्ट सेलर आहे आणि आजही त्याची मागणी दिवसेंदिवस वाढतच आहे.

त्यांनी जेव्हा विद्यार्थ्यांना शिकवायचं ठरवलं, तेव्हा ते एक महान गुरू झाले, ज्यांचा आदर्श जगभरातील सर्व शिक्षक घेऊ शकतील.

त्यांची 'उत्तम प्रशासना'ची तत्त्वं आजही जगभरातील नेत्यांना प्रेरणादायी ठरतात. त्यांनी आखलेल्या प्रशासकीय रचनांचं अजूनही अनुसरण केलं जातं. त्यांनी तयार केलेली जमाखर्च नोंदवण्याची तंत्रं निर्दोष आहेत.

असा हाडामांसाचा, खरा मनुष्य आपल्यामध्ये होऊन गेला का, असा प्रश्न पडावा.

पण असा विद्यापीठांत शिकवणारा, नेते निर्माण करणारा आणि मानकं व मर्यादा आखणारा मनुष्य या भूतलावर होऊन गेला, हे आपल्याला पुराव्यानिशी माहीत आहे.

आपण या पुस्तकातून अशा महान व्यक्तीच्या मनात शिरणार आहोत.

आपण एकत्र मिळून त्यांच्या व्यक्तिमत्त्वाचा बारकाईने अभ्यास करण्याचा प्रयत्न करू या. त्यांच्या बुद्धिमत्तेमागील रहस्य शोधून काढू या. त्यांची पार्श्वभूमी नीट समजून घेऊन, त्यांची विचार करण्याची पद्धत जाणून घेऊ या. त्यांनी

अंगीकारलेल्या आणि शिकवलेल्या विविध संकल्पनांची चर्चा करून अखेर स्वत:ला प्रश्न विचारू, ''मी चाणक्यांसारखा होऊ शकतो का?''

प्रश्नाचे उत्तर 'होय' असं आहे. प्रत्येक माणसाकडे आपल्या पिढीचा चाणक्य बनायची शक्ती आहे.

विचार कसा करावा?

एक उत्तम बातमी अशी आहे की, विचार कसा करावा, हे शिकवता येतं.

होय, पुन्हा सांगतो, विचार कसा करावा हे निश्चितच शिकवता येतं.

इतर माणसं आपल्याला विचार करायला सांगतात, पण जेव्हा त्या प्रक्रियेची वेळ येते, तेव्हा त्याबद्दल कोणी काहीच बोलत नाही.

एकदा, विमानातून उतरत असणाऱ्या एका माणसाला हवाईसुंदरीने स्मित हास्य करत, ''आपला दिवस चांगला जावो.'' अशा शुभेच्छा दिल्या.

त्या मनुष्याने मिस्कील हसत तिला प्रश्न केला, 'कसा?'

हवाईसुंदरी स्तब्ध झाली. तिला असा प्रश्न कधीच कोणी विचारला नव्हता. प्रत्येक माणसाला अशा प्रकारे सदिच्छा देणं हा तिच्यासाठी रोजच्या कामाचाच भाग होता, केवळ एक यांत्रिक कृती.

अशाच प्रकारे, जेव्हा माणसं, ''नीट विचार करा'', ''दोनदा विचार करून मग कृती करा'', ''अमुक एका गोष्टीचा कसून विचार केला आहे का?'' असं म्हणतात, त्यासुद्धा यांत्रिक सूचना असण्याच्या शक्यता आहेत.

परंतु जसं त्या मनुष्याने अनपेक्षित प्रश्न विचारून हवाईसुंदरीला चकित केलं, तसंच आपणही थोडं थांबून प्रश्न केला, ''मनुष्य विचार कसा करतो?'', तर क्वचितच कोणीतरी आपल्याला त्या प्रक्रियेबद्दल सांगू शकेल.

चाणक्य मात्र या बाबतीत निराळे होते. त्यांना जे म्हणायचं आहे, तेच ते उच्चारत. विचारपूर्वक आखलेल्या योजनेमुळे त्यांना आपल्या आयुष्यात अखंड यश मिळत राहिलं आणि म्हणूनच ते इतरांनाही विचार कसा करावा, हे शिकवू शकले.

विचार करण्याच्या या प्रक्रियेला *आन्विक्षिकी* असं म्हणतात.

माझी खात्री आहे की, हे पुस्तक वाचणाऱ्यांपैकी बहुतांश लोक *आन्विक्षिकी* हा शब्द पहिल्यांदाच ऐकत असतील. आपण या पुस्तकात आन्विक्षिकीबद्दल सविस्तर चर्चा करणार आहोत; परंतु त्याआधी आपण चाणक्यांनी लिहिलेल्या अजून एका 'कमाल' पुस्तकाबद्दल जाणून घेऊ या. त्या पुस्तकाचे नाव आहे, *अर्थशास्त्र*.

भारतातील एका महान विचारवंताने लिहिलेले *अर्थशास्त्र* हे महान पुस्तक, आपल्या आयुष्याच्या कुठल्या ना कुठल्या टप्प्यावर तुम्ही नक्की वाचावं, असं मला तुम्हाला आवर्जून सांगायचं आहे. या पुस्तकामुळे तुमचा विचार करण्याबद्दलचा संपूर्ण दृष्टिकोनच बदलून जाईल.

हो! हे पुस्तक, *अर्थशास्त्र* तुम्हाला एका नेत्याप्रमाणे विचार कसा करायचा, हे शिकवतं.

कौटिल्यचे *अर्थशास्त्र*

कौटिल्य हे चाणक्यांचंच दुसरं नाव.

अर्थ म्हणजे संपत्ती आणि व्यापक अर्थाने *शास्त्र* म्हणजे 'पवित्र ग्रंथ'.

म्हणजेच *कौटिल्यचे अर्थशास्त्र*, हे चाणक्यांनी लिहिलेलं पुस्तक 'संपत्ती' या विषयावरील पवित्र ग्रंथ आहे.

एके काळी मी या ग्रंथाचा सखोल अभ्यासक होतो आणि आता त्याबद्दल मी विद्यार्थ्यांना शिकवतो. तरी अजूनही हे पुस्तक मला पुन्हा पुन्हा आश्चर्यचकित करतं. 'केवळ एक मनुष्य इतक्या विविध विषयांवर एकाच पुस्तकात कसं काय लिहू शकतो?' हा विचार माझ्या मनात *अर्थशास्त्र* वाचताना प्रत्येक वेळी येतो. जवळजवळ १८० वेगवेगळ्या विषयांबद्दल चाणक्यांनी या पुस्तकात चर्चा केलेली आहे.

अनेक विषयांवरील पुरातन आणि अमर्याद ज्ञान या पुस्तकातून मिळतं, म्हणूनच याला 'पवित्र ग्रंथ' असं म्हणलं आहे.

माझ्या स्वतंत्र संशोधनादरम्यान, चाणक्यांआधीदेखील अनेक *अर्थशास्त्रं* असल्याचं मला आढळलं. *अर्थशास्त्र* हा शब्द चाणक्यांनी शोधलेला किंवा प्रचलित केलेला नसून त्याचा सर्वांत जुना संदर्भ ऋग्वेदात सापडतो.

महाभारतात *अर्थशास्त्राचा* सविस्तर विचार आणि उल्लेख केलेला आहे. पितामह भीष्म हे चाणक्याच्या कार्याचे एक महत्त्वाचे शिक्षक आणि पुरस्कर्ते होते.

अर्थशास्त्र हे केवळ संपत्तीबद्दल नसून राजकारण, अर्थकारण, युद्धतंत्र यांचं शास्त्र मानलं जातं. त्याचप्रमाणे शासन, नेतृत्व आणि धोरणं, तसेच कायदा, परराष्ट्रीय धोरणं आणि प्रांताचा कारभार कसा चालवावा, यांबद्दलही या पुस्तकात अमूल्य माहिती आहे.

अर्थशास्त्र लिहिण्याची प्रक्रिया

चाणक्यांची विचारसरणी स्पष्ट आहे.

अर्थशास्त्र लिहिताना, त्यांनी स्वत:ची अशी कार्यपद्धती आणि प्रक्रिया वापरलेली आहे. हे पुस्तक कसं लिहिलं गेलं, हे त्यांनी पुस्तकाच्या अगदी सुरुवातीलाच सांगितलं आहे.

पुस्तकाच्या सर्वांत पहिल्या सूत्रात ते पुस्तक लिहिण्यामागील पार्श्वभूमी सांगतात.

> ''पृथ्वी संपादित करण्यासाठी आणि तिचं रक्षण करण्यासाठीचा राज्यशास्त्रावरील हा प्रबंध, मुख्यत्वे प्राचीन गुरुजनांनी रचलेल्या विविध राज्यशास्त्राच्या प्रबंधांचं एकत्रीकरण करून बनवलेला आहे.'' (१.१.१)

आपले पुस्तक हा अनेक वेगवेगळ्या कार्यांचा संग्रह आहे, हे चाणक्य सुरुवातीलाच खुलेपणाने सांगतात. अर्थशास्त्र शिकवणारे अनेक शिक्षक त्यांच्या आधी होऊन गेले. चाणक्यांनी सर्व पुरातन ग्रंथांचा स्वत: अभ्यास केलेला होताच. नवीन ज्ञानाची निर्मिती करण्यापूर्वी, आधी अस्तित्वात असलेल्या सर्व प्रकारच्या माहितीचा अभ्यास करणं अत्यंत गरजेचं असतं.

माहितीचं जग हे सातत्याने विकसित होत असतं, वाढत असतं. प्रत्येक नवी पिढी, ही आपले अनुभव आणि बुद्धी वापरून अस्तित्वात असलेल्या ज्ञानात भर घालत असते. त्यामुळे ज्ञान वाढत जातं, अधिकाधिक समृद्ध होत राहतं.

म्हणूनच, ज्ञान निर्माण करताना उचलायचं पहिलं पाऊल म्हणजे, संशोधन! आणि संशोधनामुळे विकास शक्य होतो.

चाणक्यांनी त्या काळी उपलब्ध असलेल्या *अर्थशास्त्रांचा* अभ्यास करून, आपलं स्वत:चं संशोधन केलं होतं. त्यांनी हा ग्रंथ लिहिण्यापूर्वी; या अर्थशास्त्रांचा सखोल अभ्यास केला, टिपणं तयार केली आणि त्यांतील गोष्टी स्वत:च्या अनुभवांशी पडताळून बघितल्या.

त्यांच्या *अर्थशास्त्राची* निर्मिती ही इतरांच्या कार्यावरून बेतलेली असली, तरीही ते (पुस्तक) अस्सल आहे कारण, केवळ शून्यातून सुरुवात करण्याने अस्सलपणा येत नाही. अस्सलपणा हा एखाद्या विषयाचा खोलवर जाऊन अभ्यास केल्यामुळे आणि त्यावर नवीन मतं, नवीन दृष्टिकोन मांडल्यामुळे येतो. ही मतं, (हे अंतर्ज्ञानच) म्हणजेच एक खरी निर्मिती असते आणि चाणक्यांचे कार्य या गोष्टीचा दाखला आहे. चाणक्य लिखित *अर्थशास्त्रात* ठिकठिकाणी वेगवेगळ्या शिक्षकांचे विचार आणि विधानं आढळतात. परंतु त्यांवर चाणक्यांनी

केलेला वेगळा विचार आणि लावलेले वेगळे अर्थ दिसून येतात. याच नावीन्यपूर्ण अर्थामुळे आणि सादरीकरणामुळे हे पुस्तक अस्सल ठरतं.

हेच तत्त्व ज्ञानाच्या कोणत्याही क्षेत्रात लागू पडतं. आता भौतिकशास्त्राचंच उदाहरण बघू या. आइनस्टाईनचा सापेक्षतावादाचा सिद्धान्त हा भौतिकशास्त्रात अभिनव (अस्सल) मानण्यात येतो. $E=mc^2$ हे समीकरण जगभरातील अनेक विद्यार्थी, शिक्षक आणि संशोधकांसाठी अत्यंत महत्त्वाचे मार्गदर्शक तत्त्व आहे. या समीकरणामुळे अनेकविध पैलूंकडे पाहण्याचा आपला दृष्टिकोन पुन्हा परिभाषित झालेला आहे.

आता भौतिकशास्त्र हा विषय आइनस्टाईनच्या जन्माच्या आधीपासून अस्तित्वात आहे, हे तर आपल्याला माहीत आहेच. येत्या काळात अजूनही कैक शास्त्रज्ञ या विषयाचा अभ्यास करतील, संशोधन करतील आणि नवनवीन शोध लावतील, हेदेखील आपल्याला ठाऊक आहे. पण भौतिकशास्त्राच्या क्षेत्रात कितीही भर पडली अथवा जुन्या गोष्टी खोडून निघाल्या, तरीही आइनस्टाईन एक महान शास्त्रज्ञ म्हणून नक्कीच ओळखले जातील. त्यांचं या क्षेत्रातील योगदान सर्वांच्या कायम स्मरणात राहील आणि त्यांनी लावलेल्या शोधांमुळे भविष्यकाळातील असंख्य संशोधकांना मार्गदर्शन मिळेल.

भावी पिढ्या आइनस्टाईनच्या कामाचा आदर करतील आणि कुठल्या ना कुठल्या प्रकारे, त्यांचे सिद्धान्त हे संदर्भ होऊन जातील.

हीच बाब चाणक्य यांनाही लागू पडते. त्यांनी जरी अर्थशास्त्राच्या क्षेत्रात कोणत्या नवीन गोष्टीचा शोध लावलेला नसला तरी, त्यांनी त्या विषयाचा सखोल अभ्यास केला, विश्लेषण केलं, तज्ज्ञांशी चर्चा केली, त्यावर टीकादेखील केली आणि अत्यंत बारकाईने या सर्व कल्पनांचे मूल्यमापन केलं. या सर्व प्रयासानंतर अखेर त्यांनी या विषयातील आपली मतं बनवली.

कौटिल्यच्या *अर्थशास्त्रचे* लिखाण विपुल असून त्यात तब्बल ६,००० सूत्रांचा समावेश आहे. प्रत्येक सूत्र गहन आणि काटेकोर असून वाचणाऱ्यास विचार करायला प्रवृत्त करतं. अर्थशास्त्राच्या विविध गुरुवरांच्या, तज्ज्ञांच्या आणि शिक्षकांच्या अनुभवांचे सार या पुस्तकात आहे.

अर्थशास्त्र लिहिण्यामागील हेतू

कौटिल्य यांनी *अर्थशास्त्र* का लिहिलं असावं?

त्यांच्याच म्हणण्याप्रमाणे, "पृथ्वीच्या संपादनासाठी आणि संरक्षणासाठी."

पण याचा नेमका अर्थ काय?

सर्वप्रथम, हे पुस्तक प्रामुख्याने नेत्यांकरिता लिहिलं गेलं होतं. त्या पिढीतील राजांसाठी आणि विशेषतः कौटिल्यच्या सक्षम विद्यार्थ्यासाठी, चंद्रगुप्त मौर्यसाठी याची निर्मिती झाली होती.

चाणक्य म्हणतात,

> ''या शास्त्राची रचना त्याने (कौटिल्यने) केलेली आहे, ज्याने संतापून ताबडतोब या शास्त्राची, शस्त्रांची आणि नंद राजांच्या ताब्यात असणाऱ्या पृथ्वीची पुनर्निर्मिती केली.'' (१५.१.७३)

चाणक्य इथे स्वत:चा उल्लेख करत आहेत. क्रोधातून आणि विफलतेतून त्यांनी नंद साम्राज्यातील अखेरच्या सम्राटास (धनानंदास) सत्तेवरून हटविले आणि आदर्श शासनाचे शास्त्र (राजनीतिशास्त्र), *अर्थशास्त्रातून* पुनर्निर्मित केले.

चाणक्य *अर्थशास्त्राची* सांगता करतानासुद्धा पुन्हा एकदा ते लिहिण्यामागील हेतू ठामपणे स्पष्ट करतात.

> ''शास्त्रीय प्रबंधांचं समालोचन करणाऱ्या लेखकांनी केलेल्या अनेक चुका पाहून, स्वत: विष्णुगुप्तने सूत्रांबरोबरच भाष्याचीही रचना केली.'' (अखेरची नोंद)

आता हे निरीक्षण लक्षात घेण्यासारखं आहे.

अर्थशास्त्रात काम केलेल्या विविध महान विद्वानांच्या कार्याचा अभ्यास करताना त्यात अनेक चुका असल्याचं चाणक्यांच्या लक्षात आलं. आता हे तर साहजिकच आहे. एखादी लिहिलेली गोष्ट जेव्हा आपण ती लिहिल्यानंतर काही काळाने वाचतो, तेव्हा त्यात अनेक चुका असल्याचं आपल्याला दिसून येतं. त्या चुका दुरुस्त करण्याची जबाबदारी मग प्रत्येक पिढीची असते. घडून गेलेल्या कार्यात तर आपण काही बदल करू शकत नाही. परंतु भविष्यात त्याच चुका आपण परत करणार नाही, याची काळजी घेता येते.

आता, एखादं पुस्तक लिहिताना, लिखाणाच्या ओघात लेखकाकडून काही छोट्या चुका घडू शकतात. काही शब्द चुकीचे लिहिले जाऊ शकतात किंवा व्याकरणाच्या काही चुका होऊ शकतात.

या चुका सुधारण्याचं आणि मजकुराची उत्तम मांडणी करण्याचं काम हे संपादकाचं आणि मुद्रितशोधकाचं असतं. जेणेकरून पुस्तक जेव्हा प्रकाशित होतं तेव्हा ते वाचकांना वाचण्यायोग्य ठरतं.

पण अजूनही यात गंमत आहेच बरं का! अगदी उत्कृष्ट (निर्दोष) अशा पुस्तकातसुद्धा सुधारणा करायला वाव असतो. त्यात काही ना काही चुका राहून गेल्या असतील. एखादा जरी त्याचे १००% देऊन काम करत असला तरी नजरचुकीने काही गोष्टी, अगदी सर्वोत्कृष्ट मुद्रितशोधक आणि संपादकाकडूनही राहिल्या असण्याची शक्यता आहे.

मग यावर उपाय काय?

तर जेव्हा तुम्हाला अशी एखादी चूक सापडेल, तेव्हा त्याची नोंद करणे आणि पुढील आवृत्तीत ती सुधारणे! इतकं सोपं आहे ते.

याचप्रमाणे चाणक्यांनीही झालेल्या जुन्या चुकांची नोंद घेऊन, त्या आपल्या *अर्थशास्त्रमध्ये* सुधारल्या आहेत आणि तसं ते स्पष्टपणे सांगतातदेखील.

भावी पिढ्यांना आपल्या कामात चुका आढळतील, याचीही त्यांना कल्पना होती. लेखकांच्या नवीन पिढीला मग त्या चुका सुधारण्याचं आणि त्या कार्यात भर घालण्याचं स्वातंत्र्य असतं.

चाणक्यांच्या आधी अनेक लोकांनी अर्थशास्त्र लिहिलं होतं. त्यांच्यानंतरदेखील अनेक लोकांनी त्याची रचना नव्याने केली. मात्र *कौटिल्यचं अर्थशास्त्र* हे अजूनही सर्वोत्तम मानलं जातं. इतक्या वर्षांत त्याचा प्रभाव जराही कमी झालेला नाही आणि ते अभिजात ठरलेलं आहे.

अनेक विद्वानांकडून शिक्षण घेतलेल्या या महान गुरुवर्यास माझे प्रणाम! आपल्या आधी कार्य केलेल्यांचा कधी अनादर करू नये, तर त्यांची शिकवण नीट समजून घेऊन त्यात सुधारणा कराव्यात, असे ते आपल्याला शिकवतात.

आन्विक्षिकी

ह्या नवीन शब्दात तुमचं स्वागत आहे.

ह्या नवीन शास्त्रात तुमचं स्वागत आहे.

ह्या नवीन विषयात तुमचं स्वागत आहे.

ह्या विचार करण्याच्या नवीन जगात तुमचं स्वागत आहे.

ह्या पूर्णपणे नवीन जगात तुमचं स्वागत आहे.

मी आन्विक्षिकीला योजनात्मक विचार करण्याचं शास्त्र म्हणतो. काहींच्या मते, ते अत्यंत महत्त्वाचा (गंभीर) विचार करण्याबद्दलचं शास्त्र आहे. *अर्थशास्त्राचे* गहन अभ्यासक र. पं. कंगले हे त्याला तत्त्वज्ञान म्हणतात. आन्विक्षिकी हे तार्किक, शास्त्रीय विचार करण्याच्या पद्धतीचं, तसचं चौकशीचं आणि संशोधनाचं शास्त्र आहे.

चिन्मय मिशनचे प्रमुख स्वामी तेजोमयानंद, आपल्या *मन-शोधम्* या अभिजात संरचनेत आन्विक्षिकीला *ब्रह्म विद्या* असं म्हणतात. या अर्थी ते आत्मज्ञान आहे. हा अज्ञान नष्ट करण्याचा मार्ग असून त्यामुळे आत्मभान, मोक्ष, (निर्वाण) आणि मुक्ती साधता येते.

आन्विक्षिकी हा संस्कृत शब्द असून त्याचे अनेक अर्थ आहेत. प्रत्येकाला या शब्दाचे नवनवीन अर्थ लावण्याचं, त्याबद्दल पुनर्विचार करण्याचं, अगदी त्याचे नवीन अर्थ शोधून काढण्याचंही स्वातंत्र्य आहे.

नियम फक्त एकच आहे की, शब्दाच्या अर्थामुळे आपल्या विचारसरणीत प्रगती झाली पाहिजे. केवळ या गोष्टीची काळजी घेतली की, आपण आपापल्या आकलनानुसार त्यास नवीन मिती आणि दृष्टिकोन देऊ शकतो.

आता 'धर्म' या शब्दाचे उदाहरण बघू या. या शब्दाचे; नीती, मनोधैर्य, सदाचरण, कर्तव्य, जबाबदारी आणि अजून अनेक अर्थ आहेत. धर्म या शब्दास नवीन अर्थही देता येऊ शकतात.

परंतु या शब्दाचा अर्थ व्यवस्थितपणे समजून घेण्यासाठी त्याच्या संस्कृतमधील अर्थाचा विचार करून बघू या. धर्म या शब्दाचे मूळ *धिर*, म्हणजे 'धरून ठेवणे' असे आहे. *धारयति इति धर्म*, अर्थात; धर्म म्हणजे, 'जे धरून ठेवते ते.'

एखाद्या वस्तूच्या अस्तित्वासाठी कशाचीतरी गरज असतेच. ती गरज म्हणजे; त्या गोष्टीचा अर्क, तिचा नैसर्गिक गुणधर्म असतो. अग्नीचा धर्म काय? तर उष्णता आणि प्रकाश. जर त्या दोन गोष्टी अग्नीतून काढून घेतल्या, तर तो 'अग्नी' म्हणून राहणारच नाही. साखरेतून गोडवा काढला, तर ती 'साखर' म्हणून राहणार नाही.

धर्म हा कोणत्याही वस्तूचा गाभा आणि पाया आहे. नैसर्गिक नियमांपासून सर्व गोष्टींचं अस्तित्व धर्मामुळेच शक्य आहे.

याच प्रकारे, आन्विक्षिकीचा अर्थ आपण पाहू या.

संस्कृत भाषेला जगातील अनेक विद्वान सर्वांत पुरातन, वैज्ञानिक आणि परिपूर्ण भाषा म्हणून संबोधतात. तिला सर्व भाषांची 'जननी' मानलं जातं. संस्कृतमध्ये असलेल्या (आन्विक्षिकी) या मूळ शब्दाचा अर्थ आता बघू या.

आन्विक्षिकी हे दोन शब्दांचं एकत्रीकरण आहे, *अणू* आणि *इक्षिकी*. अणू म्हणजेच, 'कोणत्याही गोष्टीचा सर्वांत लहान घटक' तर, इक्षिकी म्हणजे 'गोष्टी जाणून घ्यायची इच्छा आहे अशा व्यक्ती.' जसं; जिज्ञासू, विचारवंत, संशोधक, परीक्षक अथवा तर्कशास्त्रज्ञ.

म्हणजेच, आन्विक्षिकी ही चौकशीची आणि योग्य प्रकारे विचार करण्याची प्रक्रिया अथवा विचार करण्याचे शास्त्र आहे. वाचक म्हणून तुम्हीसुद्धा

आन्विक्षिकीच्या अभ्यासानंतर आणि सरावानंतर त्याचे आपल्या परीने स्वतंत्र अर्थ लावू शकता.

महाभारतातल्या द्रौपदीचं 'आन्विक्षिकी' हे एक नाव होतं, जिने विचार करण्याच्या शास्त्राचा अभ्यास केलेला होता.

श्रीमद्‍भागवत, रामायण आणि उपनिषदांसारख्या विविध ग्रंथांमध्ये आन्विक्षिकीचे उल्लेख सापडतात. आपल्यासाठी आन्विक्षिकी हा शब्द नवीन असला, तरी प्राचीन काळात तो प्रसिद्ध होता, हे यातून दिसून येतं.

कौटिल्यच्या *अर्थशास्त्रातील* आन्विक्षिकी

कौटिल्यच्या *अर्थशास्त्राच्या* पहिल्याच प्रकरणात आन्विक्षिकी आणि आन्विक्षिकीचं महत्त्व सांगितलेलं आहे.

'विद्यासमुद्धेषा' (शास्त्रांची गणना) या *पहिल्या प्रकरणाची* सुरुवात 'आन्विक्षिकी स्थापना' या अध्यायाने होते.

अभ्यासासाठी आपल्या विद्यार्थ्यांनी सर्वप्रथम आन्विक्षिकी हा विषय घ्यावा, अशी चाणक्यांची इच्छा होती. आपल्या शिक्षणपद्धतीत 'विचार कसा करावा' याचं शिक्षण सगळ्यात आधी दिलं तर? किती कमाल विचार आहे ना?

आपण जर शाळेत मुलांना आधी विचार करायला, चौकसपणे प्रश्न विचारायला आणि तर्क करायला शिकवून मग आपली स्वतःची मतं, स्वतःचे निष्कर्ष स्थापित करायला शिकवू लागलो, तर आपल्या शाळांतून, महाविद्यालयांतून आणि विद्यापीठांतून अनेक प्रगल्भ, हुशार पिढ्या शिक्षण घेऊन बाहेर पडतील.

याउलट आपण कळपासारखं एखाद्या गोष्टीच्या मागोमाग फिरतो. बाकीचे सगळे जे करत आहेत, तेच आपणही करतो. शाळेत जा, अभ्यास करा, पदवी घ्या, नोकरी मिळवा आणि संपलं शिक्षण! अशा प्रकारच्या व्यवस्थेची क्वचितच एखाद्याला सर्वोत्कृष्ट कार्य करायला मदत होते. माहितीचा भडिमार असलेल्या शिक्षण व्यवस्थेकडून आपली वाटचाल ही तपासाला आणि चौकशीला प्रोत्साहन देणाऱ्या प्रक्रियेकडे झाली पाहिजे.

आपल्या मुलांना आपण विचार करायला, आश्चर्यचकित व्हायला शिकवू या. कल्पना करायला, निर्मिती करायला, रचना करायला, स्वप्न बघायला आणि स्वतःचं भविष्य त्यांना स्वतःच्या वेगळ्या पद्धतीने घडवायला शिकवू या.

चाणक्यांनी आपल्या शिक्षणपद्धतीत हेच केलं होतं. आपल्या विद्यार्थ्यांनी नेते बनावं, असं त्यांना वाटे. आणि योग्य व नेमका विचार करणे, हा नेतृत्वासाठी

महत्त्वाचा असा पहिला गुण आहे. या नेमकेपणामुळे योग्य निर्णय घेण्याची क्षमता येते. आणि योग्य निर्णयांचा प्रभाव हा तर सर्वांवरच पडत असतो.

चला तर आता, विचाराचं शास्त्र उलगडणाऱ्या *अर्थशास्त्रातील* पहिल्या अध्यायाचा अभ्यास करू या.

खंड पहिला, विभाग पहिला – 'आन्विक्षिकी स्थापना'

योग्य प्रकारे विचार करणे (आन्विक्षिकी), तीन वेद (त्रयी), अर्थशास्त्र (वार्ता) आणि राज्यशास्त्र (दंडनीती) – ही शास्त्रं (विद्या) आहेत. (१)

''तीन वेद, अर्थशास्त्र आणि राज्यशास्त्र; मात्र हीच शास्त्रं आहेत,'' असं मनूचे अनुयायी म्हणतात. (२) ''कारण आन्विक्षिकी ही वैदिक ज्ञानाची केवळ एक विशेष शाखा आहे.'' (३)

''अर्थशास्त्र आणि राज्यशास्त्र हीच केवळ शास्त्रं आहेत,'' असं बृहस्पतींचे अनुयायी म्हणतात. (४) ''कारण, वैदिक ज्ञान म्हणजे केवळ जगाच्या रीती-भातींशी चांगलं परिचित असलेल्याने घेतलेलं सोंग आहे.'' (५)

''राज्यशास्त्र हेच फक्त शास्त्र आहे,'' असं उसनास यांचे अनुयायी म्हणतात. (६) ''कारण, सगळ्या शास्त्रांना जोडून ठेवणाऱ्या हमी त्यात बांधून ठेवलेल्या आहेत.'' (७)

''शास्त्रांची खरी संख्या चारच,'' असं कौटिल्य म्हणतात. (८)

यांच्या मदतीने एखाद्याला अध्यात्मिक भलं आणि भौतिक हित म्हणजे काय, हे शिकता येतं. म्हणून त्यांना शास्त्र (विद्या) असं म्हणतात. (९)

सांख्य, योग आणि लोकायत याचं मिश्रण म्हणजेच आन्विक्षिकी. (१०) एखाद्या गोष्टीचा तपास हा, तर्क वापरून, वैदिक परंपरेनुसार चांगलं आणि वाईट काय असतं, अर्थशास्त्रानुसार भौतिक लाभ किंवा नुकसान, राज्यशास्त्रानुसार चांगलं धोरण आणि वाईट धोरण, त्याचबरोबर या तिन्ही शास्त्रांची तुलनात्मक बलस्थानं आणि कमजोर बाजू काय आहेत हे समजून लावला पाहिजे. आन्विक्षिकीचे लोकांना अनेक फायदे होतात, आपत्तीच्या आणि समृद्धीच्या काळात त्यांचं मन स्थिर राहतं आणि विचारांत, कृतींत व भाष्यात नैपुण्य मिळतं. (११)

इतर शास्त्रांसाठी असणारा प्रकाश, सर्व कृतींचं साधन आणि सर्व कायदे व कर्तव्यांचा आधार म्हणून आन्विक्षिकीचा सदैव विचार केला जातो. (१२)

टीप : वरील पहिल्या अध्यायाचे भाषांतर र. पं. कंगले यांनी संस्कृतमधून इंग्रजीत केलेल्या भाषांतरावरून, त्यांनी लिहिलेल्या आणि मोतीलाल बनारसीदास यांनी प्रकाशित केलेल्या *कौटिलीय अर्थशास्त्र* या पुस्तकावरून करण्यात आलेलं आहे.

कंगले हे मुंबई विद्यापीठात संस्कृतचे अध्यापक असून आपल्या इंग्रजी भाषांतरात ते आन्विक्षिकीला तत्त्वज्ञान म्हणतात.

आन्विक्षिकीवरील अध्यायातील प्रत्येक सूत्राचे सविस्तर स्पष्टीकरण

> योग्य प्रकारे विचार करणं (आन्विक्षिकी), तीन वेद (त्रयी), अर्थशास्त्र (वार्ता) आणि राज्यशास्त्र (दंडनीती); ही शास्त्रं (विद्या) आहेत. (१)

या चार विद्या (विषय) विद्यार्थ्यांनी शिकण्याची गरज आहे.

उत्तम नेता बनण्यासाठी खाली दिलेल्या चार विद्यांची (विषयांची) माहिती असणं अत्यंत महत्त्वाचं आहे :

१. आन्विक्षिकी - विचाराचे शास्त्र (तात्त्विक विचार)
२. त्रयी - ऋग्वेद, सामवेद आणि यजुर्वेद. अथर्ववेद या चौथ्या वेदाचा समावेश नंतर झाला.
३. वार्ता - अर्थशास्त्र (शेती, पशुपालन आणि व्यापार) हे त्या काळातील तीन प्रमुख आर्थिक उपक्रम होते.
४. दंडनीती - राज्यशास्त्र (शिक्षा आणि उत्तम शासनाचं शास्त्र)

कोणत्याही शिक्षण व्यवस्थेत पाठ्यक्रमाची संरचना ही अत्यंत महत्त्वाची असते.

म्हणूनच, जेव्हा शाळा अथवा महाविद्यालय कोणत्याही कोर्सचा आराखडा तयार करतात, तेव्हा सर्वप्रथम अभ्यासक्रम ठरवला जातो. हेच पाऊल शिक्षक सर्वप्रथम उचलतात.

अभ्यासक्रम हा कोर्सचा पाया असतो. शिक्षकांनी ठरवलेल्या अभ्यासक्रमावरूनच संपूर्ण शिकवणी कशी असेल, हे ठरते. त्यानंतर शिक्षक पाठ्यपुस्तकांची, वाचनासाठी आवश्यक साहित्याची आणि इतर संसाधनांची शिफारस करतील. अभ्यासक्रमातील विषय शिकवायला अगदी तज्ज्ञ शिक्षकांना बोलावलं जाईल.

याच प्रकारे, चाणक्य सर्वांना अगदी पहिल्याच सूत्रात कोर्सची रूपरेषा समजावून सांगतात. *अर्थशास्त्र* लिहिताना विद्यार्थी हाच मुख्य घटक चाणक्यांनी

मानलेला आहे. आपण नक्की काय शिकणार आहोत, हे कोणत्याही विद्यार्थ्याला कोर्स सुरू करण्याआधी जाणून घ्यायची इच्छा असतेच.

म्हणूनच चाणक्य, ते काय शिकवणार आहेत, हे सांगून मगच सुरुवात करतात.

आन्विक्षिकी, त्रयी, वार्ता आणि दंडनीती या चार विद्या एकत्र येऊन राज्य करण्यासाठी आवश्यक ते ज्ञान घडवतात.

या पुस्तकात आपण राजज्ञानाच्या पहिल्या विद्येवर, म्हणजेच आन्विक्षिकीवर लक्ष केंद्रित करणार आहोत.

परंतु नेत्याला त्रयींचं, वेदांचंसुद्धा ज्ञान असणं आवश्यक आहे. वेदांमध्ये विश्वाचं ज्ञान आहे. हे वेद कुण्या एका मनुष्याने लिहिलेले नाहीत, तर महान, द्रष्ट्या ऋषींना स्फुरलेले ते मंत्र आहेत. आपण गुरुपौर्णिमा म्हणून ज्यांची जयंती साजरी करतो त्या आद्य गुरूंनी – महर्षी वेद व्यासांनी या वेदांचं संकलन केलं.

भौतिक आणि तात्त्विक अशा अनेक विषयांवर वेदांमध्ये माहिती आहे.

जो आपलं राज्य आर्थिकदृष्ट्या सबळ करू शकत नाही, तो चांगला नेता नाही. म्हणूनच चाणक्यांनी अर्थशास्त्रात 'वार्ता' या विषयाचा समावेश केलेला आहे. नेत्याने व्यापारी नसावं, परंतु त्याने व्यापाराला प्रोत्साहन दिलं पाहिजे. व्यवसाय आणि व्यापार यांची भरभराट होईल असं वातावरण त्याने निर्माण केलं पाहिजे. व्यवस्थित कर जमा होईल आणि तो नागरिकांच्या कल्याणाकरता वापरला जाईल, हे बघितलं पाहिजे.

अखेरीस, दंडनीती – राजनीतीचे शास्त्र आणि कला. दंडनीतीला राज्य चालवण्याची पद्धतदेखील म्हणतात. आज दुर्दैवाने राजकारण हा एक नकारात्मक शब्द होऊन गेला आहे. खरं तर राज्यशास्त्राचे ज्ञान, शासन करण्याचे कौशल्य आणि क्षमता देतं.

> "तीन वेद, *अर्थशास्त्र* आणि राज्यशास्त्र हीच शास्त्रं आहेत," असं मनुचे अनुयायी म्हणतात. (२) "कारण आन्विक्षिकी ही वैदिक ज्ञानाची केवळ एक विशेष शाखा आहे." (३)

अर्थशास्त्राच्या आधीच्या आचार्यांचे आणि शिक्षकांचे संदर्भ चाणक्यांनी कोणत्या रीतीने घेतले, हे आपण याआधीच पाहिले. इथे ते मनूचा संदर्भ देताना दिसतात. मनू हा अर्थशास्त्राचा एक महान शिक्षक होता. मनूच्या म्हणण्यानुसार विद्या केवळ तीन आहेत, चाणक्य म्हणतात तशा चार नव्हे.

मनू असं का म्हणत असेल? चाणक्य आन्विक्षिकीला स्वतंत्र विद्या मानतात, परंतु ती त्रयींमध्ये, म्हणजेच वेदांमध्ये समाविष्ट आहे, म्हणून तिला स्वतंत्र विद्या मानण्याची गरज नाही का?

> "अर्थशास्त्र आणि राज्यशास्त्र हीच केवळ शास्त्रं आहेत," असं बृहस्पतीचे अनुयायी म्हणतात. (४) "कारण, वैदिक ज्ञान म्हणजे केवळ जगाच्या रीती-भातींशी चांगलं परिचित असलेल्याने घेतलेलं सोंग आहे." (५)

इथे चाणक्य पुन्हा एक परस्परविरोधी विचार मांडतात. देवांचे गुरू, बृहस्पती हे तीन किंवा चार नव्हे, तर फक्त वार्ता आणि दंडनीती या दोनच विद्या मानतात. कारण असे दिसून येते की, वैदिक परंपरा ही केवळ ऐहिक शहाण्यांसाठी केवळ एक आवरण आहे. त्यांचा केवळ या जगात अस्तित्वात असणाऱ्या वस्तू आणि प्राण्यांवर विश्वास आहे, इतर ऐहिक गोष्टींवर नाही.

> "राज्यशास्त्र हेच फक्त शास्त्र आहे," उसनास यांचे अनुयायी म्हणतात. (६) "कारण, सगळ्या शास्त्रांना जोडून ठेवणाऱ्या हमी त्यात बांधून ठेवलेल्या आहेत." (७)

उसनास या अर्थशास्त्राच्या अध्यापकांचा हा एक निराळा दृष्टिकोन. त्यांचा फक्त राजनीतीच्या ज्ञानावर विश्वास आहे. त्यांच्या मते, इतर तीन विद्या राजकारणाशी निगडित किंवा त्यावर अवलंबून आहेत.

राजकारणी कायदे बनवतात आणि कायदेच सर्वकाही नियंत्रित करतात. म्हणून शेवटी राज्यकर्ते व्यवस्थेला नियंत्रित करतात. म्हणून इथं 'ज्याला राजकारण समजतं, त्याला सर्वकाही समजतं' असं म्हटलं गेलं आहे.

पण अखेरीस, चाणाक्य आपला स्वत:चा निष्कर्ष लावतात.

> "शास्त्रांची खरी संख्या चारच," असं कौटिल्य म्हणतात. (८)

विद्येत आन्विक्षिकी, त्रयी, वार्ता आणि दंडनीती अशा चारही शास्त्रांचा समावेश असतो, या आपल्या मूळ विचाराचा पुनरुच्चार चाणक्य इथे करतात.

चाणक्य आन्विक्षिकीला स्वतंत्र आणि महत्त्वाच्या विषयाचा दर्जा देतात. उर्वरित तीन विद्यांमध्ये ती मिसळली जाऊ नये, असं त्यांना वाटतं. आन्विक्षिकी हे विशेषीकरणाचं क्षेत्र म्हणून बघितलं पाहिजे, सामान्यीकरणाचं म्हणून नव्हे.

इतर शिक्षक आन्विक्षिकीचा उल्लेख करतात, पण चाणक्य त्याकडे केवळ एक कल्पना म्हणून न बघता त्यास सर्व विषयांतील सरताज बनवतात.

त्यांच्या मते चारही विद्या महत्त्वाच्याच आहेत, तरी आन्विक्षिकीला, योग्य विचार करण्याच्या पद्धतीला ज्ञानाच्या क्षेत्रात तिचं योग्य स्थान मिळायलाच हवं.

चारही विद्या महत्त्वाच्या का आहेत, याबद्दल चाणक्य पुढे सांगतात.

> यांच्या मदतीने एखाद्याला आध्यात्मिक भलं आणि भौतिक हीत म्हणजे काय, हे शिकता येतं. म्हणून त्यांना शास्त्र (विद्या) असं म्हटलेलं आहे. (९)

या चारही विद्या आत्मसात केल्यानंतरच माणसाला भौतिक आणि आध्यात्मिक ज्ञान शिकता येतं. आयुष्यात यशस्वी व्हायचं असेल, तर या दोन गोष्टी अत्यंत महत्त्वाच्या आहेत. आध्यात्मिक दारिद्र्य असेल, तर भौतिक श्रीमंतीचा काही उपयोग नाही. त्याचबरोबर आध्यात्मिक यश मिळवण्याच्या नादात भौतिक जगात अपयशी होणं बरोबर नाही.

भारतीय ज्ञान आपल्याला भौतिक आणि आध्यात्मिक, दोन्हीही दृष्टींनी विकसित व्हायला शिकवतं.

आता सर्वांत महत्त्वाचा भाग : चाणक्यांच्या मते, आन्विक्षिकी म्हणजे नेमकं काय?

> सांख्य, योग आणि लोकायत – यांचं मिश्रण म्हणजेच आन्विक्षिकी (१०)

चाणक्यांच्या अगोदर भारतीय साहित्यात कुठेही आन्विक्षिकीला एवढं महत्त्व दिल्याचं, त्या विषयाच्या मूळ संकल्पनेवर इतकं तपशीलवार विश्लेषण केल्याचं आढळत नाही.

आन्विक्षिकी हे एक तत्त्वज्ञान असून, त्यात खाली दिलेल्या इतर तीन तत्त्वज्ञानांचा समावेश आहे.

सांख्य : भगवद्गीतेच्या दुसऱ्या अध्यायात याचा उल्लेख केलेला असून, कपिल मुनींचं हे तत्त्वज्ञान, प्राचीन आणि पुरातन तत्त्वज्ञानांपैकी एक आहे. *'संख्या'*, अर्थात आकडे या मूळ शब्दापासून याची निर्मिती झालेली आहे.

योग : 'योगा' हा आजच्या काळात व्यायामाचा, शारीरिक तंदुरुस्तीचा एक अत्यंत लोकप्रिय पर्याय झालेला आहे. परंतु योगाचा आवाका हा फक्त शारीरिक पातळीपुरता नसून मानसिक, आध्यात्मिक आणि बौद्धिक पातळ्यांपर्यंत असतो.

पतंजली ऋषींनी योगसूत्रं लिहिली आणि *अष्टांग* पद्धतीची संरचना केली. *युज* म्हणजे 'जोडणे किंवा एकत्र करणे' या मूळ शब्दावरून योग या शब्दाची उत्पती होते.

लोकायत : 'भौतिक तत्त्वज्ञान' असं वारंवार संबोधण्यात आलेली ही आणखी एक विचारशाखा आहे. आपल्या संस्कृतीत भौतिक विचारांनादेखील आदर दिला जात असल्याने, 'आपल्या आयुष्यात भौतिक यश कसं मिळवावं' हे सांगणारं तत्त्वज्ञानदेखील महत्त्वाचं ठरतं.

म्हणूनच संख्या (आकडे), ईश्वराशी योग्य रीतीने जोडलं जाणं आणि भौतिक यश या त्रिसूत्रींचा समावेश असलेलं विचारशास्त्र अशा अर्थाने आपण आन्विक्षिकीकडे पाहू शकतो. जो मनुष्य एकाच वेळी आकडे, ईश्वरी संबंध आणि भौतिक यश या तिन्ही गोष्टींचा विचार करतो, तो आन्विक्षिकीचाच वापर करत असतो. म्हणूनच, आन्विक्षिकी हा विचार करण्याचा एक अत्यंत व्यवहार्य मार्ग आहे.

आन्विक्षिकीचा सराव कसा करावा?

> एखाद्या गोष्टीचा तपास हा तर्क वापरून, वैदिक परंपरेअनुसार चांगलं आणि वाईट काय असतं, अर्थशास्त्रानुसार भौतिक लाभ किंवा नुकसान, राज्यशास्त्रानुसार चांगलं धोरण आणि वाईट धोरण, त्याचबरोबर या तिन्ही शास्त्रांची तुलनात्मक बलस्थानं आणि कमजोर बाजू काय आहेत हे समजून लावला पाहिजे. (११)

तपास हा कोणीही तर्काच्या आधारावर करावा. पद्धतशीरपणे आणि तार्किकदृष्ट्या विचार करणं हे अत्यंत महत्त्वाचं आहे.

म्हणजेच या प्रकारची विचारप्रक्रिया फक्त भावनिक उमाळा राहत नाही, तर विचारपूर्वक प्रक्रिया होते.

आन्विक्षिकीचा वापर करताना तीन गोष्टी ध्यानात ठेवणं गरजेचं आहे :

१. चांगलं आणि वाईट (वैदिक परंपरेअनुसार - त्रयी)
२. भौतिक लाभ किंवा नुकसान (अर्थशास्त्रानुसार - वार्ता)
३. चांगलं धोरण आणि वाईट धोरण (राज्यशास्त्रानुसार - दंडनीती)

त्याचबरोबर, या तीन (त्रयी, वार्ता आणि दंडनीती) शास्त्रांची (तुलनात्मक) बलस्थाने आणि कमजोरी यांचा विचार त्यात समाविष्ट आहे.

म्हणूनच एखाद्या गोष्टीचा विचार करताना; त्याच्या साधक आणि बाधक बाजूंचं (प्रोज अ‍ॅण्ड कॉन्स) मोजमाप आपण काळजीपूर्वक केलं पाहिजे. हे आध्यात्मिकदृष्ट्या चांगलं आहे का? यामुळे काही भौतिक लाभ होईल का? हे धोरण योग्य आहे का?

जेव्हा आपण अशा सर्व बाजू लक्षात घेतो, तेव्हाच आपल्याला परिणामांचं व्यवस्थित मोजमाप करून योग्य आणि अचूक निर्णय घेता येईल.

आन्विक्षिकीचा फायदा काय आहे?

> आन्विक्षिकीचे लोकांना अनेक फायदे होतात. आपत्तीच्या आणि समृद्धीच्या काळात त्यांचं मन स्थिर राहते, विचार, कृती आणि भाष्यात नैपुण्य मिळते. (११)

आन्विक्षिकीबद्दल सर्वोत्तम बाब म्हणजे ती काही स्वार्थीपणे विचार करण्याची पद्धत नाही. त्यात फक्त वैयक्तिक लाभाबद्दल नाही, तर सर्वांच्या फायद्याविषयी विचार असतो. त्यामुळे कोणत्याही परिस्थितीत मन स्थिर ठेवायला मदत होते. आन्विक्षिकी मनुष्याला शांती आणि स्थिरचित्त देते. समृद्धी असो वा दारिद्र्य, फायदा असो वा तोटा, वेळ चांगली असो वा वाईट, आजारपण असो वा निरोगीपणा; सर्व परिस्थितींमध्ये आन्विक्षिकीचा वापर आपल्याला मनाचा समतोल राखायला उपयुक्त ठरतो.

१. विचार – स्पष्ट विचार करण्याची शक्ती (शब्दांमागील अर्थ समजून घेण्याची शक्ती)
२. बोलणे – शाब्दिक संवाद
३. कृती – सर्व कार्यांत प्रावीण्य (अचूकता)

या गोष्टींमध्ये आन्विक्षिकीमुळे नैपुण्य येतं.

आणि अखेरीस,

> इतर शास्त्रांसाठी असणारा प्रकाश, सर्व कृतींचं साधन आणि सर्व कायदे व कर्तव्यांचा आधार म्हणून आन्विक्षिकीचा सदैव विचार केला जातो. (१२)

ही चाणक्यांनी आन्विक्षिकीची केलेली सर्वोत्तम स्तुती आहे.

आयुष्यातील सर्व गोष्टींचं आन्विक्षिकी हे मार्गदर्शक तत्त्व आहे. अंधारात वाट दाखवणाऱ्या दिव्याप्रमाणे ते आहे. अज्ञात प्रदेशात प्रवास करताना आपल्याला नकाशाची, वाटाड्याची आणि मदतीची गरज भासते. तो आधार म्हणजेच आन्विक्षिकी.

सर्व शास्त्रांचा हा मार्गदर्शक दिवा *(प्रदीप)* आहे. योग्य कृती करण्यासाठीची साधनं आणि पद्धत, सर्व कायदे आणि कर्तव्यांचा आधार हा आन्विक्षिकी आहे.

म्हणूनच, आन्विक्षिकी हा गाभा वापरून ज्या गोष्टी आपण करू, त्यांची अचूक योजनेअनुसार अंमलबजावणी होईल आणि यश हे निश्चित असेल.

आणि हे सर्व नैतिक, कायेदशीर व आध्यात्मिक असेल.

सर्व कायदे आणि कर्तव्यांचा समावेश यात असून ते पूर्णतः *धार्मिक* असेल. आन्विक्षिकीचा वापर आपल्या आयुष्यात कसा करायचा, हे आपण पुढील प्रकरणांमधून पाहणार आहोत. चला, या अद्‌भुत प्रवासाला सुरुवात करू या!

२

विचारांचे प्रकार

थोर आध्यात्मिक गुरू स्वामी चिन्मयानंद म्हणतात, ''जसे विचार, तसा मनुष्य.''

आपण आपल्या विचारांची निवड करू शकतो का? कुठल्या प्रकारे विचार करायचा, हे निवडणं आपल्याला शक्य आहे का? आता, निवड करायची असेल तर सर्वप्रथम आपल्याला पर्यायांची गरज पडेल.

एका गावात समजा, एकच शाळा आहे. तिथं निवड करण्याचा काही पर्याय उरतो का? पण समजा, त्या गावात अनेक शाळा असतील, तर मात्र एखादा हवी ती शाळा निवडू शकतो.

याच प्रकारे, आपण आपले विचार आणि विचार करण्याची पद्धत निवडू शकतो का?

जर विचार करण्याच्या वेगवेगळ्या पद्धती माहीत असतील तर आपण नक्कीच त्याची निवड करू शकतो.

विचार हे अगदी सहजगत्या आपल्या मनात येतात. मन म्हणजे विचारांचा जणू प्रवाहच! विचारांची निर्मिती करायला आपल्याला अगदी कमी कष्ट पडतात. विचार सहज येतात. उलट, ते येण्यापासून थांबवायला मात्र बरेच कष्ट पडतात. विचारांना जर तपासलं (सतर्कतेने पाहिलं) गेलं नाही तर ते धोकादायक ठरू शकतं. त्यामुळे अगदी मानसिक संतुलनसुद्धा बिघडू शकतं.

विचारांवर नियंत्रण ठेवण्याच्या आणि मन शांत ठेवण्याच्या प्रक्रियेला 'ध्यान' असं म्हणतात. एकदा आपलं मन आपल्या ताब्यात आलं की, आपल्या हातून चमत्कारिक कार्यं घडू शकतात. मनाची शक्ती या जगामध्ये कोणत्याही गोष्टीची निर्मिती करू शकते. ज्याचं मन हे पूर्णपणे स्वत:च्या ताब्यात असतं, तो मनुष्य सुपरमॅनच असतो.

विचार करण्याचे अनेक प्रकार आहेत आणि आपण आपल्याला माहीत असलेल्या पर्यायांमधून निवड करतो. योग्य पर्यायाची निवड केल्यावर आपण महान कार्याची निर्मिती करू शकतो. मात्र चुकीच्या पर्यायाचा अवलंब आपला नाश करू शकतो.

आन्विक्षिकी म्हणजे विचार करण्याच्या योग्य पद्धतीची निवड करणे.

सकारात्मक आणि नकारात्मक या दोन व्यापक विचारपद्धती बऱ्याच लोकांना ठाऊक आहेत. सामान्यतः सगळे जणच आपल्याला सकारात्मक विचार करायला सांगतात. मात्र वास्तव आयुष्यात फक्त सकारात्मक विचार करणं पुरेसं नाही. आपण व्यावहारिक विचार केला पाहिजे. आशावादी (सकारात्मक) विचार आणि निराशावादी (नकारात्मक) विचार या दोन्हींच्या मध्ये वास्तववादी (व्यावहारिक) विचारसुद्धा आहेत. म्हणून आपण आशावादी किंवा निराशावादी न होता व्यावहारिक होऊ या.

पुढे आपण चाणक्यांनी वापरलेल्या आणि शिकवलेल्या वेगवेगळ्या विचार करण्याच्या पद्धती पाहणार आहोत. फक्त एकच पद्धत निवडून, तिचाच वापर करण्याची काहीही आवश्यकता नाही. आपण एकाच वेळी वेगवेगळ्या पद्धती वापरू शकतो.

१. दोन्ही बाजूंचा विचार करणे

चाणक्यांना महान मानण्यामागील एक कारण म्हणजे, ते नाण्याच्या दोन्ही बाजूंचा (एकाच वेळी) विचार करायचे. एखाद्या गोष्टीकडे केवळ एकाच बाजूने बघितल्याने पूर्ण कल्पना येऊ शकत नाही.

स्वत:ला सकारात्मक विचारवंत म्हणवून घेणाऱ्या अनेकांना अपयशाचा विचार करायला आवडत नाही. ते एका काल्पनिक आदर्श जगात जगतात, जिथं सगळं काही बरोबर आहे. त्यात काहीच चुकीचं नाही. मोठा विचार करणं आणि स्वप्न बघणं, हे अत्यंत महत्त्वाचं आहे.

भारताचे माजी राष्ट्रपती, मा. डॉ. अब्दुल कलाम यांनी स्वप्न बघण्याची शिकवण देऊन अख्ख्या पिढीला प्रेरणा दिली. आपल्या कल्पनाशक्तीला त्यांनी अग्निपंख दिले. एखादा जर स्वप्न बघत नसेल, तर तो नव्या जगाची निर्मिती करू शकणार नाही. जिथे आपण आहोत तिथून आपल्याला जिथे जायचं आहे तिथपर्यंत, आपल्याला स्वतःचं उत्थान करता आलं पाहिजे. त्याकरता आपण मोठे आणि सकारात्मक विचार केले पाहिजेत.

मात्र फक्त सकारात्मक विचारांवरच अवलंबून राहणं हेदेखील धोकादायक ठरू शकतं. जेव्हा वास्तवाची झळ लागेल, तेव्हा नैराश्य येऊ शकतं. ''माझं

एक स्वप्न होतं, पण जग हीच अडचण आहे. ते (जग) मला माझं स्वप्न पूर्ण करू देत नाही,'' असं एखादा मनुष्य म्हणू शकतो. अशी माणसं नंतर इतकी नकारात्मक बनतात की, त्यांच्या स्वप्नांच्या दिशेने सुरू केलेल्या प्रवासातील ती प्रचंड ऊर्जा कुठं गेली, असा बघणाऱ्याला प्रश्न पडावा.

स्वप्न बघणं ही कोणत्याही कार्याची एक उत्तम सुरुवात असते, मात्र प्रवास सुरू करण्याआधी वास्तवाचा काळजीपूर्वक विचार करणंसुद्धा गरजेचं आहे. म्हणजे मार्गात काही अडचणी आल्या, अडथळे आले तरी आपण मागे फिरता कामा नये. त्या अडचणींवर मात करून आपण आपल्या ध्येयाच्या दिशेने चालत राहिलं पाहिजे.

जेव्हा नदी आपल्या मुक्कामाच्या दिशेने, समुद्राकडे प्रवास करते, तेव्हा तिच्या मार्गात अनेक अडथळे येतात. तरीही ती वाहत राहते. खडकाने तिची वाट अडवली, तर ती सहज त्याच्या बाजूने वाहत नवा मार्ग तयार करते. नदी आपल्या अंतिम ध्येयापासून कधी ढळत नाही आणि अखेर ती सागरात मिसळून त्याचाच एक भाग बनून जाते. आपली स्वप्नं काहीशी अशीच पूर्ण होतात.

आपल्या प्रवासाला सुरुवात करण्यापूर्वी आपण चाणक्यांकडून शिकून; दोन्ही बाजूंना बघत विचार केला पाहिजे.

अर्थशास्त्राची सुरुवात एका विशेष प्रार्थनेने होते :

'ॐ नमः शुक्र बृहस्पती अभ्यम्'
(शुक्र आणि बृहस्पती यांना माझा प्रणाम)

या प्रार्थनेत एक गुपित लपलेलं आहे. आपण आधी बघितल्याप्रमाणे, *अर्थशास्त्र* लिहायला सुरुवात करताना चाणक्य पूर्वी होऊन गेलेल्या सर्व गुरुवर्यांचा उल्लेख करतात. मात्र ते सुरुवातीला शुक्र आणि बृहस्पती या दोन महान गुरूंना प्रणाम करून करतात.

शुक्र हे आचार्य होते, ते असुरांचे गुरू होते. ते शिक्षक असून *शुक्रनीतीसाठी* प्रसिद्ध आहेत, ज्यात योजनांबद्दल माहिती आहे.

दुसऱ्या बाजूस बृहस्पती हे देवतांचे गुरू. बृहस्पतींना 'गुरू' नावाचा ग्रहसुद्धा मानण्यात येतं. बृहस्पतीदेखील राज्यशास्त्राचे महान शिक्षक होते.

आता कल्पना करा की, असुर आणि देवतांमध्ये युद्ध सुरू आहे आणि दोन्ही संघांना आपापले गुरू मार्गदर्शन करत आहेत. फुटबॉल मॅचसारखंच दोन्ही संघांना शिकवणारे आणि मार्गदर्शन करणारे हे प्रशिक्षक आहेत. कोणत्याही हुशार विद्यार्थ्याला दोन्हीही प्रशिक्षकांकडून शिकण्याची इच्छा असेल. फक्त

एकाच संघाची आणि एकाच गुरूची बाजू का निवडावी? म्हणूनच चाणक्य दोन्ही गुरूंना प्रणाम करतात.

अजून एक लक्षात घेण्यासारखा मुद्दा असा की, ते प्रथम शुक्रांना प्रणाम करतात आणि त्यानंतर बृहस्पतींना. विरोधी दृष्टिकोन आधी विचारात घेऊन मग चांगल्या बाजूने विचार करावा, असा त्यामागील विचार असावा.

दुर्जना प्रथमं वंदे, सज्जना तद् नंतरम्।।

या संस्कृत उक्तीअनुसार दुर्जनांना (दुष्टांना) सज्जनांपूर्वी अभिवादन केलं पाहिजे. इथे आपण दुष्टांना किंवा दुष्कर्मांना पाठिंबा देत नसून दोन्ही बाजूंनी शिकत आहोत.

जेव्हा आपण एकाच गोष्टीकडे दोन्ही बाजूंनी बघतो, तेव्हा आपली विचारशक्ती विकसित होत जाते. दुसऱ्या दृष्टिकोनाचं ज्ञान आपले विचार समृद्ध करतं. चांगली माणसं चांगला सल्ला तर देतीलच, पण दुष्ट माणसं आपल्याला आपल्या विचारांतील त्रुटी दाखवतील. कुठलेही पाऊल उचलण्यापूर्वी दोन्ही बाजूंचा विचार करावा.

नेहमी दोन्ही बाजूंच्या मतांचा विचार करावा - सत्य कदाचित दोन्हींच्या मध्ये असू शकेल.

२. पर्यायी विचार करणे

अनेक समस्यांवर एकच उपाय असू शकतो. तसंच एकाच समस्येवर अनेक उपायही असू शकतात.

उदाहरणार्थ, एखाद्या संघटनेत अनेक अडचणी असतील, तर चाणक्यांच्या मते; या सर्व अडचणींवर असणारा एक उपाय म्हणजे, नेतृत्व. योग्य नेता मिळाला तर अडचणी दूर व्हायला मदत होते.

समजा, एखादं आर्थिक संकट असेल, तर त्यावर विविध पर्याय असू शकतात. मेहनत करून पैसे कमावणं, कर्ज घेणं, मित्राकडून उधार घेणं, काही मालमत्ता विकणं इत्यादी.

यालाच 'पर्यायी विचार करणं' असं म्हणतात. समस्या आणि उपाय, हे दोन्ही आपल्या मनातच असतात. समस्या कोणतीही असो, मनाला योग्य प्रकारे विचार करण्याचं प्रशिक्षण दिलं की, यश हे नक्की मिळणारच!

म्हणूनच आपल्याला 'समस्या-केंद्रित' नाही, तर 'उपाय किंवा समाधान-केंद्रित' मानसिकता जोपासायला हवी. एकतर आपण प्रत्येक समस्येवर उपाय मिळवतो, नाहीतर स्वतःच एक समस्या बनून राहतो.

अर्थशास्त्रामध्ये चाणक्यांनी अनेक पर्यायी विचार करण्याच्या पद्धतींबद्दल माहिती दिलेली आहे. परंतु त्यात *साम, दाम, भेद,* दंड ही पद्धत सगळ्यात प्रसिद्ध आहे. सुरुवातीला ही चौपदरी पद्धत जरी फक्त लष्करात वापरत असले, तरी चाणक्यांनी परराष्ट्र धोरण, आंतरराष्ट्रीय संबंध, गुन्ह्याचा तपास, कायदे, सुव्यवस्था आणि शासन अशा अनेक विषयांमध्ये तिचा उपयोग केला.

आधी हे चार पैलू नीट समजून घ्यायचा प्रयत्न करू या.

साम (चर्चा) : पहिली पायरी म्हणजे कधीही युद्ध सुरू न करणं. अनेक समस्या या खेळीमेळीने सोडवल्या जाऊ शकतात. जर दोन्ही व्यक्तींना एकमेकांविषयी आदर वाटत असेल, तर केवळ प्रौढपणे केलेल्या चर्चेतून उपाय निघू शकतो, विजयाची परिस्थिती साध्य करता येते.

दाम (भेटी देणं) : ही एक विशेष पद्धत आहे. माणसाला भेटवस्तू दिलेली स्वाभाविकच आवडते. म्हणूनच आपण भेटवस्तू देऊन एखाद्याचं मन जिंकू शकतो आणि आपला उद्देश पूर्ण करू शकतो. या मार्गाने एकमेकांचं भलंच होतं. हा मार्ग म्हणजे लाचलुचपतीचा मार्ग, असा अनेकांचा गैरसमज आहे.

भेद (विभागणी करणं) : हा मार्ग मैत्रीपूर्ण नसलेल्या व्यक्तीबरोबर वापरण्याचा आहे. विभागणी करा, तोडा आणि राज्य करा. समस्येची बारकाईने तपासणी करा आणि आपल्या दृष्टिकोनातून त्या गोष्टीकडे बघणाऱ्या व्यक्ती शोधून, त्यांना आपल्या बाजूने घ्या. जेव्हा प्रत्यक्ष पद्धतींचा उपयोग होत नसेल तेव्हा ही अप्रत्यक्ष पद्धत मदतीस येते.

दंड (ताकद) : काही माणसं आणि परिस्थिती या अत्यंत निर्दयी आणि बदलू न शकणाऱ्या असतात. जेव्हा इतर कशाचाही परिणाम होत नाही, तेव्हा ताकदीचा उपयोग करण्याची गरज पडते. आपला उद्देश साध्य करण्याची ही अंतिम पायरी आहे. म्हणूनच जिंकण्यासाठी युद्ध हा शेवटचा आणि अंतिम पर्याय चाणक्यांनी वापरलेला आहे.

या चार पायऱ्यांचा क्रम हा दरवेळी एकसारखा नसतो तर परिस्थितीच्या आवश्यकतेअनुसार तो बदलू शकतो.

जर एखादा मनुष्य हत्यार घेऊन हल्ला चढवत असेल, तर 'साम' ही पहिली पायरी मानू नये. चर्चा होईपर्यंत कदाचित तुम्ही जिवंतच राहणार नाही. अशा वेळी स्वतःच्या संरक्षणासाठी 'दंडा'चा उपयोग करावा लागेल.

जर भेटवस्तू देऊन काम होत असेल, तर युद्ध करायची काय गरज? आंतरराष्ट्रीय संबंधांमध्ये आपल्याला विविध राष्ट्रांचे प्रमुख एकमेकांना भेटी (दाम) देऊन चर्चांचं (साम) आयोजन करताना दिसतात. शांतिपूर्वक उपाय हा नेहमीच सर्वांसाठीच हितकारक असतो.

चाणक्य म्हणतात :

> "जे मैत्रीपूर्ण आहेत, त्यांना सलोखा (साम) आणि भेटी (दाम) देऊन जिंकून घ्यावं, जे शत्रू आहेत, त्यांना मतभेद (भेद) निर्माण करून आणि शक्तिप्रयोग करून (दंड)." (११.१.३)

माणसांचे मूलतः दोन प्रकार असतात; मैत्रीपूर्ण आणि मैत्रीकडे पाठ फिरवणारे. मैत्रीपूर्ण माणसांसाठी साम आणि दाम यांचा वापर केला जाऊ शकतो. मात्र जे मैत्रीपूर्ण नाहीत, अशांवर दंड आणि भेद यांचा प्रयोग करावा लागतो.

जरी या चारही पायऱ्या माहीत असतील, तरी कोणत्या प्रसंगी कोणता मार्ग अवलंबायचा याचा निर्णय घेण्यासाठी, आपल्याला आपलं विचार करण्याचं कौशल्य विकसित करायला हवं. इथे मनुष्याचं ज्ञान आणि परिपक्वता महत्त्वाची ठरते. परिस्थितीच्या मागणीअनुसार योग्य पर्याय निवडणं म्हणजेच पर्यायी विचार करणं.

अनेक देश आणि सरकारं आपल्या हितासाठी या पर्यायांचा उपयोग करताना दिसतात.

सरकार 'साम'चं प्रशिक्षण घेतलेले अनेक राजदूत तयार करतं. हे राजदूत दोन देशांमधील विविध मुद्द्यांवर, समस्यांवर चर्चा करतात आणि देशांमधील संबंध दृढ करतात. सत्तेचा समतोल राखण्यासाठी आणि एकमेकांविषयीचा आदर बळकट करण्यासाठी राजदूत झटत असतात.

दुसरीकडे, देशाचे व्यापार आणि व्यवसाय सांभाळणारा समाज हा 'दाम'वर अधिक भर देतो. सरकारच्या पाठिंब्याने, व्यवसाय आणि अर्थव्यवस्था, या गटामुळे कायम संतुलित राहते. वस्तू आणि सेवा यांच्या देवाण-घेवाणीतून परस्परांचं हित साध्य होतं.

मित्रराष्ट्र या दोन पर्यायांचा वापर करत असतानाच, शत्रुराष्ट्र मात्र इतर दोन पर्यायांचा अवलंब करताना दिसतात. गुप्तहेर आणि हेरखाती प्रत्येक देशात असतात. ते हत्यार म्हणून 'भेदा'चा वापर करतात. हेरांना शत्रुराष्ट्रात ठेवलं जातं, जेणेकरून गरज पडल्यास ते तिथे (देशांतर्गत) मतभेदसुद्धा निर्माण करू शकतील. 'फोडा आणि राज्य करा' या तत्त्वाने शत्रू आतून कमकुवत पडू द्या.

अखेरच्या, 'दंड'चा वापर लष्कर करतं. सशस्त्र सेनांना लढाईचं प्रशिक्षण दिलेलं असतं. वायुसेना, युद्ध नौका आणि पायदळ, हत्यारं आणि यंत्रांच्या साहाय्याने प्रत्यक्ष युद्ध पुकारतात. युद्धांनी विध्वंस होतो, परंतु कधीकधी शांती जपण्यासाठी त्याशिवाय पर्याय नसतो.

या दिलेल्या पर्यायांमधून योग्य निवड करून आपलं लक्ष्य तुम्ही साध्य करू शकता.

३. नेत्यासारखा विचार करणे

चाणक्यांनी, 'विचार कसा करावा' याचं प्रशिक्षण राजांना दिलेलं होतं. कोणत्या प्रकारचा नेतृत्ववादी विचार आपल्या विद्यार्थ्यांनी विकसित करावा, अशी त्यांची इच्छा असेल? चांगला नेता बनण्यासाठी आपल्या विद्यार्थ्यांनी विचार करण्याच्या अनेक बाजूंचा अभ्यास आणि विकास करावा असं त्यांना वाटायचं.

मात्र नेतृत्वासाठी विचारांच्या प्रक्रियेतील महत्त्वपूर्ण पैलूचा विचार करायचा झाला, तर खालील सूत्र मदतीस येतं :

> ''प्रजेच्या आनंदातच राजाचा आनंद असतो आणि जे प्रजेसाठी हितकारक आहे, तेच राजासाठीसुद्धा हितकारक असते. जे राजाला स्वत:ला प्रिय आहे, ते त्याच्या हिताचे नाही, तर जे प्रजेला प्रिय आहे, ते त्याच्या हिताचे आहे.'' (१.१९.३४)

राजाला स्वत:चा असा काही वैयक्तिक स्वार्थ (हेतू) नसतो, किंबहुना तो नसावाच.

म्हणजेच जे वैयक्तिक फायद्याचा विचार न करता, नि:स्वार्थीपणे काम करत राहतात, तेच महान नेते बनतात.

नेते इतरांच्या फायद्यासाठी काम करत असतात, असं म्हणणं हे काम करण्यापेक्षा सोपं आहे. मात्र चाणक्यांच्या मते, हाच दृष्टिकोन विकसित करणं महत्त्वाचं आहे.

नागरिकांच्या आनंदातच राजाचा आनंद असतो, याचा अर्थ काय? पालकांसारखा विचार करू लागल्यावर तर हे समजणं सोपं जाईल. मुलांच्या आनंदातच पालकांना आनंद वाटतो. आपल्या मुलांना आयुष्यात सर्वकाही मिळावं, याकरता ते स्वत: कशावरही पाणी सोडायला तयार होतात.

जरी ते स्वत: भुकेले असतील, तरी मुलांच्या पोटात अन्न जाईल, याची ते सतत काळजी घेतील. जरी त्यांना उच्च शिक्षण मिळालं नसेल, तरी आपल्या मुलांना सर्वोत्तम शिक्षण मिळेल याकरता धडपडतील.

जेव्हा मुलांना यश मिळतं, तेव्हा पालकांना तो स्वत:चाही विजय वाटतो. एवढ्या तीव्र भावना पालकांच्या मनात आपल्या मुलांबद्दल असतात.

याच प्रकारे, एका नेत्याने आपले विचार तो ज्यांची सेवा करत आहे, अशा नागरिकांच्या विचारांशी संलग्न करायला हवेत. नेत्याने स्वार्थी असता कामा नये. त्याने आपल्या स्वत:च्या फायद्याकरता नागरिकांचा वापर करता कामा नये. सर्व महान नेत्यांनी आपल्या लोकांच्या कल्याणासाठी अथक परिश्रम केलेले आहेत. त्याशिवाय दुसरा कुठलाही हेतू त्यामागे नव्हता.

एखाद्याला काही हवं आहे, हे केवळ मान्य करून आनंद मिळवता येत नाही. आणि फक्त मागण्या पूर्ण करणं, म्हणजे योग्य पालकत्व किंवा समर्थ नेतृत्व नाही. *सुख* आणि *हित* हे दोन संस्कृत शब्द असून 'सुख' म्हणजे आनंद, पण 'हित' म्हणजे कल्याण.

कधीकधी एखाद्या मनुष्याच्या हिताला आनंदापेक्षा जास्त प्राधान्य मिळू शकतं. जसं, डॉक्टर कडू औषध घ्यायला लावू शकतात, ज्यामुळे रुग्णाला साहजिकच आनंद होणार नाही. परंतु रुग्णासाठी ते हितकारक असल्याने डॉक्टर ते औषध घेण्याचा आग्रह धरतील.

त्याचप्रमाणे, शाळेत जाताना मूल रडू शकतं. मात्र पालक त्याला बळजबरीने शाळेत जायला लावतात. मुलाला त्यात आनंद वाटत नसेल, पण पालकांना मात्र ते मुलाच्या हितासाठीच आहे, याची कल्पना असते.

या उदाहरणांप्रमाणेच नेत्यांनाही आपल्या लोकांच्या हिताकरता काही कठीण निर्णय घ्यावे लागतात. जरी ते सुरुवातीला आनंददायी वाटत नसले, तरी भविष्यात त्यांच्यामुळे आपण नक्कीच आनंदी होतो.

सरकारने करवाढ करताच सामान्यत: प्रजा त्याचा निषेध करताना दिसते. पण जर सरकार नि:स्वार्थी असेल आणि कराची वाढीव रक्कम ही लोकांच्या फायद्यासाठीच वापरत असेल, तर त्याचे परिणाम काही काळात नक्कीच दिसून येतात.

नागरिकांच्या शिक्षणाकरता आणि आरोग्यसेवांकरता, वाहतूक आणि चांगल्या रस्त्यांकरता कर वापरला जाईल आणि लवकरच लोकांना कर वाढवण्याचे फायदे दिसू लागतील.

हा मुद्दा समजावून सांगणारी एक गोष्ट सांगतो. एकदा एका माणसाला खुनाबद्दल फाशीची शिक्षा सुनावली गेली. त्याला त्याची शेवटची इच्छा विचारली असता, "आपल्या आईची एकदा भेट व्हावी," असं त्याने सांगितलं. जेव्हा त्याची दु:खी आई त्याला भेटायला आली, तेव्हा त्याने, "माझ्या मृत्यूला तू जबाबदार आहेस," असं तिला सांगितलं. तिला अर्थातच धक्का बसला.

लहानपणीचा एक किस्सा आठवत तो म्हणाला, ''आई, एक दिवस मी मित्राकडून चॉकलेट चोरून घरी घेऊन आलो होतो, ते तुला आठवतं? तेव्हा तू माझी चूक सुधारण्याचा प्रयत्नही केला नाहीस. म्हणूनच मी जे काही करीन त्याला तुझी मान्यता असणार, हे मी गृहीतच धरलं.

''जेव्हा मी मोठे गुन्हे करायला लागलो, तेव्हाही तू फक्त मला पाठिंबा दिलास. आज मी खून केल्यामुळे मृत्यूच्या जवळ उभा आहे. मी जेव्हा ते चॉकलेट चोरून आणलं होतं, तेव्हाच तू मला थांबवायला पाहिजे होतंस. मी अजून जगू शकलो असतो.''

म्हणूनच, नेतृत्व म्हणजे केवळ लोकांना आनंदात कसं ठेवता येईल याचा किंवा लोकप्रिय मत निवडण्याचा विचार करणं नाही. राजाने भेटायला आलेल्या प्रत्येक माणसाचं मत ऐकून घ्यायला हवं, प्रत्येक कल्पनेवर सखोल विचार करायला हवा. गरज पडल्यास राजाने तज्ज्ञांशीसुद्धा चर्चा केली पाहिजे आणि मग योग्य ते पाऊल उचलायला हवं.

जिथे आदर्श नसेल, तिथे नेत्याने आदर्श निर्माण केले पाहिजेत कारण नेता हा निर्माताही असतो.

नेत्याने कधीकधी चाकोरीबाहेर विचार केला पाहिजे. उच्च हेतूसाठी किंवा ध्येयासाठी काम करायला त्याने आपल्या माणसांना प्रेरित केलं पाहिजे.

पण नेता जे काही करेल, ते लोकांच्या फायद्यासाठी असलं पाहिजे. बऱ्याचदा इतरांना सुखी ठेवण्याकरता नेत्याला अनेक व्यक्तिगत त्याग करावे लागतात.

एकदा एका नेत्याला विचारलं गेलं, ''तुम्ही इतरांसाठी इतकं काम करता, पण तुमच्या स्वतःच्या कुटुंबाचं काय?''

स्मितहास्य करत ते उद्गारले, ''ती सर्व माणसं माझ्या कुटुंबाचाच भाग आहेत.''

एखाद्या व्यक्तीसाठी तिचं कुटुंब हे केवळ त्या व्यक्तीची पत्नी, पालक, मुलं आणि काही नातेवाईक एवढं मर्यादित असू शकतं.

मात्र नेत्यासाठी अख्खा देश किंवा संघटना हे त्याचं कुटुंब असतं. तो फक्त स्वतःचा नाही, तर प्रत्येक मनुष्याच्या हिताचा विचार करत असतो.

कौटिल्यचं अर्थशास्त्र आणखी एक पाऊल पुढं जातं. *अर्थशास्त्राच्या* मते, राजाने फक्त माणसांचीच नव्हे तर पशू-पक्षी, झाडं, खनिजं, जलसाठे आणि राज्यातील इतर सर्व गोष्टींची काळजी घेणं अपेक्षित आहे.

म्हणूनच चाणक्यांच्या मते नेतृत्ववादी विचारात इतर सर्व विचार करण्याच्या पद्धतींचा आणि जैविक व अजैविक गोष्टींचा समावेश असतो.

आपल्या राज्यात घडणाऱ्या कोणत्याही गोष्टीकरता नेता जबाबदार असतो. विचारसरणीमुळे प्रभावी शासन आणि उत्तम प्रशासन करता येतं.

४. निर्मितिक्षम विचार करणे

चाणक्यांच्या विचार करण्याच्या पद्धतीमधील एक महत्त्वाचा पैलू म्हणजे नावीन्यपूर्ण आणि सर्जनशील विचार करणं. *अर्थशास्त्र* वाचताना आपल्याला त्यांच्या सर्जनात्मकतेची जाणीव होते. ते सर्वसामान्य विचारवंत नव्हते. त्यांना प्रयोग करून बघायला आवडायचं. चाणक्य करत असलेल्या प्रत्येक गोष्टीत, ते सर्जनात्मकतेचा वापर करत.

याचंच एक उदाहरण बघू या :

> चाणक्य म्हणतात, ''उन्हाळा हा हत्ती पकडण्यासाठी (उत्तम) काळ आहे.'' (२.३१.८)

'हत्तींचा व्यवस्थापक' या अध्यायातील हे सूत्र आहे. *अर्थशास्त्राच्या* या भागात चाणक्य हत्तींच्या विभागप्रमुखाला वेगवेगळ्या सूचना देताना दिसतात. त्या काळात हत्तींना लष्कराची आणि देशाची अत्यंत महत्त्वाची संपत्ती मानलं जायचं. हत्तींच्या ताकदीची गरज आणि निकड त्या काळात असायची. जसं, व्यवसायात यश मिळवायचं असेल तर अनेक गिऱ्हाइकं असणं महत्त्वाचं असतं, त्याचप्रमाणे हत्तींच्या विभागात अनेक हत्ती असणं हे यशाच्या दृष्टीने महत्त्वाचं होतं.

चाणक्यांनी हत्ती पकडण्यासाठी अत्यंत नावीन्यपूर्ण अशा टिपा दिलेल्या आहेत. याचाच अर्थ त्यांनी हत्तींच्या वर्तणुकीचा सखोल अभ्यास केलेला होता.

योग्य वेळी आणि योग्य जागी वापरली, तरच सर्जनात्मकता कामी येते, हे चाणक्यांना ठाऊक होतं. जर योग्य वेळ हातून निघून गेली, तर ती परत मिळत नाही.

सर्जनात्मक कौशल्य दाखवताना लक्षात ठेवण्याच्या दोन संकल्पना म्हणजे, 'योग्य काळ' आणि 'योग्य वेळ'. उदाहरणार्थ, लहान मुलांकरता चित्रपट प्रदर्शित करायचा असेल, तर या दोन्ही गोष्टी ध्यानात घेणं अत्यावश्यक आहे.

लहान मुलांचा चित्रपट प्रदर्शित करण्याचा 'योग्य काळ' हा शालेय सुट्ट्यांचा असेल.

मुलं सर्वसाधारणपणे तो चित्रपट बघायला कधी जाऊ शकतील, ती 'योग्य वेळ' असेल. म्हणजे अगदी जवळच्या चित्रपटगृहात सकाळी ६चा लावलेला खेळ काही उपयोगाचा ठरणार नाही. मुलं किंवा त्यांच्या बरोबर येणारे पालक सकाळी ६ वाजता चित्रपट बघायला कधीच जाणार नाहीत.

म्हणजे जरी चित्रपट सुट्ट्यांमध्ये (योग्य काळात) प्रदर्शित झाला असेल, तरी तो योग्य वेळी, म्हणजे दुपारी किंवा सायंकाळी दाखवला जाणं, हे चित्रपटाच्या यशाकरता तितकंच महत्त्वाचं आहे.

भारतात एखाद्या सुपरस्टारचा चित्रपट बहुतेकदा चांगली कमाई करतो. चित्रपट जर दिवाळी, दसरा, ईद किंवा नाताळात प्रदर्शित झाला तरी (कमाईवर) त्याचा मोठा फरक जाणवतो. शनिवार-रविवारी चित्रपटाच्या तिकिटांचा खप निश्चितच वाढतो.

अशीच मानसिकता दैनंदिन आयुष्यात लागणाऱ्या आणि पटकन खप होणाऱ्या वस्तूंच्या बाबतीतही लागू पडते. किराणा मालाची आणि गृहोपयोगी सामानाची विक्री शनिवार-रविवारी किंवा सुट्टीच्या दिवशी सर्वाधिक प्रमाणात होईल. शॉपिंग मॉल्स आणि दुकानांमध्ये तुलनेने याच दिवसांत अधिक गर्दी असेल.

बाजारपेठांवर संशोधन करणारे आणि कंपन्यांना विक्री कशी करावी, याचा सल्ला देणारे तज्ज्ञ सातत्याने ग्राहकांच्या वर्तणुकीचा अभ्यास करत असतात. त्यामुळे त्यांना विक्रीसाठी योग्य काळ आणि योग्य वेळ कळते.

परंतु चाणक्यांच्या मते, सर्जनशीलता म्हणजे विनाश नाही. काही लोकांचा विध्वंसक सर्जनशीलतेवर विश्वास असतो. याचा अर्थ, कशाचातरी विनाश करून दुसऱ्या गोष्टीची निर्मिती करणं. दुसऱ्याला वाईट ठरवून आपल्याला कधीच चांगलं होता येत नाही.

''फक्त या दुसऱ्या व्यक्तीचा नायनाट केला की, मी उजवा ठरेन. माझं सॉफ्टवेअर तेव्हाच विकलं जाईल, जेव्हा मी सॉफ्टवेअर बनवणाऱ्या दुसऱ्या व्यक्तीला नष्ट करेन. जर माझ्या कंपनीचं भलं व्हायला हवं असेल, तर मला प्रतिस्पर्ध्याला संपवावं लागेल.''

सर्जनात्मक विचारांचा हा दृष्टिकोन चाणक्य कधीही शिकवत नाहीत.

अगदी हत्ती पकडण्याच्या बाबतीतसुद्धा ते कनवाळू आहेत. आपल्या मर्यादा ओळखत, हत्ती राहतात त्या इकोसिस्टिमचा ऱ्हास होऊ नये, याची काळजी त्यांनी घेतली.

चाणक्य म्हणतात :

> ''वीस वर्षं वय असलेला (हत्ती) पकडला पाहिजे. हत्तीचे पिल्लू, छोटे सुळे असलेला किंवा सुळे नसलेला हत्ती, तरुण हत्तिणीला आणि अंगावर दूध पाजणाऱ्या हत्तिणीला पकडू नये.'' (२.३१.९-१०)

फक्त २० वर्षांचा हत्तीच पकडला पाहिजे. त्याची संपूर्ण वाढ झालेली असते तसेच तो स्वतंत्र असतो. त्या काळात तो ताकदवान, निरोगी आणि तरुण असतो आणि काम करू शकतो.

प्रामुख्याने हत्तीचा वापर हा लष्करात शत्रूविरुद्ध लढण्यासाठी केला जातो किंवा काही अवजड गोष्टी अथवा वस्तू उचलण्यासाठी केला जातो. यासाठी कुठलाही हत्ती वापरून चालत नाही, तर एक ताकदवान आणि कार्यक्षम हत्तीची आवश्यकता असते. २० वर्षांचा हत्ती या कामांसाठी उत्तम ठरतो.

जसं, सशस्त्र सेनेत भरती होण्यासाठी वयोमर्यादा असते. जाहिरातीत ती स्पष्ट सांगितलेली असते.

सर्जनात्मकता आपल्याला काय करावं, याबरोबरच काय करू नये, याचंही ज्ञान देते.

म्हणूनच हत्ती कुठले आणि केव्हा पकडावे हे जेव्हा चाणक्य सांगतात, तेव्हाच ते कोणते हत्ती पकडू नयेत, हेही सांगतात.

छोटे सुळे असलेलं हत्तीचं पिल्लू पकडू नये.

लक्षात घेण्यासारखी गोष्ट अशी की, चाणक्य इथे हत्तींच्या मानसिकतेचाही विचार करतात. हत्ती हे वाघांसारखे किंवा गरुडांसारखे एकटे नाहीत, तर कळपात राहतात. म्हणूनच लहान हत्ती पकडणं योग्य नाही. लहान आणि किशोर वयातील हत्तींना त्यांच्या कुटुंबाची आणि मित्रांची गरज असते. लहान हत्तीची कुटुंबापासून ताटातूट करणं योग्य नाही.

त्याचप्रमाणे, हत्तिणीला आपल्या पिल्लांचं पालन-पोषण करायचं असतं. म्हाताऱ्या किंवा आजारी हत्तींनासुद्धा पकडू नये. कारण 'प्रेम' हे सर्वांत प्रभावी औषध असतं. आजारी असताना आपल्याला डॉक्टरांनी दिलेल्या औषधांबरोबरच आपल्या जवळच्या माणसांच्या सहवासाची गरज असते.

म्हणूनच, सर्जनशीलता (नावीन्य) हे जरी आपलं लक्ष्य असलं, तरी त्याकरता आपण अमानुषपणे वागता कामा नये. आपण विध्वंसक बनता कामा नये. निसर्गाविरुद्ध जाता कामा नये. उलट सर्वांनी निसर्गाच्या सान्निध्यात राहून, त्याच्या नियमांचे पालन करायला हवे.

आजच्या काळात पर्यावरणाचं व्यवस्थापन हे एक मोठं आव्हान आपल्या समोर आहे. निसर्गाचा आणि त्यात जगणाऱ्या सर्व जीवांचा विनाश टाळत आपण त्याच्या बरोबर काम केलं पाहिजे.

तेव्हा, नैसर्गिक पद्धतींनी आपण सर्जनात्मक बनू या.

निसर्गालाच आपला सर्जनात्मकतेचा गुरू आणि मार्गदर्शक मानू या!

५. सर्व बाजूंनी विचार करणे

कित्येकदा समस्येशी भिडण्यासाठी आणि आवश्यक तो परिणाम साधण्यासाठी चाकोरीबाहेर जाऊन विचार करणं महत्त्वाचं असतं.

पण कधीतरी, ती चाकोरी नक्की अस्तित्वात आहे का, हे तपासून बघण्याची गरज पडते. कदाचित, आपण चाकोरीत अडकलेलो आहोत अशी फक्त कल्पना तुम्ही करत असाल, प्रत्यक्षात मात्र तुम्ही नेहमीच मोकळे, स्वतंत्र होता.

चाणक्यांनी सांगितलेली विचार करण्याची आणखी एक पद्धत म्हणजे सर्व बाजूंनी विचार करणं.

सर्व गोष्टी एकसारख्या असतील, तरी काही लोक यशस्वी ठरतात आणि बाकीचे अपयशी.

उदाहरणार्थ, मी स्वत: सिमेंट बनवणाऱ्या दोन कंपन्यांमध्ये प्रशिक्षक आणि सल्लागार म्हणून काम केलेलं आहे. यातील एक कंपनी अतिशय फायद्यात असून पुढील वीस वर्षांत काही आर्थिक संकट आलं, तरी ते पार करू शकेल अशी आहे. तर दुसऱ्या कंपनीला आपल्या कर्मचाऱ्यांना व्यवस्थित पगार देता येणं अवघड झालंय, तिथे अत्यंत आर्थिक असंतुलन असून ती जवळजवळ विकली जाण्याच्या मार्गावर आहे.

पहिल्या कंपनीचे सगळे भागधारक अगदी आनंदात आहेत, पण दुसऱ्या कंपनीच्या कर्मचाऱ्यांना अत्यंत असुरक्षित वाटतं आणि त्यांनी आत्मविश्वास गमावला आहे. याचं काय कारण असू शकेल?

ते एकाच देशात काम करतात. जिथे शासकीय धोरणं एकसारखी आहेत, ग्राहकवर्ग एकच आहे आणि पर्यावरणदेखील एकसमानच आहे. तरी दोन्हींमध्ये कमालीचा फरक आहे.

याची प्रमुख कारणं दोन आहेत. ती म्हणजे नेतृत्व आणि योजना.

पहिल्या कंपनीचं नेतृत्व हे नेहमी दीर्घकालीन, भविष्याचा विचार करण्यावर लक्ष केंद्रित करतं. त्यांच्या डोळ्यांसमोर एक विशिष्ट ध्येय आणि कार्य आहे. सुयोग्य माणसांमध्ये गुंतवणूक करण्यात, मोजमाप करून जोखीम उचलण्यात, संशोधन आणि विकसन कार्यावर त्यांचा विश्वास आहे. व्यवसायातील अनेक तज्ज्ञ मंडळी त्यांच्याकडे मार्गदर्शक, गुरू आणि सल्लागार म्हणून आहेत.

तर दुसऱ्या कंपनीचं व्यवस्थापन हे छोट्या कालावधीकडे लक्ष देणारं आहे. त्यांना ताबडतोब नफा हवा आहे. ते कर्मचाऱ्यांना कामावरून काढताना फारसा विचार करत नाहीत, ते भावनेच्या भरात निर्णय घेतात आणि आपण जे करत आहोत, ते बरोबरच आहे, असं त्यांना वाटतं. तिथे नेत्यांना, नफा कमावणं म्हणजेच यश मिळवणं, असं वाटतं.

चांगल्या नेत्यांनी चांगल्या योजनासुद्धा विकसित केल्या पाहिजेत. काळजीपूर्वक आणि नीट विचार करून आखलेल्या योजनांमुळेच आपल्याला विचाराचं शास्त्र समृद्ध करता येतं. योजना कशा आखायच्या आणि सर्व बाजूंनी विचार कसा करायचा हे शिकवण्यात चाणक्य अत्यंत प्रवीण होते.

ही प्रक्रिया सोपी करण्यासाठी म्हणून त्यांनी 'बुद्धिबळ' (चेस) या खेळाची निर्मितीसुद्धा केली.

बुद्धीबळ (चेस)

आधीच्या काळात या खेळास *चतुरंग* असं म्हणत. (*चतु:* म्हणजे चार आणि *अंग* म्हणजे घटक.) म्हणजेच लष्कराच्या चार घटकांवरून या खेळाला नाव मिळालं.

लष्करी योजनांवर बेतलेला हा खेळ राजे आपल्या मोकळ्या वेळात खेळत. परंतु या खेळामुळे त्यांना युद्धशास्त्राचं ज्ञान अवगत होऊन डावपेचांचं कौशल्य आत्मसात व्हायचं.

भारतातून अरबी देशांमध्ये जाताना *चतुरंग* हे नाव बदलून *शतरंग* असं झालं. आणि युरोप व पाश्चिमात्य जगांत त्याचं नामकरण 'चेस' असं झालं.

या युद्धावर आधारित खेळाचे चार प्रमुख घटक आहेत.

इंग्रजीत CHESS म्हणजे :

- C : Chariots (रथ)
- H : Horses (घोडे)
- E : Elephants (हत्ती)
- SS : Soldiers (सैनिक)

अर्थशास्त्रातील एका विशेष अध्यायात वर दिलेले चार घटक वापरून युद्धाची योजना कशी आखायची हे शिकवलेलं आहे. 'पायदळ, अश्वदळ, रथ आणि हत्ती यांच्या लढण्याच्या रीती (खंड क्र. १०, अध्याय ५, विभाग १५७)' असं त्या अध्यायाचं नाव आहे.

या घटकांचे विविध क्रम आणि संयोजन वापरून राजाला शत्रूंचा पराभव कसा करता येईल, हे सांगणारा हा उत्तम अध्याय आहे.

लक्षात घ्या, आधुनिक बुद्धीबळाच्या खेळात दोन्ही बाजूंना सैनिक, हत्ती, घोडे आणि इतर प्यादी सम प्रमाणात, एकाच संख्येत असतात. जिंकणाऱ्याकडे जास्त हत्ती किंवा घोडे होते, असं नाही. दोन्ही बाजूंना एकसारखेच नियम आणि

बंधनं लागू पडतात. वेगवेगळी प्यादी ही आपापल्या विशिष्ट चालीतच हलतात आणि हे दोन्ही बाजूंना एकसारखंच असतं.

तरी मग एक खेळाडू जिंकतो आणि एक हरतो, याचं कारण काय असेल? तर आपल्या सोंगट्यांचा करत असलेला वापर, खेळत असलेल्या चाली आणि वापरत असलेल्या योजना या सर्व गोष्टींमुळे हा फरक पडतो. अशा परिस्थितीत सर्व बाजूंनी विचार करणं फार महत्त्वाचं असतं.

व्यावसायिक आणि व्यवस्थापनाचे गुरू नेहमीच आपल्याकडे उपलब्ध असलेल्या साहित्याचा पुरेपूर आणि योग्य वापर करायचा सल्ला देतात. म्हणूनच उपलब्ध साहित्य तुम्ही कसं वापरता यावर तुमचा विजय ठरतो.

चाणक्य म्हणतात :

> ''पायदळ हे तुकड्यांमध्ये, अश्वदळ बाजूंना, हत्ती मागे आणि रथ पुढे किंवा शत्रूच्या सैन्याच्या रचनेवरून (याच्या मांडणीत बदल) करावा.'' (१०.५.३८)

प्रत्येक माणसाची एका ठरलेल्या जागीच नेमणूक केली पाहिजे. सैनिकांची संरचना अशाच प्रकारे केली जाते, ज्यामुळे प्रत्येकाला आपल्या भूमिका आणि जबाबदाऱ्या कळतात आणि ते आपली कर्तव्यं व्यवस्थितपणे पार पाडू शकतात.

तुम्हाला कुठल्याही ऑफिसमध्ये किंवा कारखान्यात, लोकांच्या बसण्याची आणि काम करण्याची एक व्यवस्था आखलेली दिसेल.

आत शिरताक्षणी तुम्हाला रिसेप्शन दिसेल, जिथे तुमचं स्वागत केलं जाईल. त्यानंतर मग अकाउंट्स, विक्री, तंत्रज्ञान अशा वेगवेगळ्या विभागांमध्ये काम करणाऱ्या माणसांना त्यांच्या विभागानुसार जागा दिली गेल्याचे तुम्हाला दिसेल.

त्यानंतर त्यांचा प्रमुख जिथे बसतो ती जागा तुम्हाला दिसेल. अजून पुढे उत्पादनाचा विभाग असू शकेल, उपाहारगृह इत्यादी गोष्टी तुम्हाला आढळतील. याचप्रमाणे, आपल्याही आयुष्यात आणि कामकाजाच्या जागी आपल्या स्थानाबद्दल नीट विचार करून आपण निर्णय घेतला पाहिजे.

चाणक्यांच्या म्हणण्यानुसार, बुद्धीबळात सर्वांत महत्त्वाचं म्हणजे शत्रूच्या खेळीअनुसार, त्याच्या प्याद्यांच्या रचनेअनुसार आपण आपली योजना बदलत राहिली पाहिजे.

सर्व बाजूंनी विचार करण्याचं कौशल्य विकसित करायचं असेल, तर आधी शत्रूची खेळी समजून घेतली पाहिजे. काही वेळा आपल्याला शत्रूच्या

खेळीअनुसार खेळावं लागतं, तर काही वेळा त्याला आपल्या खेळीने आश्चर्यचकितही करता येतं.

जर आपल्याला समोरच्याची विचार करण्याची पद्धत अचूक कळली, तर त्यावर विजय मिळवणं सोपं जातं. म्हणूनच चाणक्यांची शिकवण ही समोरच्याचा अभ्यास करण्यावर भर देते.

सर्वप्रथम आपल्याला स्वत:चे विचार समजून घ्यायला हवेत आणि त्यानंतर दुसऱ्या व्यक्तींचे. जेव्हा या दोन्हींचा एकत्रित वापर आपण करू, तेव्हा कुठल्याही क्षेत्रात आपलं यश हे निश्चितच आहे.

६. आध्यात्मिक विचार

चाणक्य त्यांच्या बहुआयामी विचार करण्यामुळे ओळखले जात. ते अनेक बाजूंनी विचार करू शकत. आपल्या काळात त्यांनी भारताला सर्वांत श्रीमंत देश बनवलं होतं.

चाणक्यांनी लिहिलेलं *अर्थशास्त्र* हे पुस्तक म्हणजे 'संपत्ती' या विषयावरील पवित्र ग्रंथ मानला जातो. त्यांना इतर कोणत्याही मनुष्यापेक्षा आर्थिक व्यवहार अधिक समजलेले आहेत. त्यांनी अनेक नवीन आर्थिक सिद्धान्त आणि नमुने (मॉडेल्स) निर्माण केले. संपत्ती आणि धनाढ्य राज्यांची निर्मिती करण्याचं कौशल्य त्यांच्याकडे होतं. त्यांचं मार्गदर्शन लाभलेल्या राज्यांचे खजिने नुसते भरलेले नव्हते, तर ओसंडून वाहत होते.

जरी त्यांनी इतकी भौतिक संपत्ती निर्माण केलेली असली, तरी एक गोष्ट कधी विसरून चालणार नाही की, चाणक्य एक आध्यात्मिक मानव होते. ते अत्यंत ज्ञानी होते. त्यांनी बाहेर श्रीमंती निर्माण केलीच, पण त्यांच्या अंतरंगात काय होतं, हे जास्त महत्त्वाचं आहे.

चाणक्यांसाठी ज्ञान हीच खरी संपत्ती होती. ज्ञान हे त्यांचं सर्वोत्तम हत्यार, सर्वोत्कृष्ट मालमत्ता, सर्वोत्तम बळ आणि सर्वांत महत्त्वाची ताकद होती.

ते म्हणत; ''जर माझ्याकडे ज्ञान असेल, तर मी अनेक सम्राट तयार करू शकतो.''

हा आत्मविश्वास त्यांना कुठून मिळाला असेल? तर त्यांच्या सखोल आध्यात्मिकतेतून. त्यांची स्वत:वर आणि सर्वशक्तिमान अशा ईश्वरावर गाढ श्रद्धा होती. त्यांचा आध्यात्मिक गाभा आणि पाया हा अत्यंत ताकदवान असा आणि खोलवर रुजलेला होता.

म्हणून नेत्यांनी आध्यात्मिक विचारसुद्धा विकसित करावा, असं चाणक्यांना वाटायचं.

सर्व भारतीय पवित्र ग्रंथांमध्ये धर्म या अत्यंत महत्त्वाच्या शब्दावर चर्चा झालेली आपल्याला दिसते. नेत्याला *धार्मिक राजा* किंवा *राजर्षी* बनवावं हे त्यांचं सर्वोच्च ध्येय होतं. *अर्थशास्त्रात* 'धर्म' हा शब्द १५० वेळा आढळतो.

धर्म हा शब्द अनेक कल्पना आणि संकल्पना दर्शवतो. धर्म म्हणजे नैतिकता, नीती, अध्यात्म, कर्तव्य आणि जबाबदारी. राजाच्या कर्तव्य आणि जबाबदाऱ्यांबद्दल म्हणजेच *राजधर्माबद्दलही* चाणक्य सविस्तर बोलतात.

आपण हा अध्याय संपवत असल्याने, आध्यात्मिक विचाराकडे जवळून पाहू या.

चाणक्य म्हणतात :

> ''आध्यात्मिक आणि भौतिक हिताला विरोध न करता त्याने इंद्रियसुख उपभोगलं पाहिजे; त्याने सुखाला नकार देऊ नये.'' (१.७.३)

अध्यात्म हे केवळ म्हाताऱ्या आणि बिनकामी व्यक्तींसाठी असतं आणि आयुष्यात जेव्हा काही उरलं नसेल, तेव्हा तुम्ही आध्यात्मिक होता, असा एक सर्वसामान्य गैरसमज असल्याचं दिसून येतं.

अजून एक गैरसमज म्हणजे काहींना वाटतं की, मेल्यानंतर स्वर्गप्राप्ती होण्यासाठी अध्यात्म असतं.

प्रत्यक्षात हे उलटं असतं. जी लोकं खरोखर आध्यात्मिक असतात, ती नेहमीच सक्रिय आणि गतिशील असतात. काम करून दाखवण्यावर त्यांचा भर असतो. त्यांच्यातील आध्यात्मिक ऊर्जा त्यांना सर्वसामान्यांपेक्षा उत्तम काम करण्याचं बळ देते. आध्यात्मिकतेचा गाभा (बळकट) असेल, तर सामान्य गोष्टीसुद्धा असामान्य बनू शकतात.

तरी आध्यात्मिकता म्हणजे गरिबी, असाही एक गैरसमज लोकांच्या मनात असतो. वरील सूत्रामध्ये, चाणक्य भौतिक संपत्तीचा लाभ अध्यात्मासोबतच घ्यायला सांगतात. आपल्या भौतिक गरजा सगळ्यांनी आध्यात्मिक पद्धतीनी पूर्ण केल्या पाहिजेत, असं ते म्हणतात.

वैदिक संस्कृतीत ज्यांना *पुरुषार्थ* म्हटलं आहे, अशा चार घटकांची प्रत्येकाला माहिती असणं गरजेचं आहे.

१. धर्म : आध्यात्मिक चांगुलपणा

२. अर्थ : भौतिक हित

३. काम : ऐहिक आणि ऐंद्रिय वासना

४. मोक्ष : आत्मज्ञान

चाणक्य म्हणतात की, 'धर्म', 'अर्थ' आणि 'काम' या तिन्हींचा आपल्या आयुष्यात आपण व्यवस्थित समतोल राखला पाहिजे. म्हणजेच एखाद्याने भौतिक यश साजरं करण्यात किंवा ऐहिक वासना पूर्ण करण्यात काहीच गैर नाही. मात्र हे सर्व अध्यात्माच्या गाभ्यातून करायला हवं.

हे कळल्यानंतरच मोक्ष किंवा अध्यात्मिक ज्ञानप्राप्ती आपल्याला होऊ शकेल.

मोक्ष अचानक प्राप्त होतो, त्याने आपल्यात संपूर्ण (आमूलाग्र) बदल होतो आणि त्यामुळे आपल्या डोक्याभोवती तेजोवलय तयार होतं, असे अनेक गैरसमज लोकांच्या मनात असतात.

अध्यात्माच्या स्थितीत मनुष्य जागरूक असतो. स्वत:शी एकरूप असतो.

भगवद्गीतेत कृष्ण आत्मज्ञानी मनुष्याला *स्थितप्रज्ञ* म्हणतात. 'स्थित' म्हणजे 'स्थापित' आणि 'प्रज्ञा' म्हणजे ज्ञान. म्हणजेच 'स्थितप्रज्ञ' याचा अर्थ, ज्ञान आणि तथ्य यांच्या मध्ये स्थापित अशी व्यक्ती.

प्रत्येक मनुष्याने ज्ञानी व्हावं, असं चाणक्यांना वाटायचं. परंतु ती अतिशय उच्च अवस्था आहे. तुमच्या-आमच्यासारख्या नवशिक्यांनी आणि सामान्य माणसांनी सर्वप्रथम धर्म, अर्थ आणि काम यांचा समतोल कसा राखावा, हे शिकायला पाहिजे.

जर तुम्ही एखादी कंपनी किंवा संघटना चालवत असाल, तर संपत्ती आणि पैसे कमावणं (अर्थ) आणि ऐहिक वासना पूर्ण करणं (काम) हे योग्यच आहे. परंतु हे सर्व अध्यात्माला अनुसरून केलं पाहिजे (धर्म).

महत्त्वाकांक्षी असण्यात आणि पैसे कमावण्यात काहीही चुकीचं नाही. एखाद्याची इच्छा जगातील सर्वांत श्रीमंत व्यक्ती बनण्याचीही असू शकते. फक्त ती पूर्ण करताना आपण अनैतिक वागत नाही ना, याकडे लक्ष दिलं पाहिजे.

श्रीमंत किंवा धनाढ्य होणं सोपं आहे. गुंड आणि डाकूसुद्धा श्रीमंत असतात. पण तेच भावी पिढ्यांचे आदर्श बनणार नाहीत, याची काळजी आपण घेतली पाहिजे.

आध्यात्मिक पद्धतीने श्रीमंत होणं अवघड वाटू शकतं, पण तीच योग्य पद्धत आहे. आडमार्गाने (शॉर्टकट) पैसे कमावणं सोपं वाटतं, पण खऱ्या यशाकडे जायला या आडमार्गांचा फारसा काही उपयोग होत नाही.

एका श्रीमंत व्यावसायिकाचं उत्तम वक्तव्य आहे, ''जी संपत्ती पटकन कमावली आहे, ती नाहीशीसुद्धा पटकनच होते. मात्र जी संपत्ती सावकाश आणि हळूहळू तयार होते, ती दीर्घ काळ टिकते आणि कायम राहते.''

म्हणूनच चाणक्य आपल्या विद्यार्थ्यांना आध्यात्मिक विचारांचं प्रशिक्षण देतात.

आध्यात्मिक विचार करणं म्हणजेच निसर्गाच्या, त्याचा नियमांच्या लयीत लय मिसळून जगणं. विश्वाचे नियम आपल्या सभोवताली आहेत. सर्व गोष्टी घडवून आणणारी ही आध्यात्मिक तत्त्वं जर आपण समजून घेतली, तर कुठल्याही बाबतीत आपल्याला अपयश येणार नाही.

अखेर चाणक्य म्हणतात, ''कोणीही स्वत:ला सुखांपासून जाणीवपूर्वक दूर ठेवू नये.''

आध्यात्मिक विचार करणं म्हणजे स्वत:ला यातना करून घेणं, असं कोण म्हणतं? सुखांपासून स्वत:ला दूर ठेवू नका, आयुष्याचा आनंद घ्या. स्वत:च्या इच्छा कधी दडपू नका. कारण तसं जर करत राहिलात तर एके दिवशी ज्वालामुखीसारखा त्यांचा उद्रेक होऊन आजूबाजूला असणाऱ्या सर्व गोष्टींचा विनाश होईल.

आपल्या इच्छा-आकांक्षा योग्य पद्धतीने पूर्ण करणं हा त्यावरचा उपाय आहे.

आपल्याला स्वत:च्या *मर्यादांची* जाणीव हवी. ज्या मनुष्याने स्वत:ला शिस्त लावलेली असते, तो कुठल्याही धोक्याशिवाय आयुष्याचा पुरेपूर आनंद घेऊ शकतो.

म्हणून चाणक्यांनी सांगितलेल्या सर्व विचारपद्धतींमध्ये आध्यात्मिक विचार हा सर्वोच्च प्रकार ठरतो. पण ऐहिक विचारांना नाकारत, नुसता आध्यात्मिक विचार करणं, हेदेखील योग्य नाही. आयुष्यात सर्व गोष्टींचा समतोल राखला पाहिजे. अशा पद्धतीने जगलेलं संतुलित आयुष्य हे कोणत्याही पश्चात्तापाशिवाय, परिपूर्ण असतं.

आयुष्य राजासारखं जगावं. पण त्याचबरोबर सर्वांना सामावून घेण्याइतकं हृदयही विशाल असावं.

याच कारणास्तव चाणक्य हे एक महान राजकीय विचारवंत असूनही आपल्या देशातील एक थोर 'व्यावहारिक तत्त्वज्ञ' म्हणून ओळखले जातात.

३

विचार करण्याच्या आदर्श पद्धती

विचार करणं म्हणजे नक्की काय?

विचार करणं म्हणजे नुसतंच स्वस्थपणे बसून गोष्टींची कल्पना करणं नाही. ती एक अत्यंत निश्चित अशी संरचना असलेली शास्त्रीय आणि तार्किक प्रक्रिया आहे. योग्य पद्धतीने विचार कसा करायचा, हे सांगणारं शास्त्र म्हणजेच आन्विक्षिकी, हे अत्यंत पद्धतशीर (शास्त्र) आहे. *अर्थशास्त्र* या पुस्तकात चाणक्य आपल्याला विचार करण्याच्या निरनिराळ्या पद्धतींची माहिती देतात.

एके दिवशी, चंद्रगुप्त मौर्य एकांतात बसलेला होता. नेता म्हणून त्याच्या समोर असलेल्या विविध समस्यांचे विचार त्याच्या मनात घोळत होते. एखाद्या किचकट परिस्थितीत काय करावं आणि समस्येला कसं भिडावं, हे त्याला सहसा ठरवता यायचं नाही. जेव्हा चंद्रगुप्त अशा प्रकारच्या अडचणीत अडकलेला असेल, तेव्हा तो आपल्या गुरूंची, चाणक्यांची मदत घ्यायचा. नेहमीच्या सवयीने या वेळेसही त्याने आपल्या सेवकांना बोलावून, चाणक्यांना भेटायला जाण्यासाठी व्यवस्था करायला सांगितलं. त्याचे गुरू त्या वेळी राज्याबाहेरील एका आश्रमात राहायचे.

आश्रमात पोहोचताक्षणी चंद्रगुप्ताने आपल्या गुरुजींच्या कुटीकडे धाव घेतली; परंतु आपले गुरू तिथे नसल्याचं पाहून तो बुचकळ्यात पडला. ''गुरुजी कुठे आहेत?'' त्याने ताबडतोब आश्रमवासीयांना प्रश्न केला. ''ते दोन दिवसांपूर्वीच बाहेर पडले. ते कुठे जात आहेत आणि कधी परत येणार, हे काही त्यांनी आम्हाला सांगितलं नाही,'' आश्रमवासी म्हणाले.

चंद्रगुप्ताला काय करावं कळेना. आपल्या गुरुजींशिवाय त्याला अत्यंत असहाय वाटत होतं. चंद्रगुप्ताने चाणक्यांची वाट बघितली. त्यांची भेट व्हावी, म्हणून त्याने गुरुजींना शोधायला आपलं एक पथकसुद्धा पाठवलं; पण एकदा

का चाणक्यांनी गुप्त राहायचं ठरवलं की, साक्षात देवांनाही त्यांना शोधणं अवघड पडावं.

चाणक्यांची वाट बघणं किंवा त्यांचा शोध घेणं, या दोन्ही गोष्टी आता निष्फळ वाटू लागल्या होत्या. दुसरा काही पर्याय नसल्याने, चंद्रगुप्ताने त्याच्या इतर मंत्र्यांना आणि सल्लागार मंडळींना पाचारण केलं आणि उभ्या ठाकलेल्या समस्येला हात घातला. समस्येचं निराकरण झालं आणि राज्य चिंतामुक्त झालं.

बऱ्याच काळानंतर, जेव्हा चाणक्य आश्रमात परतले तेव्हा चंद्रगुप्ताची भेट घ्यायला ते राजवाड्यात गेले. आपल्या गुरूंना समोर बघून चंद्रगुप्ताला प्रचंड आनंद झाला. आचार्यांच्या चरणांना हात लावून नमस्कार करत तो म्हणाला, ''आचार्य- कृपया असं पुन्हा करू नका. असे एकाएकी निघून जाऊ नका. अन्यथा आपल्या देशाच्या जटिल समस्यांमधून मार्ग काढण्यासाठी मला मार्गदर्शन कोण करेल?''

ते जणू ठरवूनच निघून गेलेले असावेत, अशा प्रकारे खोडकर हसत आचार्यांनी प्रश्न केला, ''समस्येचं निराकरण झालं?''

''हो, कशीतरी व्यवस्था केली आम्ही.'' त्यांचा शिष्य चाचरत म्हणाला.

''नेहमी लक्षात ठेव चंद्रगुप्त,'' गुरुजी सल्ला देत म्हणाले, ''आपल्या समस्या सोडवण्यासाठी दुसऱ्या कोणावरही कधीही अवलंबून राहू नकोस. सल्ला आणि मार्गदर्शन घेणं, हे योग्यच आहे; पण ते जर मिळत नसेल, तर तू स्वत: त्यावर विचार केला पाहिजे. तू निर्णय घेतला पाहिजेस.'' थोडा वेळ थांबून ते पुढे म्हणाले, ''शेवटी तू एक नेता आहेस. आणि कठीण तसंच किचकट परिस्थितींमधून मार्ग काढणं, म्हणजेच नेतृत्व असतं.''

''पण मी योग्य तेच निर्णय नक्की कसे घ्यायचे?'' चंद्रगुप्ताला प्रश्न पडला.

आपण योग्य मुद्द्यावर येऊन पोहोचलो आहोत, असं दर्शवणारी चमक गुरुजींच्या डोळ्यांत आली. ''मार्गदर्शन मिळो वा न मिळो, नेहमी योग्य निर्णय घेण्यासाठी तुला मदत व्हावी, म्हणूनच मी तुला आन्विक्षिकी हे विचार करण्याचं शास्त्र शिकवलेलं आहे.''

परिस्थितीच्या मागणीअनुसार योग्य तो निर्णय उपलब्ध पर्यायांमधून घेता यावा, म्हणून चाणक्यांनी चंद्रगुप्ताला विचार करण्याच्या आदर्श पद्धती शिकवल्या होत्या.

आता या आदर्श पद्धती म्हणजे काय? तर इतरांनी नक्कल करावी म्हणून सज्ज आणि निर्दोष केलेले नमुने. या अध्यायात आपण चाणक्यांनी तयार केलेले असेच काही नमुने समजून घेण्याचा प्रयत्न करणार आहोत.

रचनाबद्ध विचार कसा केला जायचा, हे समजण्यासाठी आपण खालील दोन नमुन्यांचा आधार घेऊ या.

१. नेतृत्वासाठी नमुने

२. प्रशासकीय नमुने

नेतृत्वाच्या नमुन्यांमध्ये चाणक्यांचं ध्येय असलेल्या आदर्श राजाचा – 'राजर्षी', तत्त्वज्ञ राजाचा समावेश आहे. देशाच्या प्रशासनाची रचना कशी करावी, याबद्दल चाणक्यांची काय कल्पना होती, हे प्रशासकीय नमुन्यांच्या विभागात आपण बघणार आहोत. नोकरशाही (ब्युरोक्रसी) आणि उत्तम प्रशासन हा देशाचा कणा असतो. आपल्या वापरासाठी आणि फायद्यासाठीच हे प्रशासकीय नमुने आपल्याकडे उपलब्ध आहेत.

म्हणूनच, विचार करण्याच्या आदर्श पद्धतींचे हे दोन नमुने आपल्या मेंदूच्या कक्षा रुंदावण्यास मदत करतील. या नमुन्यांचा सखोल अभ्यास करून ते एकदा समजले की, आपल्या मनात विचार करण्यासाठीचा तो एक कायमस्वरूपी भाग होऊन जाईल. संकटकाळात आणि वेळ चांगली असेल तेव्हाही या नमुन्यांचा आपल्याला उपयोग होईल. सुरुवातीला हे नमुने समजण्यास कदाचित थोडा वेळ लागेल, पण एकदा ते आपल्या मनात बसले की, त्यांचा वापर करणं सोपं पडेल.

ही प्रक्रिया शाळेत वर्णमाला आणि पाढे शिकण्यासारखीच आहे. वर्णमाला आणि पाढे हे विचार करण्याचे नमुनेच आहेत. या संकल्पना पाठांतराने शिकवल्या जाणाऱ्या आहेत. सुरुवातीला त्या समजणं विद्यार्थ्यांना अवघड जातं, पण एकदा का त्या आपल्या मनाचा भाग बनल्या की, त्या आठवून आपण त्यांचा वापर कुठेही आणि कोणत्याही वेळी करू शकतो.

पुस्तक वाचायचं असेल, तेव्हा वर्णमाला आपल्या उपयोगी पडते. हिशोब करायचा असेल, तेव्हा पाढे मदतीस येतात. विचार करण्याचे नमुने आत्मसात केल्याने आणि विकसित केल्याने अशा प्रकारचे फायदे आपल्याला मिळतात.

१. नेतृत्वासाठी नमुने

राजर्षी - चाणक्यांचा आदर्श नेता

आदर्श राजा कसा असावा, यासाठी एक नमुना चाणक्यांनी विकसित केलेला आहे. आदर्श नेत्याच्या या संकल्पनेला 'राजर्षी' असं म्हणतात.

'राज' आणि 'ऋषी' हे दोन शब्द मिळून 'राजर्षी' हा शब्द तयार होतो. राज म्हणजेच 'नेता किंवा राजा' आणि ऋषी म्हणजेच 'संत अथवा विचारवंत'. चाणक्यांकरता आदर्श राज्यकर्ता हा एका 'तत्त्वज्ञ राजा'सारखा होता. या प्रकारचा राजा हा अध्यात्माचा विचार करणारा असतो. त्याचे विचार हे सखोल आणि गंभीर असतात.

राजर्षींचं सविस्तर वर्णन करणारा आणि राजर्षी बनण्यासाठी कुठल्या गुणांचा विकास करावा लागेल, हे सांगणारा एक अध्याय कौटिल्यच्या *अर्थशास्त्रात* (पहिला खंड, सातवा अध्याय) आहे.

राजर्षी कसं बनता येतं? हा नेतृत्वासाठीचा नमुना चाणक्यांच्या खाली दिलेल्या सूत्रातून दिसून येतो :

> ''सहा शत्रूंच्या टोळीला बाहेर काढून, त्याने आपल्या इंद्रियांवर नियंत्रण मिळवावं, वडीलधाऱ्यांच्या सहवासात आपली बुद्धी विकसित करावी, हेरांच्या माध्यमातून सावध नजर ठेवावी, उत्साहपूर्ण कृतींद्वारे हित आणि सुरक्षा साधावी, (नागरिक) विशेष कर्तव्यांचं पालन करतील हे बघावं, स्वत:ची कर्तव्यं पार पाडावीत, (विविध शास्त्रांचे) प्रशिक्षण घेऊन स्वत:ला शिस्त लावावी, भौतिक फायदे मिळवून देऊन लोकप्रियता मिळवावी, जे फायदेशीर आहे ते करून चांगली वर्तणूक ठेवावी.'' (१.७.१)

या गुणांकडे जरा व्यवस्थितपणे पाहू या.

सहा शत्रूंच्या टोळीला बाहेर काढून : राज्याच्या बाहेर काही शत्रू असतात आणि राज्याच्या आतही काही शत्रू असतात. आतील शत्रू हे बाहेरच्या शत्रूंपेक्षा जास्त धोकादायक असतात आणि जर एखाद्याला आतल्या शत्रूंवर ताबा ठेवता आला, तर त्याला बाहेरच्या शत्रूंवर नियंत्रण ठेवणं सोपं पडतं.

आतील शत्रू म्हणजे नक्की कोण? चाणक्य म्हणतात की, ते म्हणजे आपल्यातील नकारात्मक गुण. एकदा का आपण त्यांच्यापासून सुटका मिळवली की, बाहेरून आपला पराभव कोणीही करू शकणार नाही.

आपले प्रमुख शत्रू म्हणजे सहा शत्रूंची टोळी : वासना, क्रोध, लोभ, गर्व, अहंकार आणि मूर्खपणा.

कोणत्याही गोष्टीचा आत्यंतिक प्रमाणात उपभोग घेणं म्हणजेच वासना. सहजासहजी संतापणं, चिडणं, म्हणजेच क्रोध. गरजेपेक्षा जास्तीची हाव असणं म्हणजेच लोभ. आत्यंतिक स्वामित्व गाजवणं म्हणजे गर्व. जो स्वत:ला खूपच महत्त्व देऊ पाहतो तो अहंकारी आणि जो बेपर्वा, अविवेकी वागतो, तो मूर्ख ठरतो.

वरील दोष आपल्यातून काढून टाकणं, ही नेतृत्वगुण विकसित करण्याची पहिली पायरी आहे. आपल्यातील या नकारात्मक गुणांपासून सदैव सावध राहा. आपल्यातील नेता जागा करण्यासाठी हळूहळू, प्रयत्नपूर्वकपणे या गुणांना उपटून टाका.

त्याने आपल्या संवेदनांवर नियंत्रण मिळवावं : आपल्याला पाच संवेदना असतात. आवाज, स्पर्श, दृष्टी, चव आणि गंध. बाहेरील जग समजून घेण्यासाठी या पाच संवेदनांची आपल्याला मदत होते. या संवेदना आपल्या पाच ज्ञानेंद्रियांमार्फत समजत असतात. ही ज्ञानेंद्रियं म्हणजे; कान, त्वचा, डोळे, जीभ आणि नाक.

या पाच ज्ञानेंद्रियांवर नियंत्रण ठेवलं, तर अनावश्यक गोष्टी आपल्या आयुष्यात येण्यापासून आपण रोखू शकतो. उदाहरणार्थ, जिभेवर नियंत्रण ठेवलं तर, 'चमचमीत पण निकृष्ट' खाण्याचा मोह आपल्याला आवरता येईल आणि आरोग्याची काळजी घेता येईल. जर मोबाइल आणि इतर यंत्रांचा अति वापर टाळला, तर आपोआपच त्याचं व्यसन आपल्याला लागणार नाही.

वडीलधाऱ्यांच्या सहवासात राहून आपली बुद्धी विकसित करावी : वडीलधाऱ्या व्यक्तींच्या सहयोगाने बुद्धीचा विकास होतो, असं सूत्र चाणक्यांनी सांगितलेलं आहे. वडीलधाऱ्या म्हणजे केवळ वयाने मोठ्या असलेल्या व्यक्ती नाही, तर अनुभवाने किंवा ज्ञानाने मोठ्या असणाऱ्या व्यक्ती.

ज्ञानी माणसांच्या सहकार्याने नेता अजून उत्तम नेता बनू शकतो. भारतीय इतिहासात, राजांच्या अवतीभोवती नेहमीच ज्ञानी माणसं असल्याचं दिसतं. इतरांच्या ज्ञानाच्या साहाय्याने एखाद्याला आपल्या बुद्धीचा विकास सहज करता येतो.

म्हणूनच, बुद्धिमान होण्याचा एक मार्ग म्हणजे आपल्याहून अधिक बुद्धिमान माणसांच्या सहवासात राहणं हा असतो.

हेरांच्या माध्यमातून सावध नजर ठेवावी : हेर हे आपल्याला विविध प्रकारची माहिती पुरवतात आणि चाणक्यांच्या मते, यश मिळवण्यासाठी आपल्याकडे माहिती असणं हे अत्यंत महत्त्वाचं आहे.

मिळवलेली सर्व माहिती लक्षात घेऊन, योग्य तो निष्कर्ष काढून नेत्याला अचूक निर्णय घ्यावा लागतो. विचारांची ही संरचना, अशा प्रकारचा नमुना वापरल्याने नेत्याला प्रभावीपणे काम करता येतं. म्हणूनच चाणक्य आपल्याला नेहमी हेरांचं एक जाळं, एक नेटवर्क तयार करण्याचा आणि सतत दक्ष राहायचा सल्ला देतात. चाणक्यांनी तयार केलेली गुप्तहेर खाती आणि हेरगिरीची पद्धत ही आजही जगातील सर्वोत्कृष्ट पद्धतींपैकी एक मानली जाते.

(उत्साहपूर्ण) क्रियांद्वारे हित आणि सुरक्षा साधणे : आपल्या लोकांचं हित आणि सुरक्षा यांची काळजी घेणं, हे नेत्याचं आद्य कर्तव्य असतं. पण हे कसं साध्य करता येईल? चाणक्यांच्या मते, ते उत्साहपूर्ण क्रियांद्वारे शक्य आहे.

राज्यात घडणारा कोणताही उपक्रम हा उत्साहपूर्ण असला पाहिजे. *उत्साह* ही यशाची गुरुकिल्ली आहे. उत्साह हा संसर्गजन्यदेखील असतो. आजूबाजूला जर चैतन्यपूर्ण वातावरण असेल, तर लोकांमध्येही उत्साह संचारतो.

म्हणून नेत्याने सुरू केलेले कुठलेही उपक्रम हे ऊर्जा, आनंद आणि सर्वांच्या हिताला पूरक असे असावेत. अत्यंत ऊर्जेने काम केल्यामुळे लोक सुरक्षित राहतात.

(नागरिक) विशेष कर्तव्यांचं पालन करतील, हे बघावं : आता ही नेतृत्ववादी विचारसरणीची एक विशेष बाजू आहे.

इतर माणसं आपली कर्तव्यं व्यवस्थितपणे पार पाडत असल्याची खात्री नेत्याने करणं आवश्यक आहे. 'कर्तव्यं' *(स्वधर्म)* आणि 'विशेष कर्तव्यं' असे दोन प्रकार यात मोडतात. प्रत्येकाने काही सर्वसामान्य कर्तव्यं पार पाडणं अपेक्षित असतं. जसं, कामाच्या ठिकाणी वेळेत पोहोचणं, आपलं काम अचूकपणे पूर्ण करणं, आपल्या व्यवसायाशी प्रामाणिक राहणं इत्यादी.

लोकांना आपल्या महत्त्वाच्या आणि विशेष कर्तव्यांचा विसर पडता कामा नये. उदाहरणार्थ, घरातील मुलांची आणि वडीलधाऱ्या व्यक्तींची काळजी घेण्याची जबाबदारी. समाज एकत्रित ठेवण्यासाठी एक नेता म्हणून राजाने आपले नागरिक या विशेष कर्तव्यांचं पालन करत आहेत ना, याची खात्री करणं अत्यावश्यक आहे.

भारतीय कुटुंबांमध्ये, घरातील ज्येष्ठ व्यक्तींची आणि पालकांची काळजी घेणं हे प्रत्येक कुटुंबासाठी अनिवार्य कर्तव्य आहे. तसे केले नाही तर कायद्याने हे दंडनीय आहे.

स्वत:ची कर्तव्य पार पाडावीत : इथे चाणक्य नेत्यांना ताकीद देतात. इतरांनी आपापली कर्तव्य पार पाडावीत, अशी आज्ञा नेता देऊ शकतो. पण त्याच्या किंवा तिच्या स्वत:च्या कर्तव्यांबद्दल काय?

नेत्याने आपली कर्तव्यं टाळता कामा नयेत. यशस्वी नेतृत्वासाठी उचलण्याचं हे पहिलं पाऊल आहे. त्याची किंवा तिची, बोलण्याप्रमाणे कृती असणं आवश्यक आहे. स्वत:च्या उदाहरणातून नेतृत्व सिद्ध केलं पाहिजे. इतरांनी डोळ्यांसमोर ठेवावा असा आदर्श त्याने किंवा तिने घालून द्यायला पाहिजे. इतरांनी काय करावं, हे सांगण्याकरता ती कृती आपण प्रत्यक्ष करून दाखवणं, हा सर्वोत्तम मार्ग आहे.

'जर मी माझं काम व्यवस्थितपणे केलं, तर इतरांना आपापली कर्तव्यं पार पाडायला सांगण्याची ताकद माझ्यात आपसूकच येईल,' हा विचार एका नेत्याच्या मनात हवा.

(विविध शास्त्रांचे) प्रशिक्षण घेऊन स्वत:ला शिस्त लावावी : नेता हा स्वत: शिस्तबद्ध असला पाहिजे. स्वत: लावलेली शिस्त ही माणसाला यशाकडे घेऊन जाते. स्वत:ला शिस्त कशी लावता येते?

तज्ज्ञांच्या सूचना पाळणं, हा त्यासाठी एक मार्ग आहे. समजा, तुम्हाला निरोगी आणि तंदुरुस्त व्हायचं असेल, तर तुम्हाला त्या विषयाच्या अभ्यासकाची - प्रशिक्षकाची - गरज पडेल. योग प्रशिक्षक आणि आहारतज्ज्ञ तुम्हाला एक परिपाठ (रुटीन) देतील. त्यांच्या सूचनांचं तंतोतंत पालन एखाद्याने केलं, तर त्याला उत्तम आरोग्य मिळवणं शक्य होईल.

नेत्यांनी विविध विषयांवर हुकमत मिळवणं अपेक्षित असतं. भिन्न विषयांवरील माहिती एकत्रित केल्यावर आपल्या समोर अनेक नवीन शक्यतांचे मार्ग खुले होतात. ही यशाची आणखी एक गुरुकिल्ली आहे.

भौतिक फायदे मिळवून देऊन लोकप्रियता मिळवावी : आर्थिक समृद्धी येईल, याची काळजी नेत्याला घ्यावी लागते. जो भौतिक समृद्धीसाठी कार्य करतो, तो आपोआपच लोकप्रिय होतो. म्हणूनच लोकप्रियता मिळवण्याचा योग्य मार्ग हा संपत्ती निर्माण करणं आणि तिचा विकास होईल याची खात्री करणं हा आहे, असा सल्ला चाणक्य देतात.

म्हणून नेत्याने सर्वांना समृद्धी मिळवून देणाऱ्या उपक्रमांना सहकार्य केलं पाहिजे. उद्योजक हे संपत्ती आणि नोकऱ्यांबरोबरच आनंदही निर्माण करतात. असं सकारात्मक वातावरण तयार केल्याने नेत्याला आपोआपच लोकप्रियता मिळते.

जे फायदेशीर आहे ते करून चांगली वर्तणूक ठेवावी : आपलं वर्तन नेहमीच व्यवस्थित असलं पाहिजे. नेता हा प्रतिनिधित्व करत असलेल्या संघटनेचा, संस्थेचा किंवा देशाचा चेहरा असतो. जर नेत्याची वर्तणूक व्यवस्थित नसेल, तर केवळ त्याला किंवा तिलाच नव्हे, तर तो किंवा ती प्रतिनिधित्व करत असलेल्या संपूर्ण संस्थेच्या प्रतिष्ठेलाही धक्का बसतो. म्हणूनच, आपण इतरांसमोर आणि एकांतातही कसं वागतो याबद्दल नेत्याने पूर्णत: जागरूक असायला हवं. एका लोकप्रिय म्हणीअनुसारच, 'माणसाचं चारित्र्य हे केवळ तो इतरांसमोर कसा वागतो यावर नाही, तर तो काळोखात एकटा असताना कसा वागतो, यावरून पारखलं जातं.'

२. प्रशासकीय नमुने

'रचनात्मक (डिझाइन) विचार' हा एक नवीन विषय आहे, ज्यात आपल्याला जे नमुने तयार करायचे आहेत त्यांचा आराखडा मनात आधी तयार करावा लागतो. मनातल्या मनात हा आराखडा तयार झाल्यावर त्याची प्रत्यक्षात अंमलबजावणी करणं सोपं पडतं. आपल्यातील बरेच जण मनात आधी योजना आखल्याशिवायच नमुने अंमलात आणतात. पण कुठलेही कार्य सुरू करण्यापूर्वी एका निश्चित संरचनेची गरज ही असतेच.

चाणक्यांच्या मते, या मानसिक संरचना (ज्याला आपण 'विचार करण्याचे नमुने' असं संबोधत आहोत) आपल्या मनात व्यवस्थितपणे रचून तयार हव्यात. मग त्यानंतर आपण सगळे तुकडे एकत्र जमा करून, जिगसॉ पझलसारखं आपल्याला हवं तसं चित्र तयार करू शकतो.

यात आणि प्रशासनातही काहीसं साधर्म्य आहे. चंद्रगुप्त मौर्यसारखा नेता निर्माण करतानासुद्धा चाणक्यांना उमजलं होतं की, राजा चंद्रगुप्ताला एका प्रभावी प्रशासकीय व्यवस्थेची गरज भासेल. सामर्थ्यवान व कार्यक्षम प्रशासकीय व्यवस्था आणि सचिवालयाच्या पाठिंब्याशिवाय नेता प्रभावी ठरू शकत नाही.

कार्यक्षम नेतृत्वात कार्यक्षम प्रशासनाचा समावेश असतो. प्रभावीपणे प्रशासन करणं, हे चांगल्या नेतृत्वाचं गुपित आहे.

अर्थशास्त्रात प्रशासनाचे अनेक नमुने आहेत. या अध्यायात आपण ज्यामुळे उत्तम प्रशासक निर्माण होतात, अशी तीन मुख्य तत्त्वं बघणार आहोत :

अ. प्रशासकांची निवड

ब. प्रशासकांचा प्रामाणिकपणा तपासणे

क. देखरेख : प्रशासकीय यशाची गुरुकिल्ली

या तीन पैलूंवर लक्ष केंद्रित कसं करावं, याबद्दल चाणक्यांनी दिलेल्या काही सूचनाही आपण बघणार आहोत. टीप : 'चांगलं प्रशासन (आपल्याला) चांगल्या शासनाकडे घेऊन जातं. जी लोकांना आनंदी ठेवण्याची गुरुकिल्ली आहे.'

अ. प्रशासकांची निवड

असं म्हणतात की, 'आपल्या जीवनाच्या जोडीदाराची निवड,' हा आपण घेऊ शकत असलेला सर्वांत महत्त्वाचा निर्णय असतो आणि त्या एका निर्णयावर आपल्या आयुष्यातील सगळी सुखं किंवा दु:खं पूर्णपणे अवलंबून असतात.

हा विचार फक्त वैवाहिक जीवनाशी निगडित नाही, तर नेता म्हणून तुमच्या भूमिकेतही तो लागू पडतो. आपल्या आयुष्याचा जोडीदार कोण असेल याचा

निर्णय व्यवस्थित विचार करूनच घ्यायचा असतो. त्याचप्रमाणे आपले प्रशासक कोण असतील, याचाही निर्णय अत्यंत काळजीपूर्वकरीत्या घेतला पाहिजे.

शासनाच्या विविध विभागांमधील मंत्री आणि अधीक्षकांना समर्पित अनेक अध्याय *अर्थशास्त्रात* आहेत. चाणक्यांनी त्यांच्या काळात जवळजवळ अठरा विभागांची निर्मिती केली होती. चंद्रगुप्ताच्या राज्यात हे सर्व विभाग कार्यक्षमतेने सुरू होते.

शासनात, नोकरशाहीत, खासगी कंपन्यांमध्ये आणि अगदी सशस्त्र सेनांमध्ये कार्यरत असणाऱ्या आधुनिक काळातील सर्व प्रशासकांनी या नमुन्यांचा सखोल अभ्यास करावा. चाणक्यांनी तयार केलेली प्रशासनाची प्रक्रिया कदाचित कालबाह्य झालेली असू शकेल, पण प्रशासनाची तत्त्वं कधीच बदलत नाहीत.

जी तत्त्वं २४०० वर्षांपूर्वी लागू होतं होती, ती आजही लागू पडतात. प्रशासनात तंत्रज्ञानाचा वापर करून आपण अधिक कार्यक्षम प्रणाली तयार करू शकतो, पण चांगल्या प्रशासकाची निवड कशी करायची?

चाणक्य म्हणतात :

> "व्यक्तीची कुवत ही तिच्या काम करण्याच्या क्षमतेवरून ठरते. आणि त्या क्षमता लक्षात घेऊन मंत्र्यांची नियुक्ती योग्य त्या हुद्द्यावर, योग्य ठिकाणी, योग्य वेळी आणि योग्य कामावर करावी." (१.८.२८-२९)

राज्याचं कामकाज रोजच्या रोज सुरळीतपणे चालवते, अशा सरकारी यंत्रणेवर राजा अवलंबून असतो. प्रशासक देशाच्या दैनंदिन कारभारातील प्रकरणं हाताळतात. या प्रशासकांची (मंत्र्यांची) निवड काळजीपूर्वक करायला हवी. मग या निवडीमागचे निकष काय असावेत? चाणक्यांच्या मते, प्रशासकाची कुवत, ही त्याच्या काम करण्याच्या क्षमतेवरून ठरते.

काही प्रशासक हे आळशी असतात आणि फक्त कागदोपत्री कामकाजात लक्ष घालतात. त्यांना कुठलंही नवीन काम हाती घ्यायला आवडत नाही. ते नवीन प्रकल्पांकडे संधी म्हणून बघत नाहीत. लाल फीत अशा प्रशासकांचं मन सतत व्यापून असते. नवीन कल्पना किंवा प्रकल्पाबद्दल उत्साही असलेला मनुष्यसुद्धा यांच्या बरोबर काम करून नाउमेद होईल.

आता हीच परिस्थिती विरूद्ध बाजूने बघू या. एखादा मनुष्य नवीन योजना घेऊन पुढे आला आणि त्या वेळी जर प्रशासकाने सांगितलं की, ही अतिशय

चांगली कल्पना आहे. मला वाटतं आपण ती प्रत्यक्षात उतरवण्याचा प्रयत्न करून बघायला हवा. मी तुम्हाला लागेल ती सर्व मदत करीन. या प्रकल्पासंबंधीचे नियम जर खूप कडक असतील, तर मी त्यातून तुम्हाला मार्ग दाखवीन. तुम्हाला जर कागदपत्रांसाठी काही मदत हवी असेल, तर मला नक्की सांगा. मला वाटतं, या प्रकल्पामुळे समाजाला मदत होणार आहे. आपण एकत्रितपणे तो प्रत्यक्षात आणू या. तर त्या माणसाला सर्वोत्तम काम करण्याची प्रेरणाच मिळेल.

जी व्यक्ती आपल्या कामात पारंगत आहे, तिला जास्त काम दिलं जाणार, हा तर निसर्गाचाच नियम आहे. अशी माणसं नवीन कार्याची निर्मितीसुद्धा करतात. ती उत्साही असतात आणि आपल्या आजूबाजूच्यांनाही उत्साहाने भारून टाकतात. असे प्रशासक हे स्वत:च एक नेता असतात.

चाणक्यांच्या सल्ल्यानुसार, जी माणसं एकाहून अधिक प्रकल्प सांभाळू शकतात, त्यांची प्रशासक म्हणून निवड करावी. त्यांच्या क्षमतेअनुसार त्यांना आवश्यक ते पद आणि हुद्दा दिला जावा. काही लोक एका वेळी एकच प्रकल्प हाताळू शकतात. तर काही एकाच वेळी दहा प्रकल्पदेखील हाताळू शकतात. दुर्मीळ रत्नांप्रमाणेच काही दुर्मीळ प्रशासकही असतात जे एकाच वेळी शंभर प्रकल्प हाताळू शकतात.

एका चांगल्या नेत्याला आपल्या गटातील प्रत्येक सदस्याची क्षमता ठाऊक असेल तर तो त्यानुसारच कामं वाटून देईल. ज्याची क्षमता एका वेळी एकच प्रकल्प हाताळण्याची आहे, त्याच्यावर जर शंभर प्रकल्प सोपवले, तर तो प्रशासक दमून विरून जाईल. ताणामुळे त्याला धड एकही प्रकल्प व्यवस्थितपणे पूर्ण करता येणार नाही.

आणि जर शंभर प्रकल्प हाताळायची क्षमता असलेल्याला एकच प्रकल्प दिला तर? तोही निराळ्या रीतीने विफल, निराश होईल. ''माझा वेळ मी इथे वाया घालवतोय. मला दिलेलं काम थोड्याच वेळात पूर्ण होऊ शकतं. ते माझ्याकरता फारच सोपं आहे. मोकळ्या वेळात मी रिकामा बसून असतो. मला अजून काम द्या,'' असा विचार तो मनुष्य करेल.

म्हणूनच योग्य व्यक्तीला योग्य तेवढं काम दिलं पाहिजे.

अशा लोकांना योग्य हुद्दा (पद) मिळेल, याचीही तजवीज नेत्याने केली पाहिजे. जर एखाद्या व्यक्तीची क्षमता संपूर्ण संघटना चालवण्याची असेल, तर त्याला किंवा तिला उपाध्यक्ष (व्हाइस-प्रेसिडेंट) बनवू नका. त्या व्यक्तीला मुख्य कार्यकारी अधिकारी (सीईओ) किंवा व्यवसायाच्या युनिटचा प्रमुख बनवा. त्यांना सक्षम वाटेल आणि ते उत्साहाने काम करतील.

त्यांची कुठल्या जागी नेमणूक करावी, हेही तितकंच महत्त्वाचं आहे. दुर्गम भागात जर नेमणूक झाली, तर उत्कृष्ट कामगिरी करणाऱ्या सरकारी

अधिकाऱ्यांचासुद्धा योग्य तो उपयोग होऊ शकत नाही. त्यांच्यासाठी ती जणू शिक्षाच असते.

जेव्हा अशा उत्कृष्ट कामगिरी करणाऱ्या सरकारी अधिकाऱ्यांची नेमणूक राज्याच्या किंवा देशाच्या राजधानीत, मुख्यमंत्री किंवा प्रधानमंत्र्याच्या हाताखाली होते, तेव्हा ते आश्चर्यजनक कामगिरी करून दाखवतात. कागदपत्रांची कामं ते अत्यंत जलद गतीने पार पाडतात, ताबडतोब अंमलबजावणी करण्याकडे त्यांचा कल असतो आणि ते सातत्याने कामाचं फळ साध्य करून दाखवतात.

या प्रशासकांना एक विशिष्ट कालमर्यादा आखून देणंसुद्धा गरजेचं असतं. त्यासाठी ध्येय-निश्चितीचा अभ्यास उपयुक्त ठरतो. जेव्हा नेते आणि प्रशासक ध्येयावर अढळ लक्ष केंद्रित करून काम करतात, तेव्हा ते आश्चर्यकारक परिणाम साध्य करू शकतात.

जसं, महान योग ऋषी पतंजली म्हणतात :

> ''जेव्हा तुम्ही महान हेतूने, असामान्य प्रकल्पामुळे प्रेरित होता, तेव्हा तुमचे विचार त्यांची सर्व बंधनं तोडून टाकतात. तुमचं मन सर्व मर्यादा पार करतं, तुमच्या जाणिवा सर्व दिशांनी विस्तारतात आणि तुम्ही स्वत:ला एका नवीन, महान आणि आश्चर्यजनक जगात असलेले सापडता. सुप्त शक्ती, क्षमता आणि प्रतिभा जिवंत होतात आणि आपल्या स्वप्नांपेक्षाही आपण अधिक थोर व्यक्ती झाल्याचं आपल्या लक्षात येतं.''

जेव्हा आपण कालमर्यादा आखून काम करतो, तेव्हा प्रत्येक गोष्ट व्यवस्थितपणे घडते. विलंब करणं म्हणजे वेळ वाया घालवणं असतं. म्हणूनच नेते वेळेच्या नियोजनावर काम करतात.

प्रशासनात 'वेळ' हा घटक अत्यंत महत्त्वाचा असतो. वेळेअनुसार काम करणं, हेही तेवढंच महत्त्वाचं असतं.

ज्या प्रशासकांना वेळेचं मोल ठाऊक असतं, ते एक क्षणही कधी वाया जाऊ देत नाहीत. ते वक्तशीर असतात. ते कोणत्याही बाबतीत विलंब करत नाहीत आणि तातडीने निर्णय घेतात.

या जगात आपल्याला मिळालेला वेळ हा मर्यादित आहे. आपल्या सर्वांना आपापल्या आयुष्याचं उद्दिष्ट शोधायचं आहे. जेव्हा त्या उद्दिष्टास आपण प्राधान्य देतो, तेव्हा आपण एक वारसा निर्माण करतो, काळाच्या ओघात टिकून राहणाऱ्या संस्था निर्माण करतो आणि थोर आदर्श साध्य करू पाहणारे दिग्गज होतो.

स्वामी चिन्मयानंद म्हणतात तसं, ''केवळ एक आदर्श, एक ध्येय एका उदासीन आत्म्याचं रूपांतर माणसांमधील एका भव्य नेत्यात करू शकतं.''

म्हणूनच 'आदर्श प्रशासक' शोधत असताना उद्दिष्ट असलेली माणसं शोधा. जर नसेल, तर तुम्ही त्यांना उद्देश द्या.

वरील सर्व गुण लक्षात घेत, प्रशासकाची नेमणूक योग्य कामासाठी, योग्य हुद्द्यावर, योग्य वेळी आणि योग्य जागी झाली पाहिजे तेव्हाच नेत्याचा आणि त्याच्या प्रशासकांचाही आनंद सुनिश्चित राहील.

ब. प्रशासकांचा प्रामाणिकपणा तपासणे

भ्रष्टाचाराचा संबंध नेतृत्वाशी आणि प्रशासकांशी थेट जोडलेला असतो.

जर प्रशासन भ्रष्ट असेल, तर त्याचे परिणाम हे व्यवस्थेत दिसणारच. त्यामुळे आर्थिक समस्या उद्भवतील आणि संपूर्ण समाजाला या पराभवाचे परिणाम भोगावे लागतील.

आर्थिक भ्रष्टाचार हा भ्रष्टाचारांच्या अनेक प्रकारांपैकी फक्त एक प्रकार आहे. नैतिक पातळीवरील भ्रष्टाचार, चुकीच्या माणसाला दिलेल्या पाठिंब्याच्या रूपातील भ्रष्टाचार आणि सर्वांत धोकादायक म्हणजे चांगली व्यक्ती म्हणून ओळखलं जावं यासाठीचा भ्रष्टाचार, असे भ्रष्टाचाराचे अनेक प्रकार असतात. म्हणूनच, प्रशासकाकडे सर्वोच्च दर्जाचा प्रामाणिकपणा आवश्यक आहे.

प्रशासकाची नेमणूक ही त्याच्या काम करायच्या कुवतीअनुसार करावी, ही चांगली सुरुवात आहे; पण फक्त सर्वोत्तम कामगिरी करणाऱ्यावर खूश होऊ नका. या बाबत चाणक्य एक महत्त्वाची सूचना देतात : ''अगदी सर्वांत सक्षम असा प्रशासकसुद्धा देशासाठी सर्वांत मोठं संकट ठरू शकतो.''

प्रशासक सुरुवातीला कदाचित अत्यंत प्रभावी कामगिरी करून दाखवेल, पण नंतर जेव्हा त्याला व्यवस्थेत स्वीकारलं जाईल, तेव्हा त्याचा अथवा तिचा आत्मविश्वास अधिकच बळवण्याची शक्यता असेल. आणि 'आपल्या नावावर कोणी ठपका लावू शकत नाही, आपण आता काहीही करू शकतो,' असं त्यांना वाटू शकेल.

एका प्रसिद्ध कन्सल्टिंग फर्मच्या अहवालानुसार, कुठल्याही संघटनेतील ८६ टक्के अंतर्गत फसवणूक ही वरिष्ठ व्यवस्थापनातील व्यक्तींकडून होते. तेव्हा ही एक सावध राहण्यासारखीच बाब आहे.

त्यामुळेच चाणक्य चेतावणी देतात :

> "सल्लागारांशी आणि धर्मगुरूंशी सल्लामसलत केल्यानंतर मंत्र्यांची (आणि प्रशासकांची) सर्वसामान्य कार्यालयांत नियुक्ती केली की, त्याने गुप्त चाचण्यांद्वारे त्यांची प्रामाणिकता तपासून बघावी." (१.१०.१)

प्रशासकाची किंवा मंत्र्याची नेमणूक ही सुरुवातीला सामान्य कार्यालयांत, किरकोळ कामांसाठी केली जाते. त्या कामासाठी ती व्यक्ती योग्य आहे किंवा नाही, याची पडताळणी करण्यासाठी हे केलं जातं. प्रशासकाच्या लहरीअनुसार आणि आवडीनिवडीअनुसार त्याची नेमणूक नेत्याने कधी करू नये. भरती करण्याची एक शास्त्रीय पद्धत असते. जिचा अवलंब कित्येक कंपन्यांमध्ये मानवी संसाधन (एचआर) विभाग करतात.

सल्लागार आणि धर्मगुरू यांच्याशी सल्लामसलत करून मग नियुक्ती केली जाते. निर्णय घेताना प्रत्येक टप्प्यावर नेत्याला सल्ल्याची आणि सल्लागारांची गरज असते. नियुक्त करण्यात येणाऱ्या व्यक्तीचे विचार हे राजाच्या आणि राज्याच्या विचारांशी पूरक आहेत ना, याची खात्री *राज पुरोहितसुद्धा* जन्मकुंडली पाहून करतात. प्रशासकाची नेमणूक झाल्यानंतर काही गुप्त चाचण्यांमार्फत त्याच्या प्रामाणिकतेची खात्री करून घ्यायची असते.

बऱ्याच संघटना आपल्या नवीन कर्मचाऱ्यांकरता उमेदवारीचा (प्रोबेशन) कालावधी ठेवतात. हा प्रयोग करून बघण्याचा कालावधी असतो. उमेदवारांसाठी हा कसोटीचा कालावधी असतो. या कालावधीत नवीन व्यक्ती ही संघटनेचा भाग असते परंतु पूर्णपणे नाही. काही कंपन्या अशा प्रकारे नियुक्त केलेल्या व्यक्तींना एंटर्न्स, व्यवस्थापनाचे प्रशिक्षणार्थी किंवा तात्पुरते कर्मचारी असंही संबोधतात.

या कालावधीमध्ये मालकाचं किंवा नेत्याचं या नवीन कर्मचाऱ्यांवर बारकाईने लक्ष असतं. हा निरीक्षणाचा कालावधी तीन महिने ते अगदी काही वर्षं, एवढा असू शकतो. जेव्हा संघटनेसाठी योग्य अशी व्यक्ती सापडते, तेव्हा तिला किंवा त्याला कायमस्वरूपी पद किंवा हुद्दा दिला जातो.

अशा तात्पुरत्या प्रशासकांना कोणत्या प्रकारच्या चाचण्या देण्याची गरज असते?

प्रामाणिकपणाच्या चार चाचण्या असतात : निष्ठेची चाचणी, भौतिक मिळकतीची चाचणी, वासनेची चाचणी आणि भयाची चाचणी. ज्याची चाचणी घेतली जाते, त्याला तशी कल्पना न देता या चाचण्या घ्यायच्या असतात. *अर्थशास्त्रातील,* पहिल्या खंडातील दहाव्या अध्यायातील सहावे प्रकरण –

'गुपित चाचण्यांद्वारे मंत्र्यांच्या प्रामाणिकपणाची खात्री करून घेणं' हे या विषयाला समर्पित आहे. एखाद्या संघटनेसाठी माणसांची नियुक्ती करण्याचं, विशेषत: वरिष्ठ व्यवस्थापनातील जागांसाठी माणसं नियुक्त करण्याचं काम करत असाल, तर *अर्थशास्त्रातील* या अध्यायाचा सखोल अभ्यास करणं अत्यावश्यक आहे.

आता सविस्तरपणे या चार चाचण्या बघू या :

१. निष्ठेची चाचणी : उमेदवारीच्या काळात व्यक्तीची परीक्षा ही तिच्या निष्ठेवरून केली जाते. जसं, व्यवस्थेने पाठवलेला त्याचाच एक सहकारी त्याच्याकडे येऊन, ''राजा वाईट आहे आणि आपण त्याचा विनाश केला, तर आपण दोघंही ताबडतोब सत्तेवर येऊ शकतो,'' असं काहीतरी म्हणतो. हे जर त्या व्यक्तीने मान्य केलं, तर ती व्यक्ती निष्ठावान नाही. मात्र त्या व्यक्तीने जर अशा प्रकारच्या विचाराला नकार दिला तर ती निष्ठावान ठरते.
२. भौतिक मिळकतीची चाचणी : यानंतर एक वेगळी व्यक्ती, खरं तर गुप्त वेशात एक गुप्तहेर पाठवला जाईल. तो या व्यक्तीला लाच देऊ पाहील. ''तुम्ही इतक्या मोठ्या संघटनेत किती वरच्या हुद्द्यावर काम करता. कृपया माझं हे काम करून द्या आणि तुम्हाला या प्रकारचा फायदा मिळेल.'' जर त्या मनुष्याने लाच घेतली, तर त्याचा संघटनेला संभाव्य धोका आहे हे समजतं. जर त्याने त्या ठिकाणीच नकार दिला, असहमती दर्शवली, तर त्याच्यावर आर्थिक व्यवहारांची जबाबदारी सोपवता येते.
३. वासनेची चाचणी : कामाच्या ठिकाणी लैंगिक अत्याचार होणं, हा नेत्यांच्या दृष्टीने एक मोठा चिंतेचा विषय असतो. आणि प्रशासक हा इतका सामर्थ्यशाली असतो की, तो आपल्या अधिकारांचा गैरवापर लैंगिक सुख मिळवण्यासाठी करू शकतो. चाणक्य कोणालातरी त्याच्याकडे अशा प्रकारचं सुख देण्यास पाठवत. जर त्याने ते मान्य केलं, तर तो या चाचणीत नापास ठरतो. जर नकार दिला, तर त्याच्यावर या बाबतीत विश्वास आपण ठेवू शकतो.
४. भीतीची चाचणी : ही एक विशेष चाचणी आहे, ज्यात हे तपासून बघितलं जातं की, त्या माणसाला मृत्यूची भीती वाटते की नाही. म्हणजे समोर मृत्यू उभा ठाकलेला असताना एखादी व्यक्ती कशी वागेल? माणसाची वास्तविक सचोटी या चाचणीद्वारे ठरवली जाते. नव्याने नियुक्त केलेल्या प्रशासकाला पकडून जीव घ्यायची धमकी दिली जाते. मग त्याला सांगण्यात येतं, ''मृत्यूपासून वाचण्याचा

तुझ्याकडे एकमेव पर्याय आहे, तो म्हणजे राजाचा खून करण्याचा. आमच्याकडे योजना तयार आहे. आमच्यात सामील हो.'' जर त्याने हे मान्य केलं तर तो विश्वासघातकी आहे. पण जर त्याने या योजनेला नकार दिला, तर वाइटातील वाईट परिस्थितीमध्येसुद्धा तो आपल्या देशाच्या किंवा राजाच्या विरोधात जाणार नाही, याची खात्री असते.

नियुक्त केलेल्या प्रशासकाने या सर्व चाचण्या पार पाडल्यानंतर त्याची तात्पुरत्या स्थानावरून कायमच्या स्थानावर बदली होते. ती व्यक्ती राजाच्या आतल्या गोटातील एक भाग होते. ती व्यक्ती निष्ठावान आहे हे समजल्यामुळे आता तिच्यावर मोठ्या जबाबदाऱ्या सोपवता येतात.

ती व्यक्ती आता त्याच्या मृत्यूपर्यंत निष्ठावान आणि सच्ची राहील.

पण जरा थांबा...

चाणक्य मात्र नेहमी सावध राहून विचार करतील. कोणत्याही व्यक्तीला किंवा परिस्थितीला ते गृहीत धरणार नाहीत. त्यामुळेच चांगल्या प्रशासकांनी चांगले प्रशासन करावे, हे सुनिश्चित करण्यासाठी इथे आणखी एका थिंकिंग मॉडेलचा विचार केलेला आहे.

क. प्रशासकीय यशाची गुरुकिल्ली – देखरेख

''मन हा विचारांचा प्रवाह आहे,'' असं स्वामी चिन्मयानंद म्हणतात.

जगात स्थिर काहीही नाहीच; परंतु आपण कल्पना करू शकत नाही इतकी मन ही गोष्ट अस्थिर आहे. जसे विचार, तसा मनुष्य. आपले विचार हे सतत बदलत असतात. म्हणजेच आपलं मनसुद्धा सतत बदलत असतं.

चाणक्य एक महान मानसशास्त्रज्ज्ञ होते. मानवी मनाची उकल त्यांना झालेली होती. एखाद्याच्या मानसिक क्षमतेअनुसारच ते त्या व्यक्तीला वेगवेगळी कामं नेमून देत. आपण लोकांबरोबर नाही, तर त्यांच्या मनाबरोबर काम करतो. एकदा हे समीकरण आपल्याला समजलं की, आपल्यापासून काहीच लपून राहत नाही.

मन तुम्हाला अडकवू शकतं, त्याचबरोबर ते तुम्हाला मुक्तपण करू शकतं. भगवद्गीतेत कृष्णसुद्धा म्हणतात, ''मन तुमचा सखा आणि तुमचा शत्रू आहे''.

आपल्या मनाचा योग्य पद्धतीने उपयोग करण्याची कला आपल्याला समजली तर आपण जे काही करू त्यात यश मिळेल. आयुष्य म्हणजे केवळ एक मानसिक खेळ आहे. मन नीट समजून घ्या आणि खेळाचा आनंद लुटा.

अनेकांना वाटतं की, चाणक्य कोणावरही विश्वास ठेवत नसत. खरं म्हणजे, चाणक्यांचा त्यांच्या मनावर विश्वास नसायचा. मानवी मन अस्थिर असतं, हे त्यांना ठाऊक होतं. म्हणून राजा आणि मंत्री यांच्यावरही लक्ष ठेवण्याची खबरदारी ते घेत.

चाणक्यांच्या प्रशासकीय व्यवस्थेत काही निश्चित तपास घेतले जायचे आणि संतुलन राखलं जायचं. याकरता ते माणसांवर बारीक लक्ष ठेवून असतं. त्यांच्याकडे हेर होते आणि या हेरांवर लक्ष ठेवायलासुद्धा हेर होते.

उत्तम प्रशासकीय व्यवस्था उभी करण्यासाठी ते नेत्याला सल्ला देतात :

> ''नेत्याने त्यांच्या कामाची सतत तपासणी करावी, (कारण) माणसं मनातून नेहमी अस्थिर असतात. माणसाचा नैसर्गिक स्वभाव घोड्यांसारखा असल्याने नोकरी मिळाल्यावर तो बदलतो. म्हणूनच मनुष्याने कर्मचारी, कार्यालय, स्थान, वेळ, कर्तव्य, खर्च आणि या जबाबदाऱ्या घेतल्याने मिळणाऱ्या फायद्याची जाणीव ठेवावी.'' (२.९.२-४)

मन वाचू शकणाऱ्या आणि कडक शिस्तीने कार्य पूर्ण करून घेणाऱ्या एका मानसशास्त्रज्ञाने दिलेला हा एक सखोल सल्ला आहे.

या सल्ल्याचे छोट्या भागांत विभाजन करून तो सविस्तर समजून घेऊ या.

त्यांच्या कामाची सतत तपासणी करावी : 'सतत' हा शब्द या ठिकाणी अतिशय महत्त्वाचा आहे. जर कामाची सतत तपासणी आणि परीक्षण होत नसेल, तर हाताखालील लोक कामात दिरंगाई करण्याची शक्यता असते.

देखरेख करणं हा उत्तम प्रशासनाचा एक महत्त्वाचा पैलू आहे. या देखरेखीचा एक प्रकार म्हणजे नियमितपणे देखरेख करणं. मानक कार्यपद्धती (एसओपीज) द्वारे याची निर्मिती होते. कित्येक संघटनांकडे माहिती व्यवस्थापनाच्या यंत्रणासुद्धा (एमआयएसएस) कार्यरत असतात.

पण देखरेखीचा अजून एक प्रकारसुद्धा असतो- कुठल्याही पूर्व सूचनेशिवाय अचानक तपासणी. जसं, वर्गात कोणालाच कल्पना नसताना शिक्षक अचानकपणे परीक्षेची घोषणा करतात. हुशार विद्यार्थी नेहमीच पूर्णपणे तयार असल्याने या परीक्षेत पास होतील. बाकीचे अशा अचानक तपासणीमुळे सावध आणि दक्ष होतील आणि पुढच्या वेळी व्यवस्थित तयारी करून येतील.

मनुष्य मनातून नेहमी अस्थिर असतो : मनुष्य मनातून नेहमीच अस्थिर असतो. आपण जसजसं काम करत जातो, तसतसं आपलं कामावरून लक्ष उडण्याची

शक्यता असते. कदाचित आपण आपली दिशा आणि उद्देश गमावूनही बसतो. आपल्या लोकांना दिशा दाखवणं आणि ते योग्य मार्गावरून जात आहेत ना, याची खात्री करून घेणं हे नेत्याचं मुख्य काम असतं.

प्रवास लांबचा आणि खडतर असतो, पण जर आपल्याकडे उद्देश असेल, तर तो आपल्याला योग्य मार्गावरून चालत राहण्याचं बळ देतो. (प्रशासकांनाही वेळोवेळी योग्य दिशा दाखवण्याची गरज पडते, याची नोंद घ्यावी.)

आपण योग्य मार्गावर आहोत ना, हे तपासून पाहण्यासाठी, गाडी चालवताना बघतात तसे वेळोवेळी नकाशे बघावेत. डॅशबोर्डवरसुद्धा योग्य वेगाचे आणि इंधनाच्या पातळीचे संकेत असतात.

माणसाचा नैसर्गिक स्वभाव घोड्यांसारखा असल्याने नोकरी मिळाल्यावर तो बदलतो : घोडा हा ताकदवान प्राणी आहे. त्याचा स्वभाव राजेशाही असतो. म्हणून घोड्यांना कामाला जुंपलं तर ते आधी विरोध करतात. जंगली घोड्याला शांत करायला थोडा वेळ जाऊ द्यावा लागतो, हे एका उत्तम अश्वप्रशिक्षकाला ठाऊक असतं. पण एकदा का घोडा माणसाळला की, त्याची ताकदच काम पूर्ण करण्यासाठी सर्वाधिक मदतीची ठरते.

इथे चाणक्य मनाची तुलना घोड्यांशी करतात. एखादी गोष्ट करायला सांगितल्यावर सुरुवातीला सगळेच प्रतिकार करतात. पण जेव्हा मनाला शांत करून नियंत्रणाखाली आणलं जातं, तेव्हा आश्चर्यकारक कामं करणं शक्य होतं. म्हणूनच मनुष्याने कर्मचारी, कार्यालय, स्थान, वेळ, कर्तव्य, खर्च यांची जाणीव ठेवावी : नेत्यांना कामगारांची आणि प्रशासकांची माहिती असायला हवी. नेत्यांनी कार्यालयावर, जिथे काम सुरू आहे त्या जागेवर, कामाच्या वेळांवर, पूर्ण करायच्या कामावर आणि खर्चांवर लक्ष ठेवायला हवं.

कामगारांनी कामावर येण्याची आणि परत जाण्याची नोंद कारखाने ठेवतात. त्यांचे पगार जर रोजच्या रोज होत असतील, तर ही गोष्ट बघणं अत्यंत गरजेचं बनतं. आज आपण बायोमेट्रिक यंत्रांचा वापर हजेरीसाठी करत असल्याने माणसांनी ते काम करण्याची गरज पडत नाही.

याचबरोबर संघटना आपल्या कर्मचाऱ्यांना निश्चित ध्येयाची आणि मुख्य फलनिष्पत्ती कुठे व्हायला हवी, यांची माहिती देतात.

या जबाबदाऱ्या घेतल्याने मिळणारा फायदा : चाणक्य स्वतः व्यावसायिक नव्हते, पण ते व्यावसायिकासारखासुद्धा विचार करायचे. गुंतवलेल्या भांडवलावर

आपल्या माणसांना आणि प्रशासकांना परतावा काय मिळणार, याकडे त्यांचं सातत्याने लक्ष असे. म्हणजेच एक प्रकारे आर्थिक लाभ काय होतील, यावर त्यांचं लक्ष असे.

एखाद्या प्रकल्पाच्या यशाकरता त्याची आर्थिक व्यवहार्यतासुद्धा महत्त्वाची असते, हे एक चांगला प्रशासक ओळखून असतो. आर्थिक यश हा घटक यशाचा महत्त्वाचा सूचक आहे.

मानवी श्रेष्ठतेबरोबरच नेत्याला आर्थिक श्रेष्ठतासुद्धा कळायला हवी.

या अध्यायात आपण विचार करण्याच्या आदर्श पद्धतींचे वेगवेगळे नमुने पाहिले.

जर विचारांचं व्यवस्थित आयोजन करून त्याच्या अशा रचना आणि असे नमुने तयार केले तर त्यामुळे ज्ञानाचा एक व्यवस्थित कोश तयार होईल. ज्ञान संघटित होईल.

ज्ञान अत्यंत महत्त्वाचं असतं. सुसंघटित ज्ञान हे तर अधिकच महत्त्वाचं असतं. त्याला यशाची पुढील पायरी म्हणतात. तेव्हा चाणक्यांच्या, आन्विक्षिकीच्या पद्धतीअनुसार आपले विचार व्यवस्थितपणे संघटित करू या!

४

विचार करण्याची सात परिमाणे

आपण मोठे होत जातो, तशी आपली विचारसरणी बदलत जाते. काळाबरोबर तिचा विकास होतो. आपण दहा वर्षांपूर्वी आत्तापेक्षा वेगळ्या पद्धतीने विचार करायचो. आयुष्य पुढे सरकतं, आपलं वय वाढतं आणि त्याबरोबर आपण अनेक अनुभव गोळा करत जातो. हे अनुभव आपले विचार आणि आपलं व्यक्तिमत्त्व बदलून टाकतात.

लहानपणी आपण कल्पनेत रममाण होऊन विचार करतो. पण जसे आपण मोठे होतो तसे, आपण तार्किकदृष्ट्या विचार करायला लागतो. आपल्या बुद्धीवर आपण जास्त भर देतो. आपण जास्त प्रश्न विचारायला लागतो. का? कसं? काय? कधी? केव्हा? आणि असे कैक प्रश्न आपल्या मनात येतात. त्या प्रश्नांपैकी एकाचं उत्तर मिळालं की, आपण आपोआपच पुढच्या प्रश्नाकडे वळतो.

अशा प्रकारची चौकस वृत्ती हा आपल्या बौद्धिक वाढीचा पाया आहे. एक प्रश्न दुसऱ्याकडे, दुसरा तिसऱ्याकडे आणि पुढे अनेक प्रश्नांकडे घेऊन जातो. ज्ञानाचा शोध वाढतच राहतो. चौकशीच्या अशा टप्प्यात जर एखाद्याला योग्य मार्गदर्शक, शिक्षक आणि गुरू सापडला, तर तो त्याच्या आयुष्यातील एक अत्यंत आनंदी काळ मानावा लागेल. मात्र सापडला नाही तर आयुष्य संघर्षमय बनतं.

चाणक्य महान गुरू आणि सर्वोत्तम शिक्षक होते. शिक्षणाच्या कोणत्या टप्प्यावर विद्यार्थी कोणत्या प्रकारचे प्रश्न विचारतील, हे त्यांना अनुभवाने माहीत झालं होतं.

आपला विद्यार्थी तयार आहे का आणि उत्तरं कधी उघड करायची, हे एका चांगल्या शिक्षकाला माहीत असतं. योग्य वेळ आल्यावर शिक्षक योग्य प्रश्नांना, योग्य रीतीने योग्य उत्तरं देतात.

सर्वसाधारणपणे, विद्यार्थी जेव्हा एखाद्या कोर्सकरता एखाद्या शैक्षणिक संस्थेत नावनोंदणी करतात, तेव्हा त्या कोर्समधून काय मिळणार आहे याची त्यांना कल्पना नसते. बरेच विद्यार्थी, पालकांच्या सांगण्यानुसार किंवा मित्रांनी दिलेल्या माहितीवरून एखाद्या कोर्समध्ये सहभागी होतात. आपल्या पिढीत हे वारंवार घडताना दिसतं. ''या कोर्सची निवड तू का केलीस?'' असा प्रश्न जर कॉलेजमध्ये नव्याने दाखल झालेल्या एखाद्या विद्यार्थ्याला विचारला, तर खात्रीपूर्वक उत्तर देणारे फारच कमी आढळतील.

अशीच काहीशी परिस्थिती आधीच्या काळातही होती. चाणक्यांना आपल्या सर्व विद्यार्थ्यांची मानसिकता आणि चाणक्य शिकवत असलेल्या विद्यापीठात विद्यार्थी दाखल का झाले, हे माहीत असायचं. प्रत्येक विद्यार्थ्याच्या आयुष्यात प्रौढ होताना काही निश्चित टप्पे येतात, या टप्प्यांनंतर विद्यार्थी प्रौढ, परिपक्व प्रश्न विचारतील हेही त्यांना माहीत होतं. त्या क्षणांमध्ये, त्या प्रौढ विद्यार्थ्यांना प्रौढ उत्तरं देण्याचीही चाणक्यांची तयारी होती.

विद्यार्थ्याच्या आयुष्यात तीन महत्त्वाचे, निर्णायक क्षण येतात. पहिला, जेव्हा तो किंवा ती कोर्समध्ये दाखल होतो/होते. दुसरा, जेव्हा कोर्स किंवा शैक्षणिक उपक्रम पूर्ण होतो. हा सहसा पदवीदानाच्या सोहळ्याचा क्षण असतो. आणि तिसरा क्षण म्हणजे जेव्हा त्याला किंवा तिला आपण मिळवलेल्या शिक्षणाचं महत्त्व समजतं.

चाणक्यांना कोर्सची सुरुवात किंवा शेवट कधी होतो यात रस नसायचा. त्यांच्यासाठी त्या फक्त नोंद करून ठेवण्याच्या तारखा होत्या. ज्या टप्प्यावर विद्यार्थी कोर्सबद्दल, अभ्यासक्रमाबद्दल आणि मिळवलेल्या ज्ञानाने काय परिणाम साधता येईल, असे महत्त्वाचे प्रश्न विचारतील, त्या टप्प्यात चाणक्यांना रस असे.

एके दिवशी एक विद्यार्थी एकांतात बसलेला होता. चाणक्यांच्या मार्गदर्शनाखाली *राजनीतीचं* प्रशिक्षण घेणारा तो एक राजकुमार होता. 'कौटिल्य' हे नाव घेऊन चाणक्यांनी लिहिलेलं *अर्थशास्त्र* हे एक मुख्य पुस्तक म्हणून त्याला अभ्यासक्रमात होतं. अचानक त्याच्या मनात विचार आलं, ''मी हे सगळं का करतोय? *अर्थशास्त्राचा* अभ्यास का करतोय? राजनीती शिकल्यानंतर मी काय करणं अपेक्षित आहे?''

या प्रश्नांनी त्या विद्यार्थ्याला योग्य मार्गावर आणलं आहे, हे चाणक्यांना समजलं होतं. आता तो विद्यार्थी योग्य प्रश्नांसह तयार होता.

'आचार्य', विद्यार्थ्याने बोलायला सुरुवात केली, ''या गुरुकुलाचा आणि मी अभ्यास करत असलेल्या या पुस्तकाचा उद्देश नक्की काय आहे?''

''तू राजकारणाचं शास्त्र शिकत आहेस, ज्याला *राजनीती* किंवा *राजविद्या* असं म्हणतात. हे राजांविषयी आणि राजांकरिता असणारं ज्ञान आहे. राजकारण

आणि नेतृत्व यांत यशस्वी कसं व्हायचं, या बाबत राजनीतीवरील *अर्थशास्त्र* या पुस्तकातून तुला समजेल.'' गुरुजी म्हणाले.

''मी हा अभ्यासक्रम का पूर्ण करतोय?'' विद्यार्थ्याला अजून एक प्रश्न पडला.

हा विद्यार्थी चाणक्यांच्या गुरुकुलात पहिल्यांदा आला होता, तो दिवस आठवून त्यांच्या चेहऱ्यावर स्मितहास्य उमटलं. त्या विद्यार्थ्याचे वडील, शेजारील एका छोट्या राज्याचे राजे होते. चाणक्यांनी आपल्या मुलाला उत्तम प्रकारे नेतृत्व कसं करावं, हे शिकवण्याची विनंती त्या राजाने केली होती. या घटनेनंतर आता कित्येक वर्षं उलटून गेलेली होती.

तो आला तेव्हा डोळ्यांत आश्चर्य आणि कुतूहल असलेला एक लहान मुलगा होता. आता मात्र तो कोणतंही आव्हान अंगावर झेलू शकणारा तरुण (किशोर) झालेला होता.

''तुला उत्तम शिक्षण मिळावं, अशी तुझ्या वडिलांची तीव्र इच्छा होती. आणि तुझा जन्म शाही परिवारात झालेला असल्यामुळे तू जन्मजात नेता असावा, अशी सगळ्यांची अपेक्षा आहे. म्हणूनच तू नेतृत्वाचे मार्ग जाणून घेण्यासाठी आणि उत्तम शासन कसं करावं, हे शिकण्यासाठी इथे आलेला आहेस.''

राजकुमाराने क्षणभर विचार केला आणि मग म्हणाला, ''मग आचार्य, जर मी राजा होणार असेन, तर तुम्ही मला सांगावं की, राजाने काय करणं अपेक्षित असतं?''

त्याला आयुष्यासाठी भक्कम उद्देश देत चाणक्य म्हणाले, ''एका राजाने किंवा नेत्याने राज्याचं नेतृत्व करणं अपेक्षित असतं. राज्यकारभार व्यवस्थित सांभाळणं, राज्यातील प्रजेची आपल्या मुलांप्रमाणे काळजी घेणं अपेक्षित असतं. आर्थिक आणि भौतिक समृद्धीबरोबरच आध्यात्मिक प्रगती होत आहे ना, याची खात्री राजाने करायला हवी. आपल्या राज्यातील सर्वांचं सर्वांगीण हित साधणं, हे राजाचं आद्य कर्तव्य असतं.''

आणखी खोलवर विचार करत विद्यार्थी प्रश्न विचारतच राहिला. ''जर राजाने राज्याचं नेतृत्व करणं अपेक्षित असतं, तर आपण मला सांगावं, राज्यात कशाकशाचा समावेश असतो आणि त्याचं नेतृत्व कसं करावं? त्यासाठी कुठली व्यवस्था असते का?''

राज्याचं नेतृत्व करण्यासाठी आता राजकुमाराला महत्त्वाचे मुद्दे शिकवता येतील, हे पाहून चाणक्यांना आनंद झाला. ''हो, एक मार्ग आहे.'' काही क्षणांनी ते म्हणाले, ''त्याला राज्याचे *सप्तांग* असे म्हणतात.''

जिज्ञासू विद्यार्थी प्रश्न विचारतच राहिला. ''सप्तांग म्हणजे काय?''

यावर आचार्यांचं उत्तर सखोल आणि गहन होतं. त्यांनी सविस्तर समजावून सांगायला सुरुवात केली.

सप्तांग - राज्याचे सात अंग किंवा घटक

''सप्तांग म्हणजेच *सप्त* (सात) आणि *अंग* (घटक).''

चाणक्य पुढे म्हणाले, ''राज्याच्या या सात भागांना 'प्रकृती' असंही म्हणतात. प्रकृती म्हणजेच निसर्ग. राज्याचे हे सात घटक हेच प्रांताचे किंवा देशाचे नैसर्गिक घटक असतात.

''एकदा हे सात घटक व्यवस्थितपणे समजले की, मग ते एकत्रित आणि अखंडित ठेवण्याची जबाबदारी राजाची किंवा नेत्याची असते. या सातही भागांची व्यवस्थित काळजी घेतली जात आहे, याची खात्री त्याने करायला हवी. त्यांना एकत्र (संयुक्त), सज्ज आणि कार्यरत ठेवल्याने राज्याचं रूपांतर आदर्श राज्यात होतं. जे सर्वांना आनंदी ठेवण्यासाठी एखाद्या वंगण केलेल्या यंत्रासारखं कार्य करत राहतं.''

चौकस राजकुमाराने मग प्रश्न केला, ''राज्याचे हे सात घटक नक्की कोणते?''

चाणक्यांनी त्यांना अपेक्षित असलेला आदर्श राज्याचा नमुना मांडला :

> ''स्वामी, अमात्य, जनपद, दुर्ग, कोष, दंड, मित्र - इति प्रकृतीय.'' (६.१.१.)
>
> (राजा, मंत्री, देश (नागरिक), राजधानी, खजिना, सैन्य आणि मित्रदेश/मित्रराज्य - हे (राज्याचे) घटक आहेत.

''राज्याचे हे सात घटक सविस्तरपणे समजून घे. मगच तुला नेता म्हणून तुझी भूमिका काय आहे, हे समजेल. *अर्थशास्त्राचा* नीट अभ्यास कर. आपल्या राज्यात परत गेल्यावर तुला याच शिकलेल्या सात कल्पनांचा उपयोग तिथे करायचा आहे.'' गहन अंतर्दृष्टीने चाणक्यांनी घोषित केलं.

विद्यार्थ्याला स्वतःच्याच विचारांत सोडून ते निघून गेले. आपल्या वडिलांनी आपल्याला या गुरुकुलात का पाठवलं, आपण *अर्थशास्त्राचा* अभ्यास का करत आहोत, हे त्या राजकुमाराला आता समजलं होतं - एक महान नेता बनण्यासाठी. असा नेता, ज्याला फक्त उत्तम शासन कसं करावं एवढंच नाही, तर योग्य विचार कसा करावा (आन्विक्षिकी) हेही समजतं.

या अध्यायात आपण सप्तांगांबद्दल सविस्तर माहिती मिळवणार आहोत. याला आपण विचार करण्याची सात परिमाणं असं म्हणू या.

एकदा का हा नमुना आपण शिकलो की त्याचा ताबडतोब उपयोग करणं, हे आपल्या हातात आहे. त्याचा वापर करणं अगदी सहज होऊन जातं. नेत्याच्या भूमिकेबद्दल आपल्याला स्पष्टता येते. विचारांच्या या सात परिमाणांच्या निरीक्षणातून, कोणीही आपोआपच नेत्यासारखा विचार करू लागेल.

चला तर मग, राज्याच्या सात घटकांपैकी प्रत्येक घटक आपण सविस्तर समजून घेऊ या. (*अर्थशास्त्रातील,* सहावा खंड, पहिल्या अध्यायातील, ९६वा विभाग – 'मूळ घटकांची उत्कृष्टता' हा पूर्णपणे या विषयाला वाहिलेला आहे.)

१. स्वामी (राजा)
२. अमात्य (मंत्री)
३. जनपद (देश)
४. दुर्ग (राजधानी)
५. कोष (खजिना)
६. दंड (सैन्य)
७. मित्र (सहयोगी/मित्रराष्ट्र)

हे सात घटक समजून घेतल्यानंतर आपल्याला विचार करायच्या सात परिमाणांची समज येईल.

१. स्वामी (राजा)

राजा हा राज्याचा सर्वांत महत्त्वाचा घटक असतो. तो किंवा ती एखादी संघटना बनवूही शकतात किंवा मोडूही शकतात. चाणक्य सप्तांगांची सुरुवात ही चांगला नेता घडवण्यातून करतात. नेतृत्वावर आणि नेतृत्ववादी विचारांवर किती गोष्टी अवलंबून असतात, हे त्यांना माहीत होतं.

सर्वोच्च पदावरील हा मनुष्य तुम्हाला जर योग्य मिळाला तर, इतर सर्व काही व्यवस्थित पार पडतं. तो बोटीचा कप्तान असतो. दिशा दाखवणं हे नेत्याचं मुख्य कार्य असतं. नेमकं काय करावं हे नेत्याशिवाय आपल्याला कळत नाही.

२. अमात्य (मंत्री)

नेतृत्वाचा दुसरा स्तर हा मंत्र्यांचा असतो. हे स्त्री–पुरुष राजाच्या आतल्या गोटातील माणसं असतात. ते राजाचे सल्लागारसुद्धा असतात आणि त्यांनी चांगले प्रशासक असणं अपेक्षित असतं. त्यांनी सतत सावध आणि कार्यरत असलं पाहिजे. राज्यात सगळीकडे काय घडतंय, याची त्यांना माहिती हवी. मंत्री हे राजाचे कान आणि डोळे असतात.

३. जनपद (देश)

नागरिक, राजा आणि मंत्री राज्याचं नेतृत्व करतात, म्हणजे प्रत्यक्षात ते कोणाचं नेतृत्व करतात? तर, लोकांचं. म्हणूनच नागरिकांशिवाय राज्यच उरत नाही. पाठिंबा देणाऱ्यांशिवाय (अनुयायांशिवाय) नेताच उरत नाही. नागरिकांमुळे राज्य अस्तित्वात येतं. याच लोकांची काळजी नेत्याने घेणं अपेक्षित असतं.

''माझं अस्तित्व हे या लोकांची सेवा करण्यासाठी आहे. त्यांच्या आनंदातच माझा आनंद आहे. या लोकांवरच माझं लक्ष केंद्रित आहे. त्यांच्या हितासाठी आणि समृद्धीसाठी मी काहीही करायला तयार आहे.'' असा एका चांगल्या नेत्याचा दृष्टिकोन हवा.

४. दुर्ग (राजधानी)

मूलभूत संरचना. आधीच्या काळात लोक एक तर गावांत किंवा शहरांत (राजधानीत) राहत. राजधान्यांना तटबंदी केलेली असायची आणि राजधानीत प्रवेशाला अटकाव असायचा. या तटबंदी केलेल्या शहरात काही लोकवस्त्या असायच्या, ज्यामुळे राज्याची महत्त्वाची मूलभूत संरचना तयार होत असे.

चांगल्या संरचनेची निर्मिती करणं, हे नेत्याच्या दृष्टीने अत्यंत महत्त्वाचं असतं. या राजधानीत घरं, पाण्याचे साठे, बाजार असत, जिथे नागरिक सामाजिक आणि आर्थिक उपक्रमांत भाग घेत.

५. कोष (खजिना)

हा राज्याचा एक अत्यंत महत्त्वाचा घटक आहे. खजिन्याचं योग्यरीत्या व्यवस्थापन करणं, ही नेत्याची एक महत्त्वाची भूमिका असते. पुरेसा महसूल जमा होत आहे याची खात्री करणं आणि खर्चाचं काळजीपूर्वक मोजमाप करणं, हे त्याचं काम असतं. खजिनदाराची *(कोष-अध्यक्ष)* भूमिका अर्थव्यवस्था मजबूत ठेवण्याची असते.

स्वामी हे अमात्यांबरोबर उत्तम आर्थिक धोरणं ठरवतात. या आर्थिक धोरणांचा उपयोग व्यापारासाठी, व्यवसायांच्या वृद्धीसाठी, संपत्तीच्या निर्मितीसाठी आणि त्यानंतर संपत्तीच्या अभिसरणासाठी (प्रसार) व वितरणासाठी होतो.

६. दंड (सैन्य)

एक सामर्थ्यशाली, सुव्यवस्थापित सैन्य ही राज्याची ताकद असते. सैन्य फक्त देशाबाहेरील धोक्यांपासून देशाचं संरक्षण करत नाही, तर देशातील

दंगलींपासूनसुद्धा संरक्षण करतं. उत्तम प्रशिक्षण मिळालेलं आणि सुसज्ज असं सैन्य ही देशासाठी अभिमानाची गोष्ट असते.

सेना म्हणजे फक्त लष्करी सामर्थ्य नव्हे. सैनिक जनमानसामध्ये देशभक्तीची भावना जागृत करतात. म्हणून ते नागरिकांसाठी आदर्शसुद्धा असतात.

७. मित्र (मित्रराष्ट्र)

राज्य केवळ अंतर्गत वाढीमुळेच नाही, तर विदेशी संबंधांमुळे शक्तिशाली बनतं. चांगल्या आणि वाईट, दोन्ही काळांत उत्तम परराष्ट्र धोरण असणं खूप महत्त्वाचं आहे. मित्रराष्ट्र एकमेकांना मदत करतात. मित्रराष्ट्र तुम्हाला शक्तिवान बनवतात.

नेता हा एका शिखरावर असतो. पण अजूनही कैक शिखरं (जगात) असतात. म्हणूनच इतर नेत्यांशी आपले नातेसंबंध दृढ व्हावे यासाठी प्रयत्न करणं अतिशय महत्त्वाचं आहे.

जेव्हा आपण हे सातही घटक एकत्र आणतो, तेव्हा त्याचा मथितार्थ काहीसा असा होतो : ''चांगल्या मंत्र्यांच्या मार्गदर्शनाखाली, लोकांच्या आनंदासाठी, उत्तम मूलभूत संरचना, भरलेला खजिना, शक्तिवान आणि शिस्तबद्ध सैन्य सोबत घेऊन आणि उत्तम विदेशी संबंध ठेवणारा, एक उत्तम नेता हे सर्व मिळून एक महान राज्य घडतं.''

हाच आहे भव्य चित्राचा विचार करणं, आन्विक्षिकी.

चाणक्य आपल्याला फक्त 'काय' हे सांगत नाहीत, तर 'कसं', हेसुद्धा सांगतात.

राज्याचे सात महत्त्वाचे घटक कोणते, हे समजवून सांगितल्यानंतर चाणक्य आपल्याला ते सात घटक निर्माण करण्याचा मार्गसुद्धा दाखवतात. विचार करण्यासाठी आवश्यक ती सात मुख्य परिमाणं विकसित करायला ते आपल्याला मदत करतात.

विचार करण्याचे पहिले परिमाण : स्वामी

प्रत्येक देशात, संघटनेत किंवा गटात नेत्याची गरज असते. पण चांगला नेता कोणता हे कसं ओळखावं? चांगला नेता निर्माण कसा करावा?

आता चाणक्य 'सात घटकांतील प्रत्येक घटकाच्या श्रेष्ठ गुणां'कडे येतात. हे गुण व्यक्तीत असायला हवेत. जर नसतील, तर ते समजून घेऊन त्यांचा विकास करता येतो. राजांना प्रशिक्षण देण्यात चाणक्य प्रवीण होते.

म्हणूनच ते आदर्श नेत्याची (राजर्षी) निर्मिती कशी करावी, इथपासून सुरुवात करतात.

ते म्हणतात :

> ''श्रेष्ठ कुटुंबात जन्मलेला, भाग्यवान असलेला, बुद्धिमत्ता आणि जीवनोद्देश लाभलेला, वडीलधाऱ्या व्यक्तींचं अवलोकन करणारा, धार्मिक वृत्तीचा, नेहमी खरं बोलणारा आणि दिलेलं वचन पाळणारा, कृतज्ञ, उदारमतवादी, ऊर्जावान असलेला आणि मंद (आळशी) नसलेला, शेजारच्या कमकुवत राजपुत्रांशी करारी (वागणारा), नीच मंत्रिमंडळ नसलेला, प्रशिक्षण घेण्यासाठी उत्सुक आणि सहज संपर्क साधता येईल असा : हे उत्तम राजाचे गुणधर्म आहेत.'' (६.१.३)

यांतील काही गुण स्वत: चाणक्यांनी शोधलेले आहेत. आपल्या तीक्ष्ण बुद्धीने आणि योजनात्मक विचारसरणीने चाणक्य नेतृत्व करण्याचं सामर्थ्य असणारी माणसं शोधत.

श्रेष्ठ कुटुंबात जन्मलेला : इथे श्रेष्ठ म्हणजे शाही किंवा श्रीमंत असा अर्थ नसून उदात्त गुणांनी युक्त असलेलं कुटुंब, असा अर्थ आहे. कुटुंबाच्या संस्कारांतून मनुष्य घडतो. अशा प्रकारच्या श्रेष्ठ कुटुंबात जन्मलेली माणसं कुठलीही चूक करण्याआधी खूप वेळा विचार करतात. त्यांना एक वारसा असतो. त्यांच्या पूर्वजांनी जी तत्त्वं जिवापाड जपली, ती त्यांनी राखणं गरजेचं असतं.

भाग्यवान असलेला : लक्षात घेण्यासारखी बाब आहे की, चाणक्य 'नशीब' किंवा 'भाग्य' हे नेतृत्वासाठी महत्त्वाचं मानतात. योग्य वेळी, योग्य जागी असलेल्या व्यक्तीला यश सहजासहजी मिळतं. योग्य व्यक्तीला चुकीच्या ठिकाणी विषण्ण वाटतं. तसंच, चांगलं भाग्य हा काही फक्त नशिबाचा खेळ नाही. ते पूर्वी केलेल्या मेहनतीचं अचानकपणे मिळालेलं फळ असतं. चांगल्या गोष्टी अशाच भाग्यवान लोकांकडे आकर्षित होतात.

बुद्धिमत्ता आणि जीवनोद्देश : नेत्याने बुद्धिमान आणि गतिमान असणं गरजेचं आहे. काही नेते नुसत्या योजना आखतात आणि विचार करत बसतात; तर काही विचार न करता काहीही करत राहतात. 'कामाची योजना करा आणि योजनेवर काम करा' हे उत्तम संयोजन आहे. एका म्हणीप्रमाणेच, जेव्हा तुम्ही योजना करायला चुकता, तेव्हा तुम्ही चुकायचीच योजना करता. नियोजन आणि अंमलबजावणीचा आदर्श संगम आपल्यात हवा.

वडीलधाऱ्या व्यक्तींचं अवलोकन करणारा : महान नेते स्वत:हून थोर लोकांच्या सान्निध्यात राहतात. आधीच्या काळी (किंवा अगदी आजही) सच्चे नेते

आपल्या जवळच्या मोठ्या माणसांकडून मार्गदर्शन मिळवत. यांमध्ये पालक, गुरुजन आणि भेटलेल्या इतर थोर माणसांचा समावेश असतो. असं म्हटलं जातं की, जो आपल्या वडीलधाऱ्यांची सेवा करतो, त्याला सतत सद्‌भाग्याचा आशीर्वाद मिळतो.

धार्मिक वृत्तीचा, नेहमी खरं बोलणारा आणि दिलेलं वचन पाळणारा : धार्मिक मनुष्य सद्‌गुणी आणि सद्‌वर्तनी असतो. अशी माणसं उत्तम नैतिक चारित्र्याची असतात, जे नेत्यामध्ये असणं आवश्यक आहे. त्याचबरोबर, नेत्याने विश्वासार्ह असणं गरजेचं असतं. एकदा त्यांनी वचन दिलं की, जीव गेला तरी ते पूर्ण करायला हवं. ते सत्य तर बोलतातच, पण सत्य प्रत्यक्षात उतरवूनही दाखवतात.

कृतज्ञ, उदारमतवादी, प्रचंड ऊर्जा असलेला आणि मंद (आळशी) नसलेला: नेते आपल्या यशासाठी इतरांप्रति कृतज्ञ आणि आभारी असतात. यामुळेच ते स्वभावाने नम्र असतात. ते विचारांनी उदारमतवादी असतात. खुल्या मनाने ते नवीन कल्पनांचं स्वागत करतात. ते मोकळेपणाने विचार करतात आणि अभिनव कल्पनांची प्रशंसा करतात. नावीन्यपूर्णतेवर आणि सर्जनात्मकतेवर त्यांचा विश्वास असतो आणि त्यांच्यात प्रचंड ऊर्जा असते. नेत्यांना प्रयोग करून बघायला आवडतं. ते उत्साही असतात आणि आजूबाजूच्या सर्वांना उत्साही बनवतात. ते मंद, संथ किंवा आळशी नसतात. ते पटापट निर्णय घेतात आणि वेगाने पुढे जातात.

शेजारील कमकुवत राजपुत्रांशी करारी (वागणारा), नीच मंत्रिमंडळ नसलेला : इतरांचा कमकुवतपणा ही आपली ताकद बनू शकते. म्हणून जर राजाचे शेजारी कमकुवत असतील, तर त्याला बरेच फायदे आहेत. दुर्बळ राजाने बलवान राज्यावर आक्रमण करण्याची शक्यता फारच कमी असते. नेत्याने कणखर आणि करारी असलं पाहिजे. एकदा निर्णय घेतला की, तो अविचल राहिला पाहिजे. नेत्याने निःस्वार्थी तर असलंच पाहिजे; पण आपलं मंत्रिमंडळसुद्धा निःस्वार्थी असल्याची खात्री त्याने केली पाहिजे, नाहीतर ते त्याला चुकीचा सल्ला देऊ शकतात.

प्रशिक्षण घेण्यासाठी उत्सुक आणि सुलभ : नेहमी नवीन गोष्टी शिकण्याची तयारी असणं, हा नेतृत्वाचा गुण आहे. इतरांना प्रशिक्षण देण्यासही नेते महत्त्व देतात. नेते हेच नेत्यांची पुढची पिढी घडवत असतात. त्यांना स्वतःला चांगलं प्रशिक्षण मिळालेलं असतं आणि ते इतरांनाही चांगलं प्रशिक्षण देतात. 'सर्वांसाठी खुला दरवाजा' हे त्यांचं धोरण असतं. त्याच्या किंवा तिच्या मदतीची आणि आधाराची गरज ज्या ज्या व्यक्तीला हवी आहे, त्यांना भेटण्यास ते नेहमी

उपलब्ध असतात. आपल्या व्यस्त कामकाजातून वेळात वेळ काढून सर्वांना सामावून घेतील, एवढे मोठ्या मनाचे नेते असतात.

विचार करण्याचे दुसरे परिमाण : अमात्य

नेत्याची निवड करणं महत्त्वाचं आहेच, पण चाणक्यांच्या दृष्टीने राजाचा गट, त्याचे सल्लागार आणि विश्वासार्ह निकटवर्तीय यांची निवड करणंसुद्धा तेवढंच महत्त्वाचं आहे. हे त्याचे अमात्य किंवा मंत्री असतात.

सक्षम मंत्र्याचा शोध घेताना, चाणक्य त्याच्यात खाली गुण पाहतात :

> "देशाचा रहिवासी, उच्च कुळात जन्मलेला, ताब्यात ठेवायला सोपा, कलांमध्ये पारंगत, शास्त्रांत गती असलेला, बुद्धिमान, खंबीर, कुशल, प्रभावी वक्ता, धाडसी, तल्लख बुद्धीचा, ऊर्जा आणि सामर्थ्याने संपन्न, संकटं झेलू शकणारा, प्रामाणिक, मैत्रीपूर्ण, एकनिष्ठ, चारित्र्याने परिपूर्ण, बलशाली, आरोग्यपूर्ण आणि चैतन्याने संपन्न असा, ताठर आणि चंचल नसलेला, प्रसन्न असणारा (आणि) वैरभाव निर्माण न करू बघणारा - हे एका उत्तम मंत्र्याचे गुणधर्म आहेत." (१.९.१.)

देशाचा रहिवासी, उच्च कुळात जन्मलेला : अमात्य हा त्याच ठिकाणचा असला पाहिजे. तेव्हाच त्याला तेथील मूलभूत अडचणींची समज असेल. शिवाय, त्यामुळे राज्याचे रहिवासी अधिकच स्वदेशाभिमानी होतील. राष्ट्रबांधणीची बांधिलकी यामुळे घट्ट होईल. पुन्हा, उच्च कुळात जन्मलेला (स्वामीसारखाच) म्हणजे चांगले संस्कार असलेल्या घरात जन्मलेला. चारित्र्य सर्वप्रथम घरीच आकार घ्यायला सुरुवात करतं.

ताब्यात ठेवायला सोपा, कलांमध्ये पारंगत, शास्त्रांत गती असलेला : चाणक्य आपल्याला सावध राहण्याची सूचना करत आहेत. अमात्यांवर बरेच अधिकार सोपवलेले असतात आणि ते त्यांचा गैरवापर करण्याचा धोका नेहमीच असतो. म्हणूनच त्यांना ताब्यात ठेवणं हे अतिशय महत्त्वाचं असतं. मंत्र्याने विविध कलांचेसुद्धा उत्तम प्रशिक्षिण घ्यायला हवं. त्यानेच त्यांचा दृष्टिकोन विस्तारतो. बारीकसारीक गोष्टी टिपणारे ते उत्तम विचारवंत असायला हवेत. आणि राज्यशास्त्र हासुद्धा त्यांच्या मनोरचनेचा घटक हवा.

बुद्धिमान, खंबीर, कुशल, प्रभावी वक्ता : आन्विक्षिकीचं - योग्य रीतीने विचार कसा करायचा या शास्त्राचं - प्रशिक्षण अमात्यांनाही दिलं जातं. राजाला मार्गदर्शन

करण्यासाठी बुद्धीची गरज असते. एक चांगला विचारवंत इतरांच्या विचारांनाही उंची देऊ शकतो. त्याचबरोबर मंत्र्यांनी खंबीर असणं, चिकाटी न सोडणं आवश्यक आहे; त्यांनी सहजासहजी हार मानता कामा नये. त्यांनी कुशल आणि चपळही असणं गरजेचं आहे. शिवाय त्यांना उत्तम प्रकारे संवाद साधता आला पाहिजे. त्यांच्या भावभावना आणि वाणीमुळे त्यांच्या व्यक्तिमत्त्वात भर पडते.

धाडसी, तल्लख बुद्धीचा, ऊर्जा आणि सामर्थ्याने संपन्न असा : गरजेच्या जोखमी उचलण्याचं धाडस मंत्र्यांमध्ये हवं. तो किंवा ती स्वभावाने तल्लख, हुशार आणि तीक्ष्ण बुद्धीचे असायला हवे. कोणत्याही परिस्थितीत काय करायचं, हे अशाच व्यक्तीला कळतं. याबरोबरच त्याला किंवा तिला ऊर्जा आणि शक्ती पसरवता आली पाहिजे. एक धीट मनुष्य इतरांनासुद्धा आत्मविश्वास वाढवण्याची प्रेरणा देतो.

संकटं झेलू शकणारा, प्रामाणिक, मैत्रीपूर्ण, एकनिष्ठ : मंत्री जरी त्रास सहन करू शकत असेल, संकटं झेलू शकत असेल, धीट असेल तरीही तो घमेंडखोर, मगरूर नसावा. तर, इतरांबरोबर त्याचे मैत्रीपूर्ण संबंध असावेत. व्यवहारांच्या बाबतीत मंत्र्याने प्रामाणिक आणि विश्वासार्ह असावं. मंत्र्यांनी आपल्या राजाशी आणि देशाशी पूर्णपणे एकनिष्ठ असावं.

चारित्र्य, सामर्थ्य, स्वास्थ्य आणि चैतन्याने संपन्न असा : स्वास्थ्याचे अनेक प्रकार असतात – शारीरिक स्वास्थ्य, चारित्र्याचं स्वास्थ्य आणि मानसिक स्वास्थ्य. मंत्र्याने निरोगी असलं पाहिजे; निरोगी माणसं अधिक योग्य विचार करू शकतात. स्वतःच्या शरीराची काळजी घेण्यात व्यग्र राहण्यापेक्षा मंत्र्यांनी देशाच्या समस्या हाताळल्या पाहिजेत. शिवाय ते कार्य करण्यासाठी सदैव तत्पर, चैतन्यपूर्ण असले पाहिजेत.

ताठर आणि चंचल नसून, प्रसन्न असणारा (आणि) वैरभाव निर्माण न करू बघणारा : मंत्र्याने लवचीक असावं, पण चंचल नसावं. तो आपुलकी वाटेल असा आणि सुस्वभावीदेखील असावा. इतरांना आकर्षित करून घ्यायची त्याच्यात किंवा तिच्यात क्षमता हवी. राजांमधील, किंवा अगदी कट्टर शत्रूंमधील संबंधांवर मंत्री प्रभाव पाडू शकतात. त्यामुळे तो वैरभाव निर्माण करू बघणारा नसावा.

विचार करण्याचे तिसरे परिमाण : जनपद

लोक जिथं राहतात, ती जागा म्हणजे देश. चाणक्यांच्या मते, नेत्याने अख्खा देश (जनपद) विचारात घेतला पाहिजे. जे लोक शहरांत, वरच्या वर्गात राहतात

त्यांच्यापेक्षाही अधिक जास्त लक्ष हे समाजातील खालच्या स्तरातील लोकांकडे दिलं पाहिजे.

आणखी एक पाऊल पुढे टाकत चाणक्य म्हणतात की, राज्याची *प्रजा* (नागरिक) म्हणजे फक्त माणसं नाहीत, तर त्यात पशुपक्षी, झाडं, जलस्रोत आणि खनिजं या सर्वांचाही समावेश असतो. याच सर्वांचा आणि सगळ्यांचा विचार करणं, संपूर्णतेचा विचार करणं म्हणजे आन्विक्षिकी.

ग्रामीण भागात राहणाऱ्या लोकांच्या संरक्षणाचा विचार मनात ठेवून चाणक्य देशाचे उत्कृष्ट गुण (श्रेष्ठता) सांगतात :

> ''मध्यवर्ती आणि सीमेलगतच्या भागांत बलवान स्थानं असलेलं, संकटकाळात स्वत:ची आणि इतरांची काळजी घेऊ शकणारं, संरक्षण करायला सुकर, उदरनिर्वाहासाठी उत्तम साधनं पुरवू शकणारं, शत्रूप्रति, शेजारील कमकुवत राजकुमारांप्रति द्वेष असणारं, दलदल, खडकाळ, काटेरी झुडुपं आणि उजाड जमीन तसेच हिंस्र जंगली श्वापद व ओसाड रान नसलेलं, रमणीय, शेतजमिनी, खाणी, हत्ती आणि उपयुक्त वनस्पतींची जंगलं, सुरक्षित कुरणं यांनी व्यापलेलं, माणसांसाठी उपकारक, पाण्यासाठी पावसावर अवलंबून नसणारं, पुरेसे जल आणि भूमार्ग असलेलं, विविध मौल्यवान वस्तू ताब्यात असलेलं, कर आणि दंड यांचा भार पेलू शकणारं, आपल्या कामाशी एकनिष्ठ असणाऱ्या शेतकऱ्यांनी युक्त असणारं, ज्ञानी स्वामी असलेलं, जास्त करून खालच्या वर्णाच्या माणसांची वस्ती असलेलं, निष्ठावान आणि प्रामाणिक माणसं असलेलं – असं जनपद (देश) उत्कृष्ट असतं.'' (६.१.८)

मध्यवर्ती आणि सीमेलगतच्या भागांत बलवान स्थानं असलेलं : गावांना आणि गावकऱ्यांना संरक्षणाची गरज असते. ग्रामीण भागांत, विशेषतः सीमेजवळच्या भागांत शत्रू देशात घुसखोरी करण्याच्या प्रयत्नांत असू शकतो. म्हणूनच ग्रामीण भागांची स्थिती मजबूत ठेवणं अत्यंत महत्त्वाचं आहे. हल्ल्यांपासून मुक्त आणि मध्यवर्ती भागात वसलेली गावं समृद्ध होतात आणि तिथे राहणारी माणसं अधिक आनंदी असतात.

संकटकाळात स्वत:ची आणि इतरांची काळजी घेऊ शकणारं : नैसर्गिक आपत्ती बऱ्याचदा ओढवू शकते. जेव्हा अशा दु:खद घटना घडतात तेव्हा स्वत:चं संरक्षण करण्यासाठी देश सक्षम हवा. सरकारी विभागांमध्ये आता आपत्ती व्यवस्थापनाचे

संघ असतात. पण अशा संकटांचा प्रतिकार करायला एक अंतर्गत यंत्रणासुद्धा आवश्यक असते. आपत्ती ओढवल्यावर गाव स्वत:चं रक्षण करू शकतं का? रक्षण करणं सोपं जावं, म्हणून योजना केल्या पाहिजेत.

उदरनिर्वाहासाठी उत्तम साधनं पुरवू शकणारं : स्थलांतरामागचं मुख्य कारण रोजगार मिळवण्याचं असतं. जर त्याची हमी असेल, तर देशाचं पर्यावरण/वातावरण चांगलं होईल. म्हणून मेहनत करून पैसे कमावण्याची संधी लोकांना देणं, हे अतिशय महत्त्वाचं आहे. माजी राष्ट्रपती ए.पी.जे अब्दुल कलाम यांनी 'पुरा' (प्रोव्हायडिंग अर्बन ॲमिनिटीज इन रुरल एरियाज – ग्रामीण भागात शहरी सोयीसुविधा पुरवणे) ही एक उत्तम मोहीम सुरू केली होती. या अंतर्गत; शहरवासीयांना मिळणारे सर्व फायदे, सोयीसुविधा या ग्रामीण लोकांना मिळतील.

पाण्यासाठी पावसावर अवलंबून नसणारं : कैक युगे भारत पाण्यासाठी पावसावर अवलंबून राहिलेला आहे. शेतकरी आत्यंतिक मेहनत करतात आणि पावसाची वाट बघत बसतात. जर पुरेसा पाउस पडला नाही, तर त्यांनी सगळी मेहनत वाया जाते. शेतकऱ्यांच्या आत्महत्यांमागील अनेक कारणांपैकी हे एक कारण आहे. म्हणून चाणक्य म्हणतात, ''जनपद केवळ पावसाच्या पाण्यावर अवलंबून राहता कामा नये. सिंचन व्यवस्था, पाण्याचे कालवे आणि पावसाच्या पाण्याची साठवण, या गोष्टींची नक्कीच मदत होईल''.

आपल्या कामाशी एकनिष्ठ असणाऱ्या शेतकऱ्यांनी युक्त असणारं, ज्ञानी स्वामी असलेलं, निष्ठावान आणि प्रामाणिक माणसं असलेलं : देशात राहणाऱ्या लोकांच्या संख्येपेक्षा त्यांचा दर्जा कसा आहे, हे जास्त महत्त्वाचं असतं. म्हणून, शेतकऱ्यांनीसुद्धा आपल्या कामाशी एकनिष्ठ राहावं, असा सल्ला चाणक्य देतात. कामाची संस्कृती आणि नैतिकता ही कोणत्याही संघटनेकरता किंवा देशाकरता महत्त्वाची असते. गावांत ज्ञानी माणसं असायला हवीत. अशी माणसं लोकांचे व्यक्तिगत मार्गदर्शक आणि सल्लागार असतात. ती माणसं निष्ठावान आणि प्रामाणिक होतील, याची खात्री करतात.

विचार करण्याचे चौथे परिमाण : दुर्ग

पुढील प्राधान्य किल्ल्याची संरचना कशी असावी आणि त्याचं बांधकाम कसं करावं, या गोष्टीला आहे. दुर्गरचनेबाबत चाणक्यांनी खूप विचार केलेला होता.

अर्थशास्त्रातील दुसऱ्या खंडातील, तिसऱ्या अध्यायातील 'किल्ल्यांचं बांधकाम (पस्तीस सूत्रं)' हा एकविसावा विभाग पूर्णपणे याच विषयाला समर्पित आहे.

किल्ल्यांच्या उत्कृष्टतेबद्दल चाणक्य म्हणतात :

> ''आपल्या देशाच्या सीमेवर चारही बाजूंना, त्याने निसर्ग-निर्मित किल्ला बनवावा, जो युद्धासाठी सुसज्ज असेल, पाण्याने घेरलेला, (किंवा) पाण्यामध्ये असलेल्या बेटावर किंवा पाण्यामुळे प्रवेश बंद झालेल्या उंच भूभागावर; किंवा दगड किंवा गुहा असलेला डोंगरी किल्ला; किंवा निर्जल आणि निर्वृक्ष असलेला, ओसाड प्रदेशातला वाळवंटी किल्ला; किंवा दलदल, झाडं-झुडूपं आणि वृक्षांनी घेरलेला जंगली किल्ला, असा असावा.'' (२.३.२१)

किल्ल्यांची निर्मिती अनेक हेतूंसाठी केली जायची.

बाहेरून होणाऱ्या हल्ल्यांपासून राज्याचं संरक्षण करणं इथपासून ते देशाच्या संपत्तीची खजिन्यात सुरक्षा करण्यापर्यंत अनेक कामं किल्ले पार पाडत. शिवाय राजा, मंत्री आणि इतर महत्त्वाची माणसंसुद्धा किल्ल्यातच निवासाला असत.

आदर्श किल्ला बांधण्यासाठी चाणक्यांनी सुचवलेल्या काही कल्पनांचा आपण विस्ताराने विचार करू या.

त्याने लढाईसाठी सज्ज असलेला, निसर्ग-निर्मित किल्ला बनवावा : जास्तीतजास्त नैसर्गिक सामग्री वापरून चाणक्यांनी किल्ल्यांची निर्मिती केली होती. याचाच अर्थ असा होतो की, त्यांचे किल्ले हे निसर्गाच्या मध्यभागी बनवलेले होते. साहजिकच निसर्ग हा सर्वांत मोठा संरक्षक आणि किल्ल्यांच्या, राजधानीच्या बांधकामासाठी लागणाऱ्या कच्च्या मालाचा प्रमुख स्रोत होतो. किल्ला नेहमी हल्ले हाताळण्यासाठी सज्ज असला पाहिजे. हत्यारं आणि इतर युद्धसामग्रीचा पुरेसा साठा किल्ल्यात असायला पाहिजे.

त्याने सामान साठवण्यासाठी व्यवस्था करायला हवी (२.३.३३) : अन्नधान्य, पशूंसाठी चारा, खजिना आणि रत्नमाणकं साठवण्यासाठी दुर्गात सुविधा केल्या पाहिजेत. नैसर्गिक (भूकंप आणि पूर यांसारख्या) किंवा मानवनिर्मित (युद्धं आणि दंगलींसारख्या) संकटांच्या काळात दुर्गात जीवनावश्यक गोष्टींची व्यवस्थित तरतूद केलेली हवी.

त्याने शहराच्या मध्यभागी देवदेवतांची मंदिरं आणि प्रार्थनागृहं बांधायला हवीत (२.४.१७) : नगर रचनेची भारतीय संकल्पना अत्यंत आध्यात्मिक वृत्तीची आहे. म्हणून कुठल्याही नगराच्या मध्यवर्ती भागात देवळं बांधलेली असत. ही पद्धत आजही अस्तित्वात आहे. देवळांवरून नावं पडलेली काही शहरं म्हणजे, कोलकाता (काली मातेचं मंदिर), मुंबई (मुंबा देवीचं मंदिर), तिरुअनंतपुरम (अनंत - विष्णूचं मंदिर), मदुराई (मदुराई मीनाक्षी देवीचं मंदिर), रामेश्वरम (रामाचं मंदिर).

वास्तुकलेच्या योजनेत ही संकल्पना चाणक्यांनी रुजवली होती. मंदिर असलेली ही शहरांची संकल्पना मोठ्या प्रमाणात वापरली गेली आणि याच नमुन्यांवर दुर्ग बनवले गेले.

विचार करण्याचे पाचवे परिमाण : कोष

चाणक्यांच्या पुस्तकाचा गाभा, असं आपण या परिमाणाला म्हणू शकतो.

चाणक्य हे या जगात होऊन गेलेले, सर्वोत्कृष्ट अर्थकारणाचे एक विचारवंत होते. त्यांच्या आर्थिक धोरणांच्या साहाय्याने, भारत आर्थिक महासत्ता आणि त्या काळातील जगातला सगळ्यात श्रीमंत देश झाला.

चाणक्यांच्या विचारसरणीत, देशाच्या आर्थिक हिताचा सातत्याने विचार करणारा एक अर्थशास्त्रज्ञ दडून बसलेला होता. याचबरोबर त्यांनी देशाची बांधणी फक्त योग्य आर्थिक धोरणांवरच नाही, तर आध्यात्मिक तत्त्वांवर केली होती.

तर, चांगल्या खजिन्याचे गुणधर्म काय असतात?

> ''स्वत: किंवा पूर्वजांनी कायदेशीर पद्धतीने मिळवलेला, मुख्यत्वे सोनं आणि चांदी याने भरलेला, विविध प्रकारचे दागदागिने आणि रोकड असलेला, असं एखादं दीर्घकालीन संकट ज्यामध्ये कोणतंही उत्पन्न होत नसतानाही ते सहन करू शकणारा - असा खजिना हा उत्तम खजिना असतो.'' (६.१.१०)

खजिना किंवा कोषागार हा देशाचा किंवा कोणत्याही संघटनेचा कणा असतो.

राज्यातील प्रत्येक व्यक्तीच्या हितासाठी एक भक्कम आणि सु-व्यवस्थापित खजिना महत्त्वाचा असतो.

त्यांना नेमकं काय म्हणायचं आहे, याचा सखोल विचार करू या.

स्वत: किंवा पूर्वजांनी कायदेशीर पद्धतीने मिळवलेला : चाणक्य फक्त *अर्थशास्त्राचे* नाही तर कायद्याचेही महान विचारवंत होते. संपत्ती निर्माण करण्याचा प्रसार करत

असतानाच, हे कार्य कायदेशीरपणेच झालं पाहिजे, यावर ते भर देत. आता, कधीतरी वारसाहक्काने एखाद्याच्या हातात पूर्णपणे कायदेशीर नसलेला व्यवसाय येऊ शकतो. उदाहरणार्थ, जर तुमच्या पूर्वजांनी सुरू केलेल्या व्यवसायामध्ये व्यवस्थितपणे कर भरला जात नसेल, तर अशा वेळी पूर्वजांनी केलेल्या चुका आपण सुधारल्या पाहिजेत, असा सल्ला चाणक्य देतात. ही पुढच्या पिढीची जबाबदारी असते.

मुख्यत्वे सोनं आणि चांदी याने भरलेला : मालाची अदलाबदल करणे, नाणी वापरणे, नोटा वापरणे अशा देवाणघेवाणीच्या पद्धतींचा काळानुसार बदल होत होत, आज पैशांची जवळपास सगळी देवाणघेवाण ही डिजिटल स्वरूपात होत आहे. त्या काळी, मालाची अदलाबदल करून व्यापार करण्याची जी पद्धत अस्तित्वात होती ती बदलून, नाणी वापरून औपचारिक स्वरूपात व्यापार करण्याची सुरुवात करणाऱ्या अर्थशास्त्रज्ञांपैकी चाणक्य होते. त्यांनी बनवलेल्या टाकसाळींत व्यापारासाठी सोन्याची आणि चांदीची नाणी बनत.

विविध प्रकारचे मोठे दागदागिने आणि रोकड असलेला : आपल्या आर्थिक योजनांमध्ये, वैविध्यपूर्ण उत्पन्नांचा समावेश असायला हवा म्हणून सोनं-चांदी यांच्यानंतर चाणक्यांनी काही मौल्यवान रत्नांचा साठा करायला सांगितलं आहे. याच प्रकारे, केवळ डिजिटल मालमत्तेवर आपल्याला अवलंबून राहून चालणार नाही. भौतिक मालमत्ता हा एखाद्याच्या संपत्तीमधील एक महत्त्वाचा भाग असतो, म्हणून समतोल राखला गेला पाहिजे. आपात्कालीन घटनांसाठी म्हणून काही रोख रकमेचासुद्धा साठा केला पाहिजे.

एखादं संकट दीर्घ काळासाठी आलं, तरी ते सहन करू शकणारा : 'विमा' या संकल्पनेचा प्रसार करण्यासाठी चाणक्य ओळखले जायचे. वाईट काळ आणि आपत्ती कधीही ओढवू शकतात, यावर त्यांचा विश्वास होता. एक हुशार मनुष्य त्यांना तोंड द्यायला तयार असतो. म्हणून एखादं संकट जर आलंच, तर ते जास्त काळ टिकूसुद्धा शकतं, याचा विचार मनात ठेवूनच चाणक्य पुढील योजना आखत.

काहीही उत्पन्न होत नाही : पुरेसं उत्पन्न होतं असा काही काळ असतो, अगदी कमी उत्पन्न मिळतं असा काळ असतो आणि काहीही उत्पन्न मिळत नाही, असाही काळ येऊ शकतो. यासाठी मनुष्याने योजना करायला हवी. बचत

करायला हवी, शिल्लक बाजूला टाकायला हवी. प्रदीर्घ काळासाठी काहीच उत्पन्न नाही, अशी कल्पना करून बघा. अशा वेळी काय कराल? कोषागाराला लोकांची (किंवा संघटनेची अथवा देशाची) काळजी घ्यावी लागते. आज आपण निवृत्तीनंतरच्या योजनांचा विचार करतो, म्हणजे उतार वयात कोणतेही निश्चित उत्पन्न नसतानाही आपल्याला आरामात जगता येतं.

विचार करण्याचे सहावे परिमाण : दंड

इतरांना आपली ताकद दाखवण्यासाठी सैन्य अत्यंत महत्त्वाचं असतं. पण सैन्य हे आतून आणि बाहेरून, दोन्हींकडून सशक्त हवं. सैनिकांची आणि अधिकाऱ्यांची निवड काळजीपूर्वक केली पाहिजे. याच प्रकारे आपल्यालाही आपल्या कर्मचाऱ्यांची निवड काळजीपूर्वक केली पाहिजे आणि त्यांची उत्पादनशक्ती वाढावी याकरता त्यांना विशिष्ट कौशल्यांचं प्रशिक्षण दिलं पाहिजे.

मनुष्य हा केवळ एक साधन नसून जिथून सर्व उपक्रम सुरू होतात असा तो 'स्रोत' असतो.

चाणक्यांच्या मते, सैन्यात खालील गुणधर्म बघायला हवेत :

> "वाडवडिलांपासून वारसा घेऊन आलेलं, स्थिरचित्त, आज्ञाधारक, सैनिकांची बायका-पोरं समाधानी असलेलं, प्रवास करण्यासाठी (चाल करून जाण्यासाठी) कधी कुरकुर न करणारं, सर्व ठिकाणी निर्णायक कामगिरी करून दाखवणारं, कष्ट झेलण्याची तयारी असलेलं, अनेक युद्ध लढलेलं, सर्व प्रकारच्या युद्धांमध्ये आणि शस्त्रांमध्ये पारंगत असलेलं, मनात दुसरा काही हेतू नसलेलं, राजाच्या समृद्धीच्या आणि उतरतीच्या काळात एकत्र राहिलेलं, मुख्यत्वे क्षत्रियांचा समावेश असलेलं - असं सैन्य, उत्तम सैन्य असतं." (६.१.११)

वाडवडिलांपासून वारसा घेऊन आलेलं : सैनिक हा आयुष्यभर सैनिकच राहतो. निवृत्त झाल्यानंतरसुद्धा तो आपल्या देशाशी वचनबद्ध राहतो. अशी माणसं आपल्या कुटुंबातील अन्य सदस्यांनाही सैन्यात येण्यासाठी प्रेरित करतात. पिढ्यान्‌पिढ्या सैन्यात सेवा देणाऱ्या कैक कुटुंबांची उदाहरणं आहेत. म्हणूनच चाणक्य सैनिकांच्याच घराण्यातून आलेल्यांची नियुक्ती करण्यास प्रोत्साहन (जास्तीचा एक गुण) देतात.

स्थिरचित्त, आज्ञाधारक : सैनिकाचं किंवा अधिकाऱ्याचं मन चंचल असता कामा नये. ते स्थिर असायला हवं. ते लक्ष्यावर केंद्रित असायला हवं. सशस्त्र

सेनांना जे प्रशिक्षण दिलं जातं, ते प्रत्यक्षात मनाचं प्रशिक्षण असतं. ते लोकांना शिस्तबद्ध, आज्ञाधारक बनवण्यासाठी असतं. सैन्यातील एका म्हणीप्रमाणे, 'आमचं काम काय आणि कसं हे विचारणं नाही, आमचं काम करणं किंवा मरणं आहे.' अशी आज्ञाधारक सेना नक्कीच विजय मिळवते.

सैनिकांची बायका-पोरं समाधानी असलेलं : भ्रष्टाचार घरापासून सुरू होतो. आपल्या उत्पन्नापेक्षा जास्त किंमत असलेली गोष्ट एखाद्याने घरी आणली आणि घरच्यांनी ती नाकारली, तर त्या व्यक्तीला अधिक पैशांची गरजच भासणार नाही. म्हणूनच जर बायका-मुलं समाधानी असतील, तर ते शांतपणे जगतील आणि आपल्या मिळकतीपेक्षा अधिक कशाचीही मागणी करणार नाहीत. सैनिकांना घरून पाठिंबा मिळाला की, देशाच्या गौरवासाठी ते काम करायला तयार असतील.

प्रवास करण्यासाठी (चाल करून जाण्यासाठी) कधी कुरकुर न करणारं, कष्ट झेलण्याची तयारी असलेलं : युद्धभूमीवर जायची वेळ येते, तेव्हा एखाद्याने सुट्टी घेऊन चालत नाही. त्याचबरोबर मोहिमेवर असताना सैन्याला अनेक कष्टांना समोरं जावं लागतं. एखादी शक्तिशाली सेना कधीच उचल खाऊन कूच करणं सोडणार नाही. सेनेला आणि नेत्याला समस्यांवर उपाय शोधून, उपलब्ध असलेल्या सामग्रीच्या साहाय्याने आपलं ध्येय प्राप्त करावं लागतं.

अनेक युद्ध लढलेलं, सर्व प्रकारच्या युद्धांमध्ये आणि शस्त्रांमध्ये पारंगत असलेलं : अनुभवी सैनिक हा अतिशय महत्त्वाचा असतो. युद्धभूमीवर नेमकं काय घडतं, हे अनेक युद्धं लढलेल्यांना माहीत असतं. एका शक्तिशाली सैन्यात, खालच्या फळीवर तरुण आणि उत्साही सैनिकांसोबतच अगदी आतील भागात, अनेक मोहिमांमध्ये भाग घेतलेल्या ज्येष्ठांचा समावेश असतो. या एकत्रीकरणातून प्रचंड यश मिळतं. शिवाय ते विविध युद्धांत वापरण्यात येणाऱ्या विविध शस्त्रांत कुशल असायला हवेत. हे प्रशिक्षणाने साध्य होऊ शकतं.

मनात दुसरा काही हेतू नसलेलं : 'देशाच्या हिताचा विचार सर्वांत आधी, मग संघाच्या हिताचा आणि सर्वांत शेवटी स्वहिताचा' - हे ब्रीदवाक्य सैन्याच्या मनात असतं. म्हणूनच सैन्यातील प्रत्येक मनुष्य निःस्वार्थ हवा. दुसरे कोणतेही हेतू (त्याच्या मनात) असता कामा नयेत. जर आपल्यातील प्रत्येकाने सर्वप्रथम आपल्या देशाच्या हिताचा विचार केला, तर आपला देश महान होईल.

विचार करण्याचे सातवे परिमाण : मित्र

जेव्हा कोणी मदतीसाठी हात पुढे करतं, तेव्हा आपण मदत घेतली पाहिजे आणि वेळ येईल तेव्हा आपणही त्यांना मदत केली पाहिजे. एकत्र येऊन एकमेकांच्या विकासासाठी काम करावं. सर्वांना यश मिळेल, असा विचार करावा. सप्तांगांनी विचार करण्याचं शेवटचं परिमाण म्हणजे मित्र – सहयोगी मित्रराष्ट्रं.

'युद्ध एकट्याने कधी लढू नये,' असा सल्ला चाणक्य देतात. आपल्याबरोबर मित्र असावा. मग योग्य मित्रांची निवड कशी करायची?

चाणक्यांकडे पुन्हा एकदा इष्ट गुणधर्मांची यादी आहेच :

> ''वाडवडिलांच्या काळापासून मैत्रीचे संबंध असलेले, एकनिष्ठ, आत्मसंयमन असलेले, वेगळे हेतू नसणारे, थोर, लढाईच्या वेळी तावडतोब हालचाल करू शकणारे – हे मित्रराष्ट्रांचे उत्कृष्ट गुणधर्म आहेत.'' (६.१.१२)

वाडवडिलांच्या काळापासून मैत्रीचे संबंध असलेले : कौटुंबिक मित्रत्वाचे संबंध असलेल्यांची संकल्पना इथे मांडलेली आहे. जर काही माणसं आपल्या कुटुंबाबरोबर अनेक पिढ्यांपासून मैत्री टिकवून असतील, तर ते नातं काळाच्या ओघात अधिक दृढ होत जातं. कल्पना करा की, जो मित्र लहानपणापासून तुमच्या सोबत आहे, तुमच्या बरोबर वाढलेला आहे तर त्याच्यातील आणि तुमच्यातील बंधन घट्ट, भक्कम असणार. अशी दीर्घ काळ टिकणारी मैत्री देशांमध्येही असते. अशा देशांच्या मागील पिढ्यांमध्ये मैत्री असते आणि वर्तमान पिढीतील नेतेसुद्धा ही मैत्री अखंड ठेवतात.

एकनिष्ठ, आत्मसंयमन असलेले : मैत्रीची खरी परीक्षा वाईट काळात असते. काळ चांगला असतो तेव्हा सगळेच तुमचे मित्र असतात, पण वाईट काळात तुमचे मित्र कोण आहेत, हे कळतं. म्हणूनच सदैव एकनिष्ठ राहणाऱ्या मित्रावर विश्वास ठेवता येतो, असं चाणक्य म्हणतात. तसंच, आत्मसंयम असलेला मित्र, खरा मित्र असतो. जिथे इतर लोक दुर्गुणांशी/व्यसनांशी तुमची ओळख करून देण्याची शक्यता असते अशा वाईट सवयींपासून खरा मित्र तुम्हाला वाचवतो.

लढाईच्या वेळी तावडतोब हालचाल करू शकणारे : चांगला मित्र उत्कृष्ट मित्र बनायला हवा. ज्याच्याकडे आपण, 'बोले तैसा चाले' असा एक आदर्श म्हणून बघू शकू. जेव्हा तुम्हाला गरज असेल, तेव्हा तुमच्या मदतीला यायला, त्याला

आपल्या सामग्रीची हालचाल त्वरेने करता यायला हवी. देशांमधील मैत्रीत आपल्याला दिसून येतं की, भूकंप किंवा तत्सम संकटाच्या काळात, मित्रराष्ट्रं त्वरित मदत पाठवतात आणि युद्धांमध्ये त्यांचं सैन्य मदतीला पाठवलं जातं.

विचारांची ही सात परिमाणं म्हणजे अद्वितीय आणि समग्र नमुने (आदर्श) आहेत. परंतु चाणक्य स्वतःच्या कामाबद्दल नेहमीच टीकाकुशल होते. सप्तांग नमुन्यांचं काम पूर्ण झाल्यावर त्यांनी त्यात असलेल्या दोषांचं विश्लेषण करायला घेतलं. परिपूर्ण देशाची कल्पना करताना त्यांच्याकडून काही सुटलं होतं का?

त्यांनी स्वत: आन्विक्षिकीचा वापर केला आणि एक नवीन परिमाण शोधून काढलं. आपण विचार करण्याच्या या आठव्या परिमाणाबद्दल पुढील अध्यायात जाणून घेऊ या.

५

विचार करण्याचे आठवे परिमाण

विचार करण्याच्या सात परिमाणांचा, सप्तांगांचा आपण नुकताच अभ्यास केला.

मात्र चाणक्य समग्र विचारवंत होते. ते स्वत:ला प्रश्न विचारत, ''ही सात परिमाणं का गरजेची आहेत? त्यांचा उद्देश काय?''

आणि त्यांनी स्वत:ला हे उत्तर दिलं : ''शत्रूचा पराभव करण्यासाठी. शत्रूंपासून आपलं संरक्षण करण्यासाठी आणि त्यांचा पराभव करण्यासाठी विचार करण्याची सात परिमाणं स्पष्ट आणि भक्कम करण्याची गरज असते.''

शत्रूच्या दृष्टिकोनातून सर्व गोष्टींची योजना आखणं, हेच विचार करण्याचं आठवं परिमाण आहे.

चाणक्यांच्या मते, शत्रूचा आणि प्रतिस्पर्ध्यांचा विचार कसा करावा आणि कुठल्याही परिस्थितीत आपला पराभव होणार नाही, याची खात्री करण्यासाठी त्यांनी काय केलं, हे आपण या अध्यायात बघणार आहोत.

जर आपल्याला चाणक्य खरोखर समजले, तर आपल्याला अपयशाचा सामना कधीच करावा लागणार नाही. आपल्याला खात्रीने यश मिळेलच. याचं कारण म्हणजे, ते शत्रूला कमी मानत नाहीत. शत्रू आपल्याबद्दल आणि आपल्या पुढे चार पावलं विचार करत असतो, हे त्यांना माहीत आहे. शत्रूने आपल्याला समजून घेण्याआधी आपणच शत्रूच्या मनात शिरून, त्याला नीट समजून घेण्याची किंवा त्याच्या पुढे चार पावलं विचार करण्याची आवश्यकता असते.

म्हणूनच, शत्रूचा अभ्यास करणं खूप महत्त्वाचं आहे. अत्यंत शक्तिशाली शत्रूला हरविण्यासाठी त्यांनी अनेक तंत्रं, सिद्धान्त, तत्त्वं, योजना, युक्त्या आणि समीकरणं वापरली होती. त्यांपैकी काही आपण या अध्यायात शिकणार आहोत.

युद्ध हा मेंदूचा खेळ आहे आणि हे चाणक्यांना व्यवस्थित माहीत होतं.

जशी एक म्हण आहे, 'जेवढा जास्त घाम तुम्ही शांतिकाळात गाळाल, तेवढंच कमी रक्त युद्धकाळात सांडाल.'

शत्रूच्या कमजोरी शोधून काढण्यासाठी चाणक्य कोणत्या गोष्टी विचारात घेत, इथपासून सुरुवात करू या.

विचार करण्याचे आठवे परिमाण - शत्रू

सातच्या संचात अनेक गोष्टी येतात : जगातील सात आश्चर्यं, संगीतातील सात सूर, सात समुद्र, इंद्रधनुष्यातील सात रंग, ही त्यांची काही उदाहरणं. आपल्याला नेहमी आठव्या आश्चर्याचा शोध असतो. आठव्या परिमाणाचा शोध घेताना आपण अज्ञातात झेप घेणार आहोत.

चाणक्य शत्रूकडे पाहतात आणि दोष शोधून काढतात. ते म्हणतात :

> ''राजकुळाचा नसलेला, लोभी, नीच मंत्र्यांचं मंडळ असलेला, ज्याची प्रजा असंतुष्ट आहे, अन्यायकारक वर्तणूक असलेला, स्वत:ची कर्तव्यं पार न पाडणारा, निर्दयी, हिंमत नसलेला, नशिबावर विश्वास ठेवणारा, स्वत:ला हवं ते करणारा, आसऱ्याला जागा नसलेला, कोणी अनुयायी नसलेला, दुर्बल, सतत इतरांना हानी पोहोचवणारा - हे शत्रूचे उत्तम गुणधर्म आहेत. कारण अशा प्रकारच्या शत्रूचा नाश करणं सोपं पडतं.'' (६.१.१२)

व्यवस्थापनाच्या क्षेत्रात स्वॉट ॲनालिसिस (SWOT) ही पद्धत अत्यंत लोकप्रिय आहे. SWOT म्हणजेच :

- S : Strength (बलस्थान)
- W : Weakness (कमजोरी)
- O : Opportunities (संधी)
- T : Threats (धोके)

या SWOT समीकरणामुळे आपल्याला शत्रूचा अधिक चांगल्या पद्धतीने अभ्यास करता येईल. आपल्याला त्याची किंवा तिची बलस्थानं आणि त्याचबरोबर कमजोरीसुद्धा समजून घेणं गरजेचं आहे. ''शत्रूच्या ताकदीतच त्याची कमजोरी दडलेली आहे,'' असं चाणक्य म्हणत.

एकदा का आपल्याला शत्रूची कमजोरी सापडली की, आपल्याकडे स्पर्धेच्या दृष्टीने फायदा आहे. याचा फायदा आपल्याला शत्रूवर विजय मिळवण्यासाठी होईल. आता आपण चाणक्यांच्या विधानाचा सविस्तर अभ्यास करू या.

राजकुळाचा नसलेला : राजघराण्यात जन्म घेतलेल्यांना एक स्वाभाविक फायदा असतो. जन्मापासूनच त्यांना नेतृत्वाचं प्रशिक्षण दिलं जातं. ते तोंडात चांदीचा चमचा घेऊनच जन्माला आल्यामुळे जगण्याच्या मूलभूत गरजांची चिंता त्यांना करावी लागत नाही. शिवाय, ज्या वातावरणात ते वाढतात त्या वातावरणाची तसेच कुटुंबातील औपचारिक आणि अनौपचारिक चर्चांची त्यांना योजना आखण्यासाठी मदत होते.

जर शत्रूकडे हा जन्मजात फायदा नसेल, तर त्याला किंवा तिला या सर्व गोष्टी अगदी सुरुवातीपासून शिकाव्या लागतील. चाणक्य म्हणतात, ''अशा शत्रूची होणारी गैरसोय, आपल्या फायद्याची असू शकते''.

लोभी : लोभी शत्रूला हरवणं सोपं असतं. लोभाचे अनेक प्रकार आहेत – पैशांचा लोभ, सत्तेचा लोभ, आणि काही वेळा नावाचा व प्रसिद्धीचा लोभ. जसं महात्मा गांधी म्हणत, ''जगात सर्वांच्या गरजेसाठी पुरेसं आहे, पण सर्वांच्या लोभासाठी नाही''. एकदा का आपण आपल्या गरजेपेक्षा जास्त मिळवण्यासाठी निघालो की, तो प्रवास कधीही न संपणारा ठरतो.

सत्तेच्या खेळात एखादा अत्यंत लोभी आहे, असं चाणक्यांना कळलं की, ते त्यांच्या दृष्टीने फायद्याचं ठरायचं. कुठल्या ना कुठल्या प्रकारे एखाद्या व्यक्तीला लाच देता येते, जे सोपं आहे. शत्रूला अधिक सत्ता आणि फायदे देऊ करणं, म्हणजे त्याला दलदलीत फसवण्यासारखं आहे : एखादा त्यात अडकला की, ते त्याला खालीच खेचत राहणार. त्याची किंवा तिची त्यातून सुटका होणं शक्य नाही.

नीच मंत्र्यांचं मंडळ असलेला : जर शत्रू लोभी नसेल, तर त्याच्या संघाकडे नजर वळवा. त्याच्या संघात त्याच्या मंत्रिमंडळाचा आणि सल्लागारांचा समावेश असतो. जर योजना सगळ्यात वरच्या माणसावर लागू पडत नसेल, तर दुसऱ्या स्तरावरील नेत्यावर आपल्या पद्धती अजमावून बघा. मंत्री जर नीच आणि स्वार्थी असतील, तर तुमची योजना नक्कीच काम करेल. नेमका कुठं हल्ला करायचा, हे तुम्हाला कळेल.

सगळ्यात वरिष्ठ नेत्याला लाच देण्याची तुमची पहिली योजना फसली, तर निराश होऊ नका. नीच मंत्रिमंडळाला लाच देण्याची दुसरी योजना तुमच्या मदतीला येईल. मंत्री हे कधीकधी राजापेक्षाही शक्तिशाली असतात. ते राजाला सल्लासुद्धा देतात. एकदा का ते तुमच्या बाजूने आले की, ते त्यांच्या नेत्याला चुकीचा सल्ला देतील आणि तुम्हाला शत्रूवर धोरणात्मक विजय मिळेल.

ज्याची प्रजा असंतुष्ट आहे : जर शत्रूची प्रजा असंतुष्ट असेल, म्हणजेच ती बेपर्वा असेल आणि राज्याच्या घडामोडींत सहभागी होत नसेल, तर त्यातून शत्रू कमजोर असल्याचं दिसतं. तसेच, चांगल्या प्रशासनाची कमतरता असल्याचं ते दर्शवतं. लोक स्वत:च्या स्वार्थी उपक्रमांत रमत, त्यांचं स्व-केंद्रित आयुष्य जगत असतात. तिथे देशाबद्दलची किंवा देशभक्तीची भावना क्वचितच असते.

ते कर भरत नसल्याची शक्यता आहे, ज्यामुळे व्यवस्थेत भ्रष्टाचार (उपस्थित) असणं अनिवार्य आहे. शत्रुराष्ट्र अशा प्रकारचे असेल तर गोष्टी अधिक सोप्या बनतील. लोकांना तुमच्या बाजूला वळविल्याने अशा शत्रूवर विजय मिळवता येईल. चाणक्य अशा वेळी प्रजेच्या मनात फूट पाडतील. मग ते राजसत्तेविरुद्ध मोठी चळवळ सुरू करण्यास प्रोत्साहन देतील. आणि मग घडणाऱ्या सार्वजनिक उठावामुळे शत्रूचा पराभव होईल.

अन्यायकारक वर्तणूक असलेला : न्यायाचं पालन करणं, हा एका चांगल्या नेत्याचा गुण आहे. लोकांना न्यायाचं पालन करणारे नेते आवडतात. अशा नेत्याला त्याच्या किंवा तिच्या अनुयायांकडून प्रशंसा आणि सन्मान मिळतो. प्रजेला अन्यायकारक नेत्याचा द्वेष वाटतो. न्यायदानाच्या वेळी जर एखाद्याने रीतसरपणे खटला भरवला नाही आणि निष्ठुरपणे निर्णय घेतले, तर नेत्याला जुलूमशहा मानण्यात येतं.

अशा नेत्याला आपोआपच लोकशाहीच्या विरुद्ध वागणारा समजलं जातं. लोकशाही हे काही फक्त शासनाचं एक स्वरूप नसतं, तर नेत्याची वृत्ती असते. जुन्या काळात, शासनाची पद्धत राजेशाहीची असतानासुद्धा काही राजे लोकांच्या मताचा विचार करून, सगळ्यांच्या पसंतीस पडेल अशा पद्धतीने तंटे सोडवत. जर शत्रूकडे हे गुण नसतील, तर तो अत्यंत असुरक्षित असून, हल्ला करून त्यावर विजय मिळवणं सोपं असतं.

स्वत:ची कर्तव्यं पार न पाडणारा : आपण भारतीय नेहमीच अधिकारांपेक्षा कर्तव्यांवर जास्त भर देतो. प्रत्येक मनुष्याने कर्तव्य पार पाडावं, असा आपण मुख्यत्वे विचार करतो. पालक आपल्या मुलांप्रति, शिक्षक आपल्या विद्यार्थ्यांप्रति आणि नागरिक आपल्या देशाप्रति कर्तव्यं पार पाडतो. एका व्यक्तीचं कर्तव्य हा दुसऱ्या व्यक्तीचा अधिकार असतो. जर कर्तव्यं पूर्ण झाली, तर अधिकार आपोआपच मिळतात.

चाणक्यांच्या विचारात, नेतृत्वासाठी कर्तव्य-केंद्रित दृष्टिकोनच असलेला आपल्याला दिसून येतो. आपली कर्तव्यं पार न पाडणाऱ्या नेत्याला ते स्वीकारत नाहीत. राजाला आपल्या कर्तव्यांची नेहमी जाणीव असली पाहिजे. राजाने

स्वत:ची कर्तव्यं (राजधर्म) न अंगीकारल्यामुळे जगाला चुकीचा संदेश मिळतो. जर शत्रू-राजा आपल्या कर्तव्यांकडे काणा डोळा करत असेल किंवा त्याला त्यांचा विसर पडला असेल, तर तो कमकुवत राजा आहे आणि त्यावर विजय मिळवणं सोपं आहे.

निर्दय : प्रचंड ताकदीसोबतच (अंगावर) मोठी जबाबदारीही येते. पण ताकदवान मनुष्यसुद्धा बेजबाबदारपणे वागू शकतो. जर या जबाबदाऱ्यांची जाणीव नसेल, तर तो सत्तेचा गैरवापर होतो. अशी व्यक्ती निर्दयी होऊ शकते. ती इतरांशी अत्यंत क्रूरपणे आणि अमानवीय पद्धतीने वागू शकते. दिल्या जाणाऱ्या शिक्षा अन्यायकारक असतील. आणि क्वचित क्रूर मानसिकता तयार होईल. ते बेफामपणे लोकांची कत्तलसुद्धा करतील.

आपल्या सत्तेचं प्रदर्शन करण्यासाठी, आपल्या विचारधारा किंवा आपल्या समजुती टिकवण्यासाठी लोकांना मारणाऱ्या, मृत्युदंड देणाऱ्या अनेक नेत्यांची उदाहरणं आपल्याला इतिहासात आणि आधुनिक काळात दिसून येतात. अशा प्रकारच्या नेत्यांना चाणक्य अतिशय प्रभावीपणे पण चतुराईने हाताळायचे. अशा नेत्यांना सिंहासनावरून दूर करणं, ही त्यांची विशेषता होती. नंद साम्राज्यातील धनानंद या शेवटच्या राजाला त्यांनी सिंहासनावरून कसं हटवलं, हे विशेष अभ्यास करण्यासारखं आहे.

ऊर्जाहीन : आळशी शत्रूंवर चाणक्यांचं विशेष प्रेम होते. अशी व्यक्ती कोणतीही कृती करत नाही, नवीन उपक्रम सुरू करत नाही आणि मिळवलेल्या गोष्टी नीट राखून ठेवत नाही. तिथे प्रगतीशी संबंधित कोणत्याही गोष्टीचा विचारही केला जात नाही. अशा व्यक्तींना वर्तमानात जसं चालू आहे तसंच ते चालू ठेवायला (यथास्थिती राहायला) आवडतं. असे नेते सुस्तावतात आणि मंदावल्यामुळे, सुस्तावल्यामुळे आपत्ती निश्चितच ओढवते.

असे शत्रू हे ऊर्जाहीन असतात आणि आपल्या आजूबाजूच्या लोकांनाही ते निराश करू शकतात. मेंढ्यांच्या कळपाचं नेतृत्व सिंह करतोय, अशी कल्पना करून बघा. मेंढ्यांचा कळपसुद्धा सक्रिय, कार्यक्षम होईल. आता उलट कल्पना करा की, सिंहाच्या कळपाचं नेतृत्व एक मेंढी करतीय. अशा स्थितीत, सगळ्या सिंहांचीसुद्धा ऊर्जा हरवून जाईल. एखाद्या अनुत्साही नेत्याचा शत्रूकडून अगदी सहजपणे पराभव होऊ शकतो. अत्यंत कमी कष्टांत आणि कमी वेळेत अशा राज्यांतील आळशी नेत्याला पकडता येतं.

नशिबावर विश्वास ठेवणारा : नशिबावर विश्वास ठेवणं (त्यावर अवलंबून राहणं) हा आळशीपणाचाच एक प्रकार आहे. नियती आणि तिथपर्यंत पोहोचण्यासाठी

करावे लागणारे परिश्रम यांत जमीन–अस्मानाचा फरक आहे. आपल्या नशिबात जे आहे, ते मिळवण्यासाठीही मेहनत करावी लागते. नियतीवर विश्वासून राहणारी व्यक्ती काहीही करत नाही. आपल्या सुदैवावर, आपल्या आयुष्याची जबाबदारी टाकण्याइतकी वाईट योजना दुसरी कोणती नसेल. थोर आध्यात्मिक मार्गदर्शक स्वामी चिन्मयानंद म्हणतात, "तुम्हाला आयुष्यात जे मिळतं, ते नशीब आणि ते ज्या पद्धतीने मिळवता, ती म्हणजे स्व–मेहनत." नशिबाची आपल्या आयुष्यात एक मोठी भूमिका असते, मात्र त्यावरच विसंबून राहणं अत्यंत धोकादायक ठरतं. भाग्यदेवतेने आपल्याला आशीर्वाद द्यावा म्हणून जो वाट बघत बसतो, असा शत्रू चाणक्यांना अत्यंत प्रिय आहे. कारण अशा व्यक्तींच्या मनात पूर्णतः कामचोर व्यक्ती वसलेली असून तिचा पराभव करणं अत्यंत सोपं आहे, हे त्यांना ठाऊक होतं.

स्वत:ला हवं ते (मनमानी) करणारा : एखादी कृती करण्याआधी नेत्याने प्रत्येक शक्यतेचा, परिणामांचा विचार करणं अपेक्षित असतं. कोणतीही कृती करण्यापूर्वी त्याने अनेकदा विचार केला पाहिजे. विचार न करता काहीही करणं धोकादायक ठरू शकतं. असे भावनावश नेते निर्माण केलेलं सगळं काही नष्ट करतात. जर तुम्ही नेत्याला, एखादी गोष्ट का करत आहे, असं विचारलं, तर "मला आवडलं (मला वाटलं) म्हणून," असं उत्तर मिळणं अपेक्षित नाही.

लोकांच्या फायद्याचं ठरणारं, हाती घेतलेल्या कार्यात उत्तम असणारं, नैतिक आणि सामाजिक असणारं, प्रगती साधणारं असं काम नेत्याकडून झालं पाहिजे. त्याने स्वत:च्या वैयक्तिक फायद्यासाठी काम करू नये. म्हणून चाणक्य म्हणतात की, जर उतावीळपणे निर्णय घेणारा शत्रू असेल, तर ते आपल्या फायद्याचं ठरतं आणि त्याचाही सहजरीत्या पराभव करता येतो.

निवारा नसलेला : निवारा, आसरा ही अत्यंत महत्त्वाची बाब आहे. राहण्याची जागा, स्वत:चं घर, स्वत:ची मालमत्ता – या गोष्टी माणसाला स्थैर्याची जाणीव करून देतात. जिप्सी लोक सारखे जागा बदलत राहतात; भटक्या लोकांना स्थैर्य नसतं. स्वत:चं म्हणण्यासारखं त्यांच्याकडे काहीच नसतं. अशा लोकांना एखाद्या जागेतून हुसकावून लावणं सोपं असतं.

ज्या शत्रूकडे निवारा नसतो, त्याच्याकडे लढण्यासाठी पुरेसं मोठं कारणही नसतं. स्वत:ची म्हणावी अशी एक जागा त्याच्याकडे नसते. मग तो कशासाठी लढतो? संरक्षण करण्यासाठी देश नाही; देशभक्तीची भावना मनात नाही. ज्याच्यासाठी जीव ओवाळून टाकावा, असं कोणतंही उच्च ध्येय नाही. म्हणून असे शत्रू लढाईत सहज हार पत्करतात. लढण्यासाठी पुष्कळदा काही कारणच नसल्यामुळे ते लढाई सुरू ठेवत नाहीत.

अनुयायी नसलेला : जर एखाद्याचे अनुयायी असतील, तरच तो नेता ठरतो. अनुयायांशिवाय नेता कसला? मग ते नुसतंच स्वयंघोषित नेतृत्व असतं. एखाद्याला नेता बनण्याची इच्छा असेलही, पण जर अनुयायीच नसतील, तर त्या व्यक्तीसाठी लढणारं कोणीच नसेल. आपल्या हेतूमागे, ध्येयामागे उभ्या असलेल्या लोकांच्या संख्येवरून नेतृत्व ठरतं. आपल्या नेत्यासाठी पाण्यावरून चालण्याचीसुद्धा लोकांची तयारी असायला हवी.

चांगल्या विद्यार्थ्यांशिवाय शिक्षक कसला? ही गोष्ट नेतृत्वाच्या संदर्भातही लागू पडते. नेतृत्व आणि अनुयायी हे एकात एक हात घालूनच चालतात. ते एकाच नाण्याच्या दोन बाजू आहेत. त्यांचं अस्तित्व परस्परांवर अवलंबून असतं. जशी नेत्यांना अनुयायांची गरज असते, तशीच अनुयायांना नेत्यांची असते. असा शक्तिशाली पाठिंबा असलेल्या नेतृत्वाचा पराभव करणं सोपं नसतं. म्हणूनच चाणक्यांना शत्रूच्या बाबतीत विरुद्ध परिस्थिती आवडते.

दुर्बल : काही लोकांना आपसूकच गृहीत धरलं जातं. अशा प्रकारच्या नेत्यांना बिनकामाचे, निरुपयोगी आणि कुचकामी समजलं जातं. लोकांना अशा नेत्यांची भीती वाटत नाही. असे नेते निरुपयोगी असतात. त्यांच्याकडे जरी शक्तिशाली सैन्य असले, तरी ते हल्ला करण्याची आज्ञा देणार नाहीत. असा नेता असताना प्रजेत अत्यंत वैफल्य, तणाव असतात. असे नेते चांगल्या माणसांना त्यांच्या बरोबर काम करण्यासाठी आकर्षित करू शकत नाहीत. उलट चांगली माणसं अशा नेत्याला सोडून निघून जातात.

चाणक्यांसाठी असा शत्रू-राजा असणं हे स्वप्नवत आहे. अशा राजाचा पराभव करायला त्यांना त्यांचा वेळ, कष्ट, पैसे खर्च करण्याची किंवा मोठं सैन्य पाठवायचीही गरज भासत नाही. दुर्बल नेता हा मुळातच हरलेला असतो. त्याचा यशापेक्षा अपयशावर अधिक विश्वास असतो. दुर्बल व्यक्तींबाबत काहीही करायची गरज नसते. अशा नेत्यांना यशदेखील नीट हाताळता येत नाही.

सतत इतरांना हानी पोहोचवणारा : काही नेत्यांना इतरांना त्रास देताना आनंद मिळतो. चांगलं करण्यावर नाही तर फक्त वाईट आणि त्रासदायक गोष्टी करण्यावर त्यांचा भर असतो. ते समाजातील गुन्हेगार असतात. ते कुठेही गेले किंवा त्यांनी काहीही केले, तरी त्यांना किंमत नसते. ते इतरांच्या आयुष्यात फक्त चीड, पीडा आणि नैराश्य आणतात.

काही माणसं जिथे जातील तिथे आनंद पसरतो; पण काही असे नेते जिथून निघून जातील, तिथे आनंद पसरतो. अशा राजाचा पराभव करून त्याला

दूर करणं, हे त्याच्याच प्रजेचं स्वप्न असतं. त्यामुळे अशा शत्रू-राजांशी लढणं आणि त्यांना हरवणं अतिशय सोपं असतं.

जर वरील गुण शत्रूमध्ये असले, तर चाणक्यांच्या दृष्टीने ती एक उत्तम बाब आहे. यांपैकी अगदी एक जरी गुण शत्रूत असेल, तर त्याचा पराभव करणं सोपं होतं. 'शत्रूच्या कमजोरींवर आधारित योजना आखा,' हा चाणक्यांचा मंत्र आहे. शत्रू जितका कमजोर, तितकं उत्तम.

चाणक्यांनी माहिती गोळा करण्यासाठी आणि शत्रूच्या कमजोरी शोधून काढण्यासाठी, एका उत्कृष्ट हेरखात्याची निर्मिती केलेली होती. *विषकन्या* ही संकल्पना, जी आज 'हनीट्रॅप' म्हणून ओळखली जाते, ती या विषयाशी निगडित आहे. खबरे आणि हेर शत्रूबद्दल आवश्यक ती माहिती गोळा करत, जेणेकरून शत्रूचा खातमा करण्यासाठी कोणत्या मार्गाने पाऊल उचलायचं, हे चाणक्यांना ठरवता येई. यश फक्त आपल्या सामर्थ्यानेच नाही तर इतरांच्या दुर्बलतेमधूनही प्राप्त होतं, हे चाणक्यांना समजलं होतं. आणि हे आपल्यालाही समजलं पाहिजे. तेव्हाच अशा प्रकारच्या शत्रूचा नाश करणं सोपं पडतं.

चाणक्यांसाठी सर्व काही सोपं आहे. विद्यार्थी म्हणून ते अत्यंत अभ्यासू होते आणि शिक्षक म्हणून उत्कृष्ट होते. एक रणनीतिज्ञ म्हणून चाणक्य आपलं संशोधन व्यवस्थितपणे करत. सर्व तथ्ये आणि पुरावे गोळा करून, विविध स्रोतांकडून ती माहिती योग्य असल्याची ते खात्री करून घेत. आवश्यकता असेल तिथे माहितीची पुनर्तपासणी आणि पुनर्परीक्षण करून घेत आणि त्यानंतरच आपली योजना आखत असत.

एकदा योजना तयार झाली की, ते कुठल्याही चुका न करता ती अमलात आणायचे. शत्रूच्या विविध कमजोरींची एक यादीच तयार केल्यामुळे आपण त्याचा खातमा करू शकतो, याबद्दल त्यांना खात्री असायची. दुर्दैवाची गोष्ट अशी की, कित्येकांना तपशीलवार अभ्यास करायला आणि तपशीलवार योजना आखायला आवडत नाही. त्यांना कष्टांशिवाय यश हवं असतं. इथेच चाणक्यांचं वेगळेपण उठून दिसतं.

चाणक्य वेळ घेऊन, विचार करून मगच एखाद्या अडचणीवर चाकोरीबाहेरील उपाय शोधून काढत.

स्पर्धा चांगली असते

स्पर्धेचा विचार केल्यावर आपल्या मनात नकारात्मक भावना येते. आपल्याला स्पर्धा आवडत नाही. पण चाणक्य मात्र वेगळे होते; त्यांना स्पर्धा आवडायची. शत्रू असला की, आपण सावध राहतो, यावर त्यांचा विश्वास होता. शत्रू किंवा

प्रतिस्पर्धी असण्याच्या बाबतीत कैक चांगल्या गोष्टी आहेत. स्पर्धा चांगली असते, कारण त्यामुळे तुमच्यातील उत्तम गुण बाहेर येतात.

शत्रू म्हणजे केवळ एखादी व्यक्ती असं त्याच्याकडे बघू नका. तुमच्या समोर येऊन गेलेली एखादी समस्या, परिस्थिती किंवा एखादं आव्हान; हेसुद्धा शत्रूच असू शकतात. तुम्हाला त्याला तोंड द्यावं लागतं, भिडावं लागतं आणि समस्येवर उपाय शोधून काढावा लागतो.

एके दिवशी, दुसऱ्या राज्यात राहणारा चाणक्यांचा मित्र त्यांना भेटायला गेला. त्याच्या राज्यात काही अडचणी असल्याने तो अत्यंत दु:खी दिसत होता. चाणक्यांकडे बघत तो म्हणाला, ‘‘श्रीमान, माझ्या राज्यात शासकीय कर्मचारी आणि प्रशासक यांच्याशी संबंधित खूप मोठी समस्या निर्माण झाली आहे. राज्याचं प्रशासन पूर्णपणे भ्रष्ट झालं आहे. यामुळे आमच्या राज्यात प्रगती होत नाही आणि लोकसुद्धा निराश आहेत. कृपया काहीतरी करा, काय करावं हे आम्हाला सांगा.’’

चाणक्य भावनावश, तडकाफडकी उत्तर देणाऱ्यातले नव्हते. त्यांनी परिस्थितीचा, समस्येचा आणि वास्तवाचा विचार करायला पुरेसा वेळ घेतला आणि त्यानंतरच त्यांनी एक कृतियोजना तयार केली. चाणक्य अशाच पद्धतीने काम करत. त्यांच्या मनात एक समाधान-केंद्रित दृष्टिकोन होता, जो बारकाईने अभ्यास करण्यावर अवलंबून असायचा.

चाणक्य म्हणाले, ‘‘ठीक आहे. आपण तुझ्या राज्यात जाऊ या. मी स्वतः परिस्थितीची पाहणी करेन, जेणेकरून समस्या कशी सोडवावी, हे बघता येईल.’’

चाणक्यांचा मित्र त्यांना आपल्या राज्यात घेऊन गेला. तो चाणक्यांना विविध सरकारी कार्यालयांत, बाजारपेठांत आणि सर्वसामान्यांच्या घरीसुद्धा घेऊन गेला. सार्वजनिक ठिकाणीदेखील घडत असणारे भ्रष्टाचार स्पष्टपणे दिसत होते. परिस्थिती खरोखरच चिंताजनक होती. प्रशासन खरोखरच वाईट परिस्थितीत होतं, हे कोणीही सांगू शकलं असतं.

चाणक्य बराच वेळ विचारात होते. मग त्यांनी अचानक आपल्या मित्राला विचारलं, ‘‘मला सांग, सरकारी कार्यालयांतील किती टक्के माणसं भ्रष्ट, लाचखाऊ असतील?’’

या प्रश्नाने मित्राला आश्चर्याचा धक्का बसला. ‘टक्के?’

त्याने विचार केला. त्याला सर्वांत आधी चाणक्यांना, ‘‘१०० टक्के माणसं भ्रष्ट आहेत,’’ असं सांगण्याची प्रबळ इच्छा झाली होती. पण थोडं थांबून तो विचार करू लागला. आजूबाजूला प्रचंड भ्रष्टाचार असतानासुद्धा प्रामाणिक

राहिलेली काही माणसं व्यवस्थेत होती. सरकारी यंत्रणेतील इतर लोकांना आवडत नसलं, तरी हे अधिकारी लोकांसाठी प्रामाणिकपणे काम करत होते. त्यांची संख्या खूप कमी असली तरी ते नक्कीच अस्तित्वात होते.

मग तो चाणक्यांना म्हणाला, ''या व्यवस्थेतले जवळजवळ ९८ टक्के लोक भ्रष्ट आहेत.''

चाणक्यांनी चिंताजनक पद्धतीने एक मोठं स्मित केलं. ते हसत आहेत असं वाटून, त्यांच्या मित्राने त्यांना थांबवून म्हटलं, ''श्रीमान, तुम्ही का हसत आहात हे मला ठाऊक आहे. परिस्थिती निराशाजनक आहे ना? जर व्यवस्थेतील ९८ टक्के लोक असे (भ्रष्ट) असतील तर तुम्ही काहीच करू शकत नाही. बरोबर ना?''

चाणक्य आनंदी स्वरात म्हणाले, ''नाही नाही, जे ९८ टक्के भ्रष्ट लोक आहेत त्यांची चिंता मला नाही. सरकारी कार्यालयात काम करणारे, भ्रष्टाचार करत नसलेले २ टक्के लोक आहेत, याचा मला आनंद आहे. ते लोकच आपली आशा आहेत. त्यांच्यावरच आपण लक्ष केंद्रित केलं पाहिजे. संपूर्ण काळोखातसुद्धा शेवटी प्रकाशाचा किरण आहे.''

चाणक्य या परिस्थितीकडे किती वेगळ्या प्रकारे बघत होते, हे पाहून त्यांच्या मित्राला धक्काच बसला.

आपल्या मित्राला शेवटचा सल्ला देत चाणक्य म्हणाले, ''प्रामाणिक आणि विश्वासू लोकांची संख्या कशी वाढवता येईल, हे माझ्या दृष्टीने आव्हान आहे. व्यवस्थेतील ९८ टक्के लोकांना आपल्याला प्रामाणिक बनवता येईल का? (हे आपण बघितलं पाहिजे)''

आणि मग त्यांनी मनातल्या मनात कार्याचा आराखडा तयार केला. ''२ टक्के लोकांची एक बैठक बोलवू शकतोस का? तेच तुला पुढचा मार्ग दाखवतील.''

चाणक्य नेहमीच आपल्या शत्रूंचा आणि प्रतिस्पर्ध्यांचा सामना अशा सकारात्मक मानसिकतेने करत.

शत्रू

चाणक्यांच्या मते *शत्रूच्या* अनेक सकारात्मक बाजू आहेत. तुम्ही जर अशा प्रकारची मानसिकता विकसित केली तर तुमच्या विचारांत आमूलाग्र बदल होईल.

१. तो तुमच्यातील सर्वोत्तम (गुण) बाहेर आणतो.

एखादी समस्या किंवा आव्हान समोर येईपर्यंत आपण गोष्टी गृहीतच धरतो. मात्र जेव्हा शत्रू आपल्यावर हल्ला करायला येतो, तेव्हा आपण आळशी राहून चालत नाही. त्या वेळी शत्रूशी दोन हात करण्याची गरज असते. तुम्हाला कृती करण्यासाठी उद्युक्त केलं जातं. अशा प्रकारे, शत्रू तुमच्यातील सर्वोत्तम गुण बाहेर आणतो.

हातात असलेल्या मर्यादित साधनांच्या आधारे, मर्यादित वेळेतच आपल्याला उपाय शोधून काढावा लागतो. काम लांबणीवर टाकून अजिबात चालत नाही. पटापट पावलं उचलत शत्रूला हरविण्याच्या पद्धती आणि योजना आखाव्या लागतात.

२. निद्रित राक्षस जागा होईल.

रामायणामध्ये कुंभकर्ण नामक राक्षसाची गोष्ट आहे. तो सहा महिने झोपायचा आणि उरलेले सहा महिने खायचा. लंकेतील उत्तम योद्ध्यांपैकी एक असूनसुद्धा त्याच्या आयुष्यात काहीही उद्देश नव्हता. जेव्हा रामाने लंकेवर हल्ला केला, तेव्हा कुंभकर्णाच्या भावाने, म्हणजेच रावणाने, शत्रूचा सामना करण्यासाठी आपल्या भावाला उठवायची आज्ञा दिली. हा निद्रित राक्षस उठल्यावर मात्र हल्लेखोरांसाठी लढाई अवघड होऊन बसली.

अशाच प्रकारे, आपणही खाणं, पिणं, मजा करणं आणि झोपणं असा आयुष्याचा आनंद उपभोगत असतो. पण जेव्हा शत्रू हल्ला करतो, तेव्हा मात्र आपल्यातील झोपी गेलेला राक्षस जागा झाला पाहिजे. त्या वेळी आपल्याला गोष्टी गृहीत धरून चालता येत नाही. तेव्हा आपल्याला उत्तम कामगिरी करून प्रतिस्पर्ध्याशी झुंजावं लागतं.

३. आव्हानं आपल्याला खंबीर बनवतात.

आव्हानं असणं चांगली गोष्ट आहे. सकारात्मक मनाने आव्हान पेलल्यास आपण अधिक खंबीर बनतो. तो तुमच्यासाठी एक अज्ञात मार्ग असू शकतो, पण सकारात्मक दृष्टिकोनातून त्याच्याकडे बघितलं तर, तुम्ही नक्कीच यशस्वी ठरता. कोणतंही आव्हान ही दुधारी तलवार असते. एक तर ते तुम्हाला कमकुवत बनवतं किंवा खंबीर बनवतं.

दीर्घ श्वास घ्या, आव्हानाचा सामना करा आणि गोष्टी घडवून आणा. तुमची आंतरिक शक्ती आणि आत्मविश्वास आश्चर्यकारक गोष्टी घडवून आणू शकतात. कित्येक लोकांना सर्वसामान्य पार्श्वभूमी लाभते. तरीही, ते आपल्या

समोर असलेली आव्हानं उचलतात, आणि सामान्य असूनसुद्धा असामान्य बनून दाखवतात. अशी माणसं आदर्श बनून, इतरांना आव्हानांना सामोरं जायला लावून, यशस्वी होण्यासाठी प्रेरणा देतात.

४. चालनेची (धक्क्याची) गरज असते.

आव्हानं स्वीकारण्याबद्दलच्या अनेक प्रेरणादायी सिद्धान्तांविषयी आपल्याला माहिती असेल. तरीही, कधीकधी बाहेरून किंवा आतून चालना मिळण्याची गरज असते. यातील सर्वोत्तम म्हणजे आतून चालना मिळणे; स्वयं-प्रेरित माणसं ते करतात. परंतु अधिकाधिक लोकांना धक्का द्यावा लागतो. ते कार्य मेन्टॉर, प्रशिक्षक, मार्गदर्शक आणि मित्र करतात.

जेव्हा आपण पोहायला शिकतो, तेव्हा प्रशिक्षकाची भूमिका अत्यंत महत्त्वाची असते. ते तुम्हाला सर्व मूलभूत कृती शिकायला मदत करतील आणि पाण्यात सराव करायला लावतील. मात्र एके दिवशी अचानक ते तुम्हाला पाण्यात ढकलून देतील. तेव्हा तुम्ही खऱ्या अर्थाने पोहायला शिकाल. प्रशिक्षकांचं तुमच्यावर लक्ष असेल मात्र कृती तुमची तुम्हालाच करावी लागेल.

गुप्तहेर यंत्रणांचा अभ्यास

चाणक्यांनी तयार केलेल्या गुप्तहेर यंत्रणा अत्यंत विस्मयजनक आहेत. चाणक्य हेरांकडून जी माहिती मिळवत, तिच्या आधारे ते शत्रूवर हल्ला करण्याच्या योजना आखायचे. कोणत्याही परिस्थितीत जिंकण्यासाठी वापरावे लागणारे डावपेच, चाणक्य याच माहितीच्या आधारावरून विकसित करायचे.

चाणक्यांनी तयार केलेल्या गुप्तहेर यंत्रणांचा सखोल अभ्यास; *अर्थशास्त्रमध्ये* पहिल्या खंडातील, बाराव्या अध्यायातील 'भटक्या गुप्तहेरांची नियुक्ती' नावाच्या सातव्या विभागात आणि 'गुप्त सेवकांसाठी नियम' या आठव्या विभागात केलेला आहे. त्यातून आपल्याला चाणक्यांनी तयार केलेल्या मजबूत, भक्कम यंत्रणांबद्दल अत्यंत महत्त्वाची माहिती सापडू शकते.

पण या हेर यंत्रणेच्या तांत्रिक बाजू समजून घेण्याआधी आपण एक गोष्ट बघू या. ही गोष्ट आहे, जग जिंकायला निघालेल्या अलेक्झांडरला हरवायला चाणक्यांनी विषकन्येचा वापर करून माहिती कशी मिळवली याची.

अलेक्झांडर ग्रीसवरून आला होता. तो एका मोहिमेवरच होता आणि त्याने जवळपास अर्धं जग जिंकलेलं होतं. आता त्याचं लक्ष भारताकडे वळलं होतं. आणि त्या वेळी भारत १६ प्रांतीय राज्यांमध्ये विभागलेला होता, जे परस्परांशी युद्ध करत होते.

अलेक्झांडर हा भारतासाठी सर्वांत मोठा धोका आहे, हे चाणक्यांच्या लक्षात आलं. आणि अलेक्झांडरच्या विरुद्ध लढण्यासाठी त्यांनी विविध राजांना व राज्यांना एकत्र आणण्याचा प्रयत्न केला. त्यांच्या प्रयत्नाला काहींनी पाठिंबा दिला तर काहींनी नाही. चाणक्य ना राजा होते ना त्यांच्याकडे त्यांची स्वत:ची फौज होती. तरीही मिळवलेल्या सगळ्या माहितीचा योजनात्मक उपयोग करून त्यांनी या विदेशी शत्रूला हरवलं.

त्यांच्याकडे स्वत:ची फौज नसतानाही, इतरांच्या सेना एकत्र आणून त्यांनी एक एवढी मोठी फौज तयार केली की, जी पाहून अलेक्झांडरचे सैनिक आश्चर्यचकित आणि भयभीत झाले. आपल्याकडे स्वत:ची साधनं नसली, तरीही इतरांची साधनं वापरून आपण विजय मिळवू शकतो. सहकार्याची पद्धत वापरून चाणक्यांनी विजय मिळवला.

अलेक्झांडरच्या सैन्यात वरच्या दर्जाचे योद्धे होते, ज्यांच्याकडे वेगळ्याच प्रकारची हत्यारं होती आणि ते आपल्या नेत्याच्या उद्दिष्टांशी पूर्णपणे वचनबद्ध होते, अशी माहिती चाणक्यांना मिळाली होती. त्यांना हरवणं सोपं नव्हतं. त्यांच्याकडे दैवी शक्ती आणि स्वर्गीय आशीर्वाद आहेत, असं म्हणत.

चाणक्यांना ठाऊक होतं की, जर सामान्य मनुष्याने ही अशी वर्णनं ऐकली, तर तो नक्कीच घाबरून जाईल. युद्ध सुरू होण्यापूर्वीच सैनिक मनातल्या मनात हार मानतील. चाणक्यांना योग्य माहिती हवी होती, अतिशयोक्तीची विधानं नको होती.

यासाठी त्यांनी शत्रूच्या छावणीत एक गुप्तहेर स्त्री पाठवली. विषकन्या नावाच्या या हेरांना मानवी मानसशास्त्र समजून घेण्याचं प्रशिक्षण दिलं जायचं. त्या परत आल्यानंतर चाणक्यांना योजना आखण्यासाठी आवश्यक ते सगळे मुद्दे त्यांच्याकडून जाणून घ्यायचे होते. एक बुद्धिमान व्यक्ती जे दाखवलं गेलं नाही तेदेखील बघते, जे बोललं गेलं नाही तेदेखील ऐकते आणि शब्दांमागे दडलेला अर्थ समजून घेते.

चाणक्यांना समजलं की, अलेक्झांडरची माणसं जरी ताकदवान आणि एकनिष्ठ असली, तरी त्यांच्या कुटुंबांपासून लांब होती आणि त्यांना घरी परत जाण्याची आस होती. आपल्या कुटुंबाची सातत्याने येणारी आठवण, ही कोणत्याही सैनिकाची कमजोरी असते, हे चाणक्यांना माहीत होतं.

मग चाणक्यांनी सर्वप्रथम ग्रीक सैनिकांच्या मनावर आघात केला आणि त्यांची प्रेरणाच संपवून टाकली. ग्रीक सैनिक अजस्र फौज पाहून भयभीत झालेच; शिवाय त्यांच्यात घरी परतण्याची प्रबळ इच्छादेखील निर्माण झाली आणि हाच युद्धाचा निर्णायक क्षण ठरला.

महिला गुप्तहेर

चाणक्य योग्य लोकांची निवड योग्य कामासाठी करताना अत्यंत सावध असायचे. जसा, शेतकरी पेरणीच्या आधी योग्य बियांची निवड करतो, त्याचप्रमाणे उत्तम माणसांनी आपल्यासाठी माहिती गोळा करावी, अशी त्यांची इच्छा असे.

अनेक प्रकारच्या गुप्तहेरांना चाणक्यांनी कार्यासाठी नेमलं होतं. आपण महिला गुप्तहेरांच्या निवडीसाठी असलेली एक प्रक्रिया बघू या.

स्त्रिया पुरुषांपेक्षा वेगळ्या पद्धतीने विचार करतात. एखाद्या व्यक्तीकडे किंवा परिस्थितीकडे बघण्याचा त्यांचा एक वेगळाच दृष्टिकोन असतो.

चाणक्य खालील निकषांवरून महिला गुप्तहेरांची निवड करत :

> ''एक भटकी साध्वी, जी उदरनिर्वाहाचं एक विश्वासार्ह साधन शोधत आहे, गरीब, विधवा, जातीने ब्राह्मण आणि जिला राजवाड्यात सन्मानपूर्वक वागणूक मिळते अशी, उच्च पदस्थ अधिकाऱ्यांच्या घरी वारंवार ये-जा असायला हवी. मुंडन केलेल्या पाखंडी पंथांच्या साध्वींची ही कामं (कार्यालयं) याच प्रकारे स्पष्ट करण्यात येतात.''
> (१.१२.४)

स्त्रियांच्या गरजा आणि ज्या विविध श्रेणींमध्ये त्या मोडत त्यांच्याविषयी चाणक्य समजून घेत. आणि त्या आधारे ते आपले खबरी शोधत.

एक भटकी साध्वी : चाणक्यांच्या काळात महिला साधू प्रचलित होत्या. त्या एका जागेवरून दुसऱ्या जागी अशी भ्रमंती करायच्या आणि त्यांना प्रत्येक गावात प्रवेश दिला जायचा. भारतीय संस्कृतीत साधू, तपस्वी आणि संन्यासी यांचा नेहमीच सन्मान आणि स्वागत केलं जातं. त्यांच्याकडे शांततेचे आणि आध्यात्मिक शिकवणीचे दूत म्हणून बघितलं जातं.

मात्र चाणक्यांसाठी ते माहितीचा एक अत्यंत महत्त्वाचा स्रोतदेखील होते. या साधूंचा वास्तवाशी खराखुरा संबंध असतो आणि म्हणूनच ते राजाचे कान आणि डोळे बनतात. फक्त सरकारी संस्थांकडूनच सगळी माहिती मिळणं शक्य नसतं. साधूंच्या काही गटांद्वारे सोप्या प्रकारे माहिती मिळू शकते कारण त्यांचा सर्व प्रकारच्या लोकांमध्ये संचार असतो - उच्च वर्गांतही आणि सर्वसामान्य जनतेतही.

जी उदरनिर्वाहाचं एक विश्वासार्ह साधन शोधत आहे : अगदी साधू आणि तपस्वींनासुद्धा जगण्यासाठी अन्न, वस्त्र आणि निवारा अशा काही मूलभूत गोष्टींची

गरज ही असतेच. चाणक्यांना माहीत होतं की, अगदी भटक्या साध्वींनासुद्धा उदरनिर्वाहाच्या एखाद्या विश्वासार्ह साधनाची गरज असतेच. अशा लोकांची त्यांना आपल्या हेरखात्यात नियुक्ती करायची होती. त्यांना त्या बदल्यात एक खात्रीशीर उत्पन्न मिळेल आणि चाणक्यांना हवी असलेली माहिती मिळेल.

गरीब, विधवा : साध्वींच्या या परंपरेतील काही स्त्रिया अतिशय गरीब आणि काही स्त्रिया विधवा असू शकतात. त्यांना थोड्या सामाजिक आधाराची गरज भासते. केवळ आर्थिकदृष्ट्या नाही तर नैतिकदृष्ट्याही. अशा स्त्रियांना एका सुरक्षित आणि विश्वसनीय वातावरणाची गरज असते. त्यांना सामाजिक सुरक्षितता कशी मिळेल हे चाणक्य बघत.

आता एका वेगळ्या बाजूकडे बघू या. एखाद्या विधवेला आयुष्यात एक नवीन उद्देशसुद्धा मिळेल. तिने कामाला सुरुवात केल्यावर तिला फक्त समाजाचा आधारच नाही तर सामाजिक प्रतिष्ठासुद्धा मिळेल. एखाद्या विधवेला स्वतःसाठी आणि तिच्या कुटुंबासाठी आर्थिक मदतीची गरज असू शकते, अशा व्यक्तीलाही मदत मिळते.

जातीने ब्राह्मण आणि जिला राजवाड्यात सन्मानपूर्वक वागणूक मिळते अशी : ब्राह्मण हा समाजातील एक बुद्धिमान वर्ग असतो. प्राचीन भारतीय वर्णव्यवस्थेमध्ये एखादा मनुष्य केवळ जन्मानेच नाही, तर त्याच्या क्षमतांवरून आणि गुणांवरून ब्राह्मण मानला जायचा. अतिशय बुद्धिमान आणि उच्च शिक्षित ब्राह्मण स्त्रियांची नियुक्ती माहिती गोळा करण्यासाठी केली जायची. त्यांचे विचार नावीन्यपूर्ण असत आणि त्या इतरांपेक्षा अधिक उत्तम अंतर्दृष्टी पुरवू शकत.

चाणक्य अशा स्त्रियांना यथायोग्य सन्मान मिळेल, याची काळजी घेत. त्यांना दरबारातसुद्धा सन्मानपूर्वक वागणूक दिली जायची. महिला गुप्तहेर राजाच्या दालनात सन्मानाने प्रवेश करू शकत आणि त्यांचा गैरवापर केला जात नव्हता. त्या अगदी उच्च पदस्थ अधिकाऱ्यांसोबत बसून, माहिती गोळा करण्यासाठी त्यांच्याशी चर्चादेखील करू शकायच्या.

उच्च पदस्थ अधिकाऱ्यांच्या घरी वारंवार ये-जा असायला हवी : फक्त राजवाड्यातच नाही, तर राज्याच्या उच्च पदस्थ अधिकाऱ्यांच्या घरीसुद्धा या स्त्रियांना जायला लागायचं. ओळखीपाळखी आणि माहितीची देवाण-घेवाण फक्त राजवाड्यातच नाही तर घरीपण होते. एखाद्या व्यक्तीला ती घरी असताना पूर्णपणे वेगळ्याच पद्धतीने जाणून घेता येतं. कधीकधी एखाद्या व्यक्तीचं कामकाजाच्या ठिकाणचं व्यक्तिमत्त्व आणि घरातील व्यक्तिमत्त्व यांत मोठी तफावत असू शकते.

अगदी घराकडे नुसतं बघूनसुद्धा महिला गुप्तहेर बरीच माहिती गोळा करू शकतात. एखाद्याच्या घरावरून त्याची आर्थिक परिस्थितीसुद्धा योग्य प्रकारे लक्षात येते. कुटुंबातील इतर सदस्यांशी बोलल्याने आपल्याला कुटुंबाचे संस्कार कसे आहेत, हे कळतं. स्त्रिया असल्याने हे गुप्तहेर, घरातील इतर महिलांशीसुद्धा चर्चा करू शकायच्या. याचबरोबर, त्या साध्वी असल्याने त्या समस्यांवर आध्यात्मिक उपाय शोधायचा प्रयत्न करायच्या. यामुळे माहितीचं एक संपूर्ण नवं जगच त्यांच्यापुढे खुलं होत असे.

मुंडन केलेल्या पाखंडी पंथांच्या साध्वींची ही कामं (कार्यालयं) याच प्रकारे स्पष्ट करण्यात येतात : आता अशा प्रकारच्या भटक्या साध्वींचा हेरखात्यात समावेश करणं, हे भल्यामोठ्या हिमनगाचं केवळ एक छोटसं टोक आहे.

चाणक्यांनी अशा अनेक व्यवस्थांचा वापर केलेला होता. या भटक्या साध्वींना समर्पित एक संपूर्ण सरकारी विभाग होता. पाखंडी आणि इतर पंथांच्या मुंडन केलेल्या साध्वींसाठी याच प्रकारची सरकारी कार्यालयं अस्तित्वात होती, असा उल्लेख चाणक्य करतात. त्यांची कामं भटक्या साध्वींपेक्षा वेगळी असायची.

शत्रूवर हल्ला कसा करायचा?

हेरांकडून मिळालेली माहिती वापरून चाणक्य हल्ल्यांची योजना कशी आखायचे, हे आता बघू या.

कौटिल्यच्या अर्थशास्त्रातील १५ खंडांमधील सात खंड हे युद्ध आणि युद्धनीती यांना समर्पित आहेत.

चाणक्यांच्या काळात सतत युद्धं घडायची. राजाला एकतर अंतर्गत युद्धाला किंवा बाह्य युद्धाला सतत तोंड द्यायची तयारी ठेवावी लागायची.

चाणक्यांना आपल्या विद्यार्थ्यांनी स्वस्थ, निष्क्रिय बसायला नको होतं. शांतिकाळातसुद्धा ते नेहमीच युद्धाची तयारी करायचे. वाइटातील वाईट परिस्थितीला सामोरं जायची वेळ आली, तरी ते सदैव तयार असायचे.

युद्धतंत्र शिकवण्यासाठी चाणक्यांकडे विविध पद्धती होत्या. त्यातील एक म्हणजे, मानसिक आणि शारीरिक अशा दोन्ही प्रकारच्या युद्धाचे खेळ खेळणे. शारीरिक पातळीवर राजाने आणि सैन्याने तंदुरुस्त राहावं अशी त्यांची इच्छा होती. म्हणून ते त्यांना प्रशिक्षणासाठी आणि शिकारीसाठी पाठवत. युद्धांत सर्वसामान्यपणे प्राणी वापरले जात असल्यामुळे, शिकारीचे खेळ उपयुक्त ठरत.

मानसिक पातळीवर, चाणक्यांनी त्यांची युद्धात वापरायच्या योजनांचा सातत्याने विचार करण्यासाठी तयारी करून घेतली. म्हणूनच त्यांनी बुद्धीबळ या खेळाची निर्मिती केली.

बुद्धीबळ

बुद्धीबळाचा खेळ हा अतिशय मनोरंजक असतो. जणू प्रत्यक्षातील पाऊल उचलण्याआधी केलेली रंगीत तालीमच!

बुद्धीबळाच्या खेळात दोन्ही बाजूंना समान ताकदीचे दोन खेळाडू असतात. हत्ती, उंट, सैनिक (प्यादी) आणि घोड्यांची संख्या समान असते. म्हणजेच, आपल्याकडे असलेल्या संख्येमुळे नाही, तर प्रतिस्पर्ध्याविरुद्ध चाललेल्या हेतुपूर्वक चालींमुळे मनुष्य विजेता ठरतो.

या खेळाला आधी 'चतुरंग' (सैन्याचे चार घटक) असं म्हणायचे. नंतर त्याचं नाव बदलून 'शतरंज' झालं आणि आता याला बुद्धिबळ (चेस) असं म्हणतात.

अगदी आजही, चाणक्यांनी निर्माण केलेल्या चार मूलभूत घटकांचा समावेश या बुद्धीबळाच्या खेळात असतो.

C : Chariots (रथ)

H : Horses(घोडे)

E : Elephants (हत्ती)

SS : Soldiers (सैनिक)

बुद्धीचा, मनाचा खेळ असलेला हा बुद्धीबळ खऱ्या युद्धाच्या खेळातसुद्धा अत्यंत उपयुक्त ठरतो. तसंही म्हटलेलंच आहे की, युद्धं रणांगणावर नाही, तर सेनाप्रमुखांच्या मनात लढवली जातात.

अशा प्रकारच्या योजनात्मक तयारीमुळे शत्रूवर खात्रीशीर विजय मिळायचा. हीसुद्धा आन्विक्षिकीच आहे.

चार मूलभूत योजना

चाणक्य आपल्या सखोल रणनीतींसाठी ओळखले जातात. त्याचबरोबर युद्धात वापरायच्या योजना सोप्या करून, खात्रीशीर विजय मिळवण्यासाठीसुद्धा ते ओळखले जातात.

चाणक्यांच्या सुप्रसिद्ध चार मूलभूत योजना म्हणजे : साम, दाम, दंड आणि भेद.

ही चार तत्त्वं ते युद्धातील वेगवेगळ्या परिस्थितींअनुसार वापरायचे :

> "जे अन्य लोक बळाच्या साहाय्याने मिळवायचा प्रयत्न करत असतील, ते त्याने (साम, दाम, दंड, भेद यांपैकी) एका साधनाने मिळवलं पाहिजे. त्याने आपल्या शरीराची जपणूक केली पाहिजे, संपत्तीची नाही; कारण, कायम स्वरूपाची नसलेली संपत्ती गेल्यामुळे असा कितीसा पश्चात्ताप होईल?" (१२.१.३२)

जर शत्रूने एखादी गोष्ट शक्तिप्रदर्शन करून हिसकावून घेतली असेल, तर याचा अर्थ असा नाही की, तुम्हालाही त्याच्या विरुद्ध शक्तीचाच प्रयोग करावा लागेल. बळजबरी हा त्यावरचा एकच मार्ग नसतो. तुम्ही खाली दिलेल्या चारपैकी कुठल्याही मार्गाचा अवलंब करून बघू शकता :

१. साम (चर्चा)

शत्रूवर लगेचच हल्ला करणं गरजेचं नसतं. त्याच्याशी या मुद्द्यावर चर्चा करण्याचा प्रयत्न करा. जर समस्या राजकीय चर्चांमधून सोडवली जाऊ शकत असेल, तर युद्ध सुरू करायची गरजच काय? घडलेल्या प्रत्येक युद्धामागे, चर्चा आणि समजुतीने टाळलेली हजारो युद्धं असतात.

२. दाम (विरोधकासाठी भौतिक लाभ)

विरोधकाला हवा असणारा एखादा भौतिक लाभ असू शकतो. युद्ध टळत असेल, तर त्याला तो देऊ करणं बरं पडतं. युद्धांमध्ये प्रचंड संपत्तीचा आणि अनेक जीवांचा नाश होतो. मात्र व्यापार, व्यावसायिक विनिमय आणि आर्थिक धोरणं आपल्याला शत्रूला जिंकून घेण्याची संधी देतात.

३. दंड (शिक्षा किंवा हल्ला)

जर मुत्सद्देगिरी कामी येत नसेल, तर समजा की, हल्ला करण्याची वेळ आलेली आहे. जे शत्रूला कधी कळणारही नाही, असं ते मूकयुद्धदेखील असू शकतं किंवा शत्रूला आपली ताकद दाखवण्यासाठी केलेला तो प्रत्यक्ष हल्लादेखील असू शकतो. गनिमी कावा आणि जैविक आक्रमणासारखे हल्ल्यांचे अजून कैक प्रकार आहेत. आज देशांमध्ये सायबर युद्धंसुद्धा सामान्यपणे घडताना दिसतात.

४. भेद (शत्रूच्या छावणीत फूट पाडणं)

'तोडा आणि राज्य करा,' हे धोरण चाणक्य यांच्या पसंतीचं आहे. शत्रूला वेगवेगळ्या भागांमध्ये विभाजित करा. हजार जखमांमधून रक्त भळभळून त्याचा

विनाश होऊ द्या. शत्रूच्या छावणीतून एखादा मनुष्य आपल्या बाजूला वळवून घेणं या धोरणात अधिक फलदायी ठरतं.

या चार तत्त्वांपैकी कोणतं तत्त्व कोणत्या प्रकारे आणि कोणत्या वेळी वापरात आणावं? कोणत्याही दोन समस्या एकसारख्या नसतात. म्हणूनच, योग्य योजना निवडायला योग्य ज्ञानाचा वापर केला पाहिजे. याला प्रसंगनिष्ठ नेतृत्व असं म्हणतात.

अंतिम सूचना

युद्धात एक अशी वेळ येते, जिथे तुम्हाला निवड करावी लागते. कधीकधी तर तुम्ही देऊ शकणारी संपत्तीची किंमत आणि तुमच्या आयुष्याची किंमत, या दोन्हींत ही निवड करावी लागते.

स्वत:चं आयुष्य वाचवणं अत्यंत महत्त्वाचं असतं. मग त्यासाठी अगदी स्वत:कडची सगळी संपत्ती द्यावी लागली तरी चालेल.

> ''त्याने आपलं शरीर जपलं पाहिजे, संपत्ती नाही; कारण, कायम स्वरूपाची नसलेली संपत्ती जाऊन असा कितीसा पश्चात्ताप होईल?''
> (१२.१.३२)

काहीही घडलं तरी आपल्या शरीराचा, आपल्या आयुष्याचा त्याग करू नये. मृत्यू टाळला पाहिजे. जर आयुष्य वाचलं, तर इतर सगळं काही परत मिळेल. अगदी गेलेली संपत्तीसुद्धा परत मिळवता येईल. कारण संपत्ती ही कायमस्वरूपी नसते आणि स्वत:चं आयुष्य वाचवण्यासाठी सगळी संपत्ती जरी गेली, तरी पश्चात्ताप होणार नाही.

आता याचा अर्थ असा नाही की, तो योद्धा पळपुटा मनुष्य आहे. हा अत्यंत योजनात्मक निर्णय आहे. तो दीर्घकालीन फायद्यासाठी सहन करावा लागणारा अल्पकालीन तोटा आहे.

आपण आपलं आयुष्य वाचवतो आणि शत्रूच्या तावडीतून मुक्त होतो. जरी आपला पराभव झाला, तरी आपण तो मान्य करत नाही आणि पुढील हल्ल्याच्या तयारीला लागतो. अगदी अज्ञातवासात असतानासुद्धा राजाने वेळ आणि मेहनत वाया घालवू नये. त्याने शत्रूवर हल्ला करण्याच्या पुढील संधीच्या तयारीला लागलं पाहिजे. पुढील मोठ्या कृतीची तयारी करणं म्हणजेसुद्धा आन्विक्षिकीच!

६

चाणक्यांची दुसरी बाजू

धूर्त, कावेबाज, निगरगट्ट, पाषाणहृदयी, निर्दयी असे शब्द चाणक्यांविषयी बोलताना आजही वापरले जातात.

कौटिल्य हे नाव घेऊन चाणक्यांनी *अर्थशास्त्र* लिहिलं. (कौटिल्य म्हणजे कूट नीतिज्ञ, म्हणजे अनैतिक योजनांमध्ये पारंगत असलेला.) चाणक्यांची ही नकारात्मक बाजू चांगलीच परिचित आहे.

तर पूर्णपणे नैतिक मानली न गेलेली अनेक धोरणं घडवताना चाणक्यांच्या विचारात नक्की काय चाललं असेल?

हे समजावून सांगण्यासाठी मी तुम्हाला चाणक्यांच्या आयुष्याशी निगडित एक गोष्ट सांगतो. अशा अनैतिक धोरणांचा प्रसार करताना त्यांचा कसा दृष्टिकोन होता, याची कल्पना तुम्हाला त्या गोष्टीतून येईल.

मगध राज्याला भेट द्यायला आलेला चाणक्यांचा एक जवळचा मित्र त्यांच्याकडे राहत होता.

एका अनौपचारिक संभाषणात मित्राने चाणक्यांना विचारलं, ''लोक तुझा द्वेष का करतात? तुला का घाबरतात? आणि तुला विश्वास ठेवण्यायोग्य मनुष्य का समजत नाहीत?''

चाणक्यांचा तो बालपणापासूनचा मित्र होता. चाणक्य जेव्हा 'विष्णुगुप्त' या त्यांच्या खऱ्या नावाने ओळखले जायचे तेव्हापासूनचा. त्यामुळे त्या मित्राला चाणक्यांचा खरा स्वभाव माहीत होता.

''विष्णू, मला माहीत आहे तू असा नाहीस. तू स्वभावाने अत्यंत प्रेमळ, सर्वांच्या हिताचा विचार करणारा; इतरांसाठी मनात प्रेम आणि काळजी सोडून दुसरं काहीही नसणारा मनुष्य आहेस. मग या लोकांच्या मनात तुझ्याबद्दल एवढा गैरसमज कसा?''

चाणक्य हसायला लागले. ''हे बघ, मी लोकप्रियतेच्या, प्रसिद्धीच्या खेळात भाग घेणाऱ्यांतील नाही. आणि लोक माझ्या तोंडावर किंवा पाठीमागे काय बोलतात, यामुळे मला काहीच फरक पडत नाही. लोकांचे आपापले दृष्टिकोन असतात. लोकांचा माझ्याबद्दल काय समज आहे, यापेक्षा माझ्या आयुष्याचा उद्देश माझ्यासाठी जास्त महत्त्वाचा आहे,'' असा सखोल विचार त्यांनी आपल्या मित्राला समजावून सांगितला.

''तुझ्या आयुष्याचा उद्देश?'' मित्राने स्तब्ध होऊन चाणक्य काय विचार करत आहे, हे समजून घेण्यासाठी प्रश्न केला.

''हो, माझा जन्म ज्या उद्देशासाठी झालाय, ते मला स्पष्टपणे ठाऊक आहे. माझं लक्ष्य साध्य करण्यापासून कोणतीही गोष्ट मला विचलित करू शकत नाही. ही पृथ्वी सोडण्यापूर्वी ते साध्य करण्याचा मी निश्चय केलेला आहे आणि त्यावरच माझं लक्ष केंद्रित केलेलं आहे. मग ते प्राप्त करण्यासाठी जे काही करायची गरज पडेल, ते मी करीन. माझ्यासाठी कुठलीही गोष्ट चांगली किंवा वाईट नाही. शेवटी मी माझं ध्येय साध्य करीनच.''

चाणक्यांच्या डोळ्यांतील अंगार निरखत मित्राने विचारलं, ''तुझं ध्येय काय आहे, हे मला कळू शकेल का?''

एक दीर्घ श्वास घेऊन चाणक्य म्हणाले, 'राष्ट्रबांधणी.' ते पुढे समजावून सांगू लागले, ''आपल्या सगळ्यांचा जन्म एका महान स्थानी, भारत देशात झाला आहे. ज्ञान आणि परिपूर्तीची शिकवण देणारे महान स्त्री-पुरुष आपले पूर्वज होते. आपली संस्कृती आध्यात्मिक आहे. ती मनुष्याला सर्वोच्च बाब साध्य करायला म्हणजेच ईश्वरप्राप्तीसाठी मदत करते. आपल्या ऋषी-मुनींनी, साधूंनी आणि संन्याशांनी जगाला ध्यान, योग आणि आयुर्वेदासारख्या कैक अमूल्य भेटी दिल्या. आपला वैयक्तिक फायदा बाजूला ठेवून सगळं ज्ञान आपण जगाला उपलब्ध करून दिलेलं आहे. हे असं स्थान आहे, जिथे देवांनाही जन्म घेतल्याने धन्य वाटतं. पण...'' दुःखी भावनेने भरलेला विराम देत काही वेळाने ते पुढे म्हणाले,

''या देशात काही गुन्हेगार माणसं आहेत. दुर्भाग्याची गोष्ट आहे की, आपल्या पिढीतली तीच माणसं राजे आणि नेते आहेत. एकदा समाजाचं नेतृत्व गुन्हेगारांकडे आणि स्वार्थी लोकांकडे आलं की, प्रजेत अजिबात आनंद उरत नाही. उरते ती फक्त विफलता आणि निराशा...''

...आणि मग आपल्या मित्राला आठवण करून देत चाणक्य म्हणाले, ''राजनीतीचे एक महान गुरू, ऋषी चाणक हे माझे वडील. तू त्यांना खूप चांगल्या प्रकारे ओळखत होतास. ते एक महान व्यक्तिमत्त्व होते आणि राजांनी उत्तम प्रकारे शासन कसं करावं आणि नेतृत्व कसं करावं, हे ते शिकवायचे.

दुर्दैवाने त्यांना त्याची किंमत स्वतःचं आयुष्य देऊन चुकवावी लागली. माझ्या वडिलांचं जे कार्य अपूर्ण राहिलेलं होतं, ते पूर्ण करायचा निर्णय मी घेतला. पण जेव्हा मी आमच्या शास्त्रांनुसार राजांना सल्ले द्यायला सुरुवात केली, तेव्हा माझ्या लक्षात आलं की, त्यांना कुठल्याही गोष्टीची फिकीर वाटत नव्हती. त्यांच्या वागण्यात केवळ स्वार्थीपणा होता. सगळीकडे भ्रष्टाचार माजलेला होता आणि त्यांना मार्गदर्शन करण्यासाठी कोणताही मार्ग उरलेला नव्हता.''

...आणि मग त्यांनी आपली योजना प्रकट केली. ''म्हणून मग मी एक नवीन राजा घडवायचा निर्णय घेतला. एक नवीन नेता – चंद्रगुप्त – जो धर्माच्या मार्गाचा अवलंब करेल. आणि मग जे जे त्याच्या मार्गात आले, त्यांचा मी कूट नीतीच्या साहाय्याने नायनाट केला. चांगल्याच्या संरक्षणासाठी कधीतरी वाइटाचा नाश करावाच लागतो.''

चाणक्यांमध्ये हळुवार अशीही बाजू आहे आणि ती फारच कमी जणांना ठाऊक आहे, हे त्यांच्या मित्राला ठाऊक होतं. त्या मित्राच्या मनात चाणक्यांबद्दल फक्त आदर होता.

चाणक्यांना सर्व जीवांच्या हिताबद्दल वाटत असणारी चिंता संपूर्ण *अर्थशास्त्रात* जागोजागी दिसून येते. चाणक्यांची हळुवार किंवा सौम्य बाजू दाखवणारे असे पाच पैलू आपण बघणार आहोत :

१. नातेसंबंधांचे महत्त्व
२. वृद्ध व्यक्तींची काळजी घेणे
३. महिलांचे सबलीकरण करणे
४. शिक्षकांविषयी आदर बाळगणे
५. शत्रूला सोडून देणे

चाणक्य यांना संपूर्ण जीवसृष्टीची काळजी वाटायची, फक्त माणसांची नाही; ही नोंद करण्यासारखी गोष्ट आहे. त्यात झाडं, पशुपक्षी यांबरोबरच जलसाठे आणि खनिजांचासुद्धा समावेश आहे. परिपूर्ती साध्य केलेल्या व्यक्तीचं हृदय संपूर्ण जगाला आपल्यामध्ये सामावून घेऊ शकेल, एवढं मोठं असतं.

१. नातेसंबंधांचे महत्त्व

आपण माणसं एका परस्परावलंबी समाजात राहतो. आपल्याला एकमेकांची गरज असते.

एकमेकांच्या आधाराशिवाय आपण कुठलीही गोष्ट साध्य करू शकत नाही. वाट कदाचित एकाकी असेल, पण आपल्या सोबत जर जोडीदार असेल, तर प्रवासाची जास्तच मजा येते.

चाणक्यांसारख्या थोर माणसांना हे माहीत होतं. त्यांना माहीत होतं की, अगदी वैयक्तिक पातळीवर किंवा राष्ट्रीय पातळीवरसुद्धा नातेसंबंध हे अत्यंत महत्त्वाचे असतात. म्हणूनच *अर्थशास्त्रमध्ये* 'परराष्ट्रीय संबंधां'ना महत्त्व दिलेलं आहे.

कृपया नोंद घ्यावी की, 'परराष्ट्रीय संबंध' आणि 'परराष्ट्रीय धोरणं' यांच्यात खूप मोठा फरक आहे. जरी दोन्ही एकमेकांशी निगडित असले, तरी ते वेगवेगळे विषय आहेत. एखाद्याकडे उत्तम परराष्ट्रीय धोरणं असतील, पण उत्कृष्ट परराष्ट्रीय संबंधांशिवाय त्याला ती धोरणं लागू करताच येणार नाहीत.

भारताने संयुक्त राष्ट्रांना (युनायटेड नेशन्स) २१ जून 'आंतरराष्ट्रीय योग दिवस' म्हणून जाहीर करायला लावणं, हा परराष्ट्रीय धोरणं अमलात आणण्यातील एक मोठा विजय म्हणता येईल. भारताने इतक्या वर्षांत निर्माण केलेल्या परराष्ट्रीय संबंधांमुळेच ही बाब शक्य झाली.

अशा प्रकारे, परराष्ट्रीय संबंध हे यश मिळवण्याची खेळी बदलून टाकणाऱ्या योजना ठरतात. म्हणूनच चाणक्यांच्या दृष्टीने, नातेसंबंधांची निर्मिती ही बाब अत्यंत महत्त्वाची होती.

ते पुढे असंही म्हणतात की, बाहेरच्या लोकांबरोबर चांगले संबंध असणं जेवढं महत्त्वाचं आहे, तेवढंच (राज्याच्या) आतील लोकांशी उत्तम संबंध असणं महत्त्वाचं आहे. वेगवेगळ्या प्रकारच्या शत्रूंना तोंड देताना कोणकोणत्या प्रकारच्या लोकांबरोबर संबंध ठेवावे लागतील, याचा विचार चाणक्य सातत्याने करतात. चांगल्या मित्रांचा आणि समर्थकांचा एक गट आपल्या बाजूने असणं नक्कीच फायद्याचं असतं.

म्हणूनच चाणक्य सुचवतात :

> "त्याने जंगलातील सरदारांशी, सीमेवरील प्रमुखांशी आणि शहरी व ग्रामीण भागांतील मुख्य अधिकाऱ्यांशी संपर्क स्थापित करावा." (१.१६.७)

नेते इतर नेत्यांना सहयोग करतात. राजा आपल्या राज्यात सर्वोच्च स्थानी असेल, पण त्याच्या राज्यात कित्येक छोटे-छोटे राजे आहेत, याची जाणीव त्याला हवी. त्यांनी या मुख्य राजाला पाठिंबा दिला, तरच तो सत्तेवर राहील.

मग राजाने कोणत्या प्रकारच्या नेतृत्वाशी निगडित नातेसंबंध जपायला हवेत?

त्याने संपर्क स्थापित करावेत : नाती निर्माण करावी लागतात; ती अशीच बनत नाहीत. नातं निर्माण करण्यासाठी आणि जपण्यासाठी प्रचंड मेहनत घ्यावी लागते. दोन माणसं बरोबर आहेत, म्हणजे त्यांचं नातं चांगलं आहेच, असं नाही. आणि दोन माणसं केवळ एकमेकांपासून दूर अंतरावर आहेत, म्हणजे त्यांच्यातील नातं चांगलं नाही, असंही नाही. हृदयातील अंतर हे शारीरिक अंतरापेक्षा जास्त महत्त्वाचं असतं. आणि आजच्या जगात नाती बांधायला आपल्याला तंत्रज्ञानाचीसुद्धा मदत होऊ शकते.

नेत्याने स्वयंप्रेरित असायला हवं, अशी सूचना चाणक्य देतात. त्याने किंवा तिने नातं निर्माण करण्यासाठी स्वत: पुढाकार घ्यायला पाहिजे, त्या दृष्टीने पावलं उचलली पाहिजेत. सातत्याने विविध लोकांच्या संपर्कात राहिलं पाहिजे. उत्तम जनसंपर्क ठेवणं, हे प्रशासनाच्या अत्यंत महत्त्वाच्या कर्तव्यांपैकी एक असतं.

जंगलातील सरदारांशी : राजाच्या राजधानीपासून जंगलं सर्वसाधारणपणे बरीच लांब असतात. राजाचं जंगलांवर प्रत्यक्ष नियंत्रण कधीच नसतं. जंगलांवर जंगली सरदारांचं नियंत्रण असतं. आदिवासी नेते आणि जमातीचे नेते आपापल्या गटांचं नेतृत्व करतात आणि त्यांच्यावर नियंत्रण ठेवतात. हे जंगली सरदारच त्यांच्या त्यांच्या भागातील निर्णय घेतात. त्यांना प्रदेशाची आणि तिथे तयार होणाऱ्या विविध उत्पादनांची माहिती असते. मग ती वन उत्पादनं असो वा खनिजं, जलसाठे असोत वा वनस्पती आणि जीवजंतू, त्यांना या सर्व गोष्टींची समज असते.

जंगलात राहणारे लोकसुद्धा केवळ या जंगली सरदारांचंच ऐकतील, राजधानीत बसलेल्या राजाचं नाही. चाणक्यांना हे समजलं होतं, म्हणूनच ते या जंगली सरदारांशी मैत्रीपूर्ण संबंध ठेवण्याचा प्रयत्न करत राहिले. जेव्हा राजाला जंगलात कुठलीही गोष्ट साध्य करायची असेल, तेव्हा हे नेते त्याची मदत करतील. जंगली सरदारांचं ऐका, ते तुम्हाला यशाचा मार्ग नक्कीच दाखवतील.

सीमेवरील प्रमुख : राज्याच्या सीमेजवळील भाग अत्यंत महत्त्वाचे असतात. सीमेजवळील ही गावं किंवा राज्यं, प्रांताच्या सीमा निश्चित करतात. त्यांच्या आणि शेजारील राज्याच्या सीमा सामाईक असू शकतात. आणि तो शेजारी शत्रूदेखील असू शकतो.

व्यापार, मालाची अदलाबदल आणि अगदी आयातनिर्यात यांसारखे अनेक उपक्रम या सीमेजवळच्या भागांत घडत असतात. त्यांपैकी काही बेकायदेशीरसुद्धा असू शकतात. मालाची तस्करी, निर्वासितांची घुसखोरी, अशा अनेक गोष्टी या भागांमध्ये घडत असतात.

सीमा सुरक्षित ठेवण्यासाठी सीमेजवळच्या प्रमुखांशी चांगले संबंध असणं आवश्यक आहे, हे चाणक्यांना माहीत होतं. शत्रू-राजे त्यांना लाच देऊ करत असतील, अगदी सत्तेत वरच्या जागासुद्धा देऊ करत असतील. यामुळे या सीमेजवळच्या प्रमुख अधिकाऱ्यांशी असणारे संबंध अतिशय नाजूकपणे हाताळावे लागतात. त्यांना आपल्या बाजूने जिंकून घेणं, म्हणजे सगळं राज्य सुरक्षित ठेवणं.

सीमेलगतच्या काही भागांत समुद्र, डोंगर, वाळवंट आणि जंगलंसुद्धा असतात. अगदी आजही अशा भागांतील लोकांना सशस्त्र सेना देशाच्या सुरक्षिततेसाठी सैन्यात भरती करतात. जसं, सीमा सुरक्षा दल (बॉर्डर सिक्युरिटी फोर्स).

शहरी भागातील प्रमुख अधिकारी : सरकार राज्ययंत्रणेवर चालतं आणि ही यंत्रणा सरकारी अधिकारी चालवतात. आधुनिक, आत्ताच्या काळात भारतात हे काम नागरी सेवा अधिकारी करतात. यात प्रशासकीय (आयएएस) अधिकाऱ्यांचा आणि पोलीस (आयपीएस) अधिकाऱ्यांचा समावेश असतो.

यांच्या सोबत चांगले संबंध ठेवण्याचा सल्ला चाणक्य देतात. सर्वसाधारणपणे हे वरिष्ठ अधिकारी त्यांच्या हाताखाली असलेल्या अधिकाऱ्यांना आणि प्रशासकीय कर्मचाऱ्यांना नियंत्रित करतात. वरिष्ठ अधिकारी शहरातून किंवा राजधानीतून आपलं कामकाज बघतात.

या लोकांना सगळ्या गोष्टींची व्यवस्थित माहिती असते. त्यांना व्यवस्थेबद्दल आणि राज्य कसं चालतं, याबद्दल संपूर्ण माहिती असते. राजाने त्यांना फक्त आपले नोकर न समजता त्यांच्याशी उत्तम नातेसंबंध जोडले पाहिजेत. त्यांच्याशी होणाऱ्या औपचारिक आणि अनौपचारिक चर्चांमधून राजाला राज्यात नक्की काय काय घडतंय ते कळेल. सरकारी अधिकारी राजाचे कान आणि डोळे असतात. शिवाय त्याचे हात आणि पायदेखील.

ग्रामीण भागातील प्रमुख अधिकारी : शहरातील अधिकाऱ्यांप्रमाणेच, गावांतील किंवा ग्रामीण भागांतील सरकारी अधिकारी, हेदेखील अत्यंत महत्त्वाचे असतात. गावागावांमध्ये सरकारी यंत्रणा तेच चालू ठेवतात. महात्मा गांधीजी म्हणाले होते, ''भारत गावांमध्ये राहतो.''

हे विधान अगदी आजच्या आधुनिक काळातही खरं ठरतं. पंचायती राज व्यवस्था असणारी गावं हा भारताचा कणा आहे. आपल्या देशात जवळपास ६ लाख गावं आहेत. लोकसंख्येतील बहुसंख्य लोक अजूनही ग्रामीण भागांत राहत असल्यामुळे गावांतही उत्तम प्रशासन असण्याची आवश्यकता आहे.

शेवटच्या गावातील शेवटचा मनुष्य जोपर्यंत सुखी, समाधानी होतं नाही, तोपर्यंत सरकारचं काम संपत नाही. मग ग्रामीण भागांत यश मिळेल, याची खात्री चाणक्य कशी करून घ्यायचे? तर, ग्रामीण भागातील प्रमुख अधिकाऱ्यांद्वारे. या अधिकाऱ्यांना ग्रामीण संस्कृती, परंपरा आणि तिथल्या मूळ भाषेची पक्की जाण असते.

ब्रिटिशांनीही भारतावर राज्य करताना हे धोरण वापरलं होतं. त्यांनी भारतातील मूळ रहिवाशांना प्रशासकीय यंत्रणेतील अधिकारी बनवलं आणि त्यांच्या मार्फत संपूर्ण भारतावर राज्य केलं.

२. वृद्ध व्यक्तींची काळजी घेणे

वृद्ध व्यक्ती या संपत्ती असतात की ओझं?

आपण केवळ आर्थिक दृष्टिकोनातून बघितलं तर, विशेषत: जर त्यांची काही बचत नसेल किंवा निवृत्तीनंतरच्या आयुष्यासाठी त्यांनी काही योजना आखल्या नसतील तर त्यांचं आर्थिक ओझं वाटू शकतं.

पण चाणक्य आणि त्यांचे आर्थिक नमुने वेगळे आहेत. ते वृद्ध व्यक्तींना देशाची अनमोल संपत्ती समजत. जरी ते उत्पन्न कमवत नसतील, तरी त्यांच्याकडे अमूल्य असं ज्ञान असतं. त्यांच्या ज्ञानाच्या आणि अनुभवाच्या आधारे आश्चर्यजनक कामगिरी घडू शकते.

अगदी काटेकोरपणे आर्थिकदृष्ट्याच विचार करायचा झाला तरी, अशी कैक उदाहरणं आहेत जिथे तरुण, उत्साही लोकांपेक्षा निवृत्त लोक अधिक मौल्यवान ठरले आहेत.

एकदा एक जहाज एका परदेशी बंदरात उभं होतं. त्याच्यावर असलेला माल खाली उतरवून घेतला की, जहाज तिथून निघणं अपेक्षित होतं. मात्र एका तांत्रिक अडचणीमुळे, जहाज काही सुरू होईना. इंजिनिअर्सनी त्यांना शक्य होतं ते सगळं करून पाहिलं, पण नेमकी समस्या काय होती, हे त्यांना काहीकेल्या कळत नव्हतं.

आता त्याच बंदरात जहाज ठेवणं म्हणजे महागडी बाब होती. शेवटी जहाजावरील सगळ्या लोकांनी आपल्या देशातून, जिथे जहाज बनवलं गेलं होतं, तिथून इंजिनिअर बोलावण्याचा निर्णय घेतला. पण त्यांच्या लक्षात

आलं की, त्या इंजिनिअरला जहाजापर्यंत पोहोचायला तीन ते चार दिवस लागतील.

तिकडच्या एका स्थानिक मनुष्याने त्यांना जवळच राहणाऱ्या आणि अशा प्रकारच्या तांत्रिक समस्या सोडवण्याचा अनुभव असलेल्या एका निवृत्त इंजिनिअरला संपर्क करायचा सल्ला दिला. मग ती अडचण सोडवण्यासाठी ताबडतोब त्या निवृत्त माणसाला पाचारण करण्यात आलं. अगदी थोड्याच वेळात त्याने नेमकी समस्या शोधून काढली आणि लगेचच दुरुस्तीही केली. जहाज चालू झालं आणि थोड्याच वेळात ते बंदर सोडून निघालंसुद्धा.

जर त्यांनी परदेशी इंजिनिअर यायची वाट बघितली असती, तर त्यांचा खर्च अजूनच वाढला असता. मात्र त्यांची अडचण अल्पावधीतच दूर झाली आणि त्याचबरोबर, स्थानिक इंजिनिअरने त्यांच्याकडून कोणतंही शुल्क घेतलं नाही. निवृत्त माणसांना योग्यतेपेक्षा कमी किंमत दिली जाते, याचं फक्त हे एक उदाहरण आहे. आपण त्यांच्याकडे ओझं म्हणून बघतो, मात्र प्रत्यक्षात ते अमूल्य संपत्ती असतात.

वृद्ध माणसांच्या केवळ संरक्षणासाठीच नाही तर, त्यांना विशेष हक्क देण्यासाठी म्हणून चाणक्यांनी अनेक नियमांची आणि कायद्यांची निर्मिती केलेली आहे.

नौका विभागाच्या नियमांमध्येसुद्धा चाणक्य त्यांना विशेष दर्जा देतात.

> ''ब्राह्मण, संन्याशी, लहान मुलं, वृद्ध व्यक्ती, आजारी माणसं, राजदूत आणि गरोदर स्त्रियांना नौकाध्यक्षाने सीलबंद परवाना देऊन जाऊ द्यावं.'' (२.२८.१८)

वर दिलेल्या सूत्रातून आपल्याला कळतं की, नौका विभागाचा प्रमुख वृद्ध व्यक्तींना आणि उल्लेख केलेल्या इतर व्यक्तींना नि:शुल्क सेवा वापरण्यासाठी परवाना देतो.

हे म्हणजे आताच्या काळात सरकारद्वारे देण्यात येणाऱ्या ज्येष्ठ नागरिक कार्डसारखंच आहे. ज्येष्ठ नागरिक या कार्डाच्या साहाय्याने विविध ठिकाणी विशेषाधिकार आणि सवलत मिळवू शकतात. यातून समाजाला या व्यक्तींबद्दल खरोखरच काळजी आणि आपुलकी वाटते, हे दिसून येतं.

आज अनेक सार्वजनिक ठिकाणी आणि वाहतुकीसारख्या सुविधांमध्ये ज्येष्ठ नागरिकांसाठी काही जागा आरक्षित असतात. त्यांच्या प्रवासासाठी विशेष गाड्यांचीही व्यवस्था असते.

वृद्ध माणसांची काळजी चाणक्य कशी घ्यायचे, याचं आणखी एक उदाहरण बघू या.

हा एक अतिशय वेगळा विभाग आहे, गणिकांचा विभाग. गणिका विभागाच्या अधीक्षकाने *(गणिकाध्यक्षाने)* त्या व्यवसायातील वृद्ध स्त्रियांची काळजी घेणं अपेक्षित होतं. ज्येष्ठ महिलांना फक्त संरक्षण मिळेल असे नाही, तर त्यांना उच्च दर्जा मिळेल, असे नियम चाणक्यांनी बनवले होते.

याचा संदर्भ आपल्याला दुसऱ्या खंडातील सत्ताविसाव्या अध्यायातील चौथ्या सूत्रात मिळतो.

चाणक्य म्हणतात :

> ''सौंदर्य, दागदागिने यांची समृद्धी असेल, त्या त्या मानाने १००० पण (पगार) ठरवून त्याने उत्तम, मध्यम आणि कनिष्ठ दर्जा ठरवावा. राजाचं छत्र धरणाऱ्या, पाण्याचं पात्र धरणाऱ्या, पंख्याने वारा घालणाऱ्या, राजाबरोबर पालखीत, बैठकीत, सिंहासनाजवळ आणि रथात बसणाऱ्या असा त्यांच्यात निश्चित फरक करावा. जर एखादीचं सौंदर्य नष्ट झालं असेल, तर तिला 'आई' म्हणून नियुक्त करावं.'' (२.२७.४)

एखाद्या व्यक्तीचं काम हे तिच्या किंवा त्याच्या वयोगटावर अवलंबून असतं. प्रत्येक माणसाची काम करण्याची एक क्षमता असते, जी त्याच्या शरीरावर आणि वयाच्या वाढीवर अवलंबून असते. काही विशिष्ट उपक्रम हे एका विशिष्ट वयातच करता येतात. उदाहरणार्थ, वय वाढत जातं, तसं अवजड शारीरिक काम करणं आपल्याला अशक्य होऊन जातं.

मग व्यवसायातील अशा लोकांसाठी चाणक्यांनी काय केलं? तर त्यांना आपल्या वयाला साजेशी कामं नेमून दिली. जेव्हा एखादी गणिका तरुण आणि सुंदर असते, तेव्हा तिला वेगळा पगार दिला जातो (या संदर्भात हजार *पण*) आणि नंतर केलेल्या कामाप्रमाणे ते त्यांना मध्यम, सर्वांत कमी किंवा सर्वांत जास्त पगार देतात.

पण ज्यांचं वय वाढतं, ज्या वृद्ध होतात आणि ज्यांचं सौंदर्य विरून जातं त्यांचं काय? त्यांना 'आई' बनवलं जातं. गणिकांच्या जगात सौंदर्याला सर्वाधिक महत्त्व असतं. या व्यापारात यशासाठी शारीरिक सौंदर्य हा एक महत्त्वाचा घटक असतो. पण जसजसं वय वाढत जातं, तसतसं त्यांचं सौंदर्य स्वाभाविकपणेच लुप्त होत जातं. मग त्यांना व्यवस्थेतून आणि व्यवसायातून काढून टाकलं पाहिजे का?

नाही. त्यांना व्यवसायात उच्च स्थान दिलं जातं. उलट त्यांना बढती दिली जाते.

त्यांना 'आई' बनवलं जातं. म्हणजे सगळ्या गटाच्या हिताची जबाबदारी घेणं, हे त्यांचं कर्तव्य होऊन जातं. या माता गणिकांनाही उत्तम प्रकारे पैसे दिले जातात, ही नोंद करण्यासारखी गोष्ट आहे. हा ज्येष्ठ नागरिकांचा सन्मान असतो. आपल्या आजूबाजूच्या लोकांनी आपल्याला स्वीकारावं अशीच त्यांची इच्छा असते. त्यांना व्यवसायात एक उच्च स्थान देणं, ही त्यांचं मोल करण्याचा एक उत्तम मार्ग आहे.

संपूर्ण कुटुंबाची काळजी घेणारी व्यक्ती म्हणजे 'आई'. तिला कुटुंबातील प्रत्येक मनुष्याच्या गरजा माहीत असतात आणि त्या ती पूर्ण करते. शिवाय आईची प्रत्येकावर बारकाईने नजर असते. आईच्या प्रेमापासून आणि धाकापासून कुणाचीही सुटका होऊ शकत नाही.

३. महिला सबलीकरण करणे

वृद्धांची काळजी घेण्याव्यतिरिक्त चाणक्यांची सौम्य बाजू आपल्याला दिसते, ती म्हणजे महिला सबलीकरण.

आज आपण महिला सबलीकरण आणि महिलांना जगभरात एक सामाजिक दर्जा देण्याविषयी बोलत असतो. लैंगिक समानता हा विषय अगदी राष्ट्रीय नेत्यांमध्येसुद्धा सर्वसाधारणपणे चर्चेत असतो. विविध स्थानांवर महिलांची नियुक्ती करणं, हे एक महत्त्वाचं धोरण ठरत आहे. विविध कंपन्यासुद्धा 'बोले तैसा चाले' याची खात्री करण्यासाठी नेतृत्वाच्या पातळ्यांवर महिलांची नियुक्ती करत आहेत.

महिला सबलीकरण हा चाणक्यांसाठी, सामाजिक आणि राष्ट्रीय विकासाचा एक प्रमुख घटक होता. सामाजिक दर्जा, आर्थिक सबलीकरण, त्यांना शिक्षण देणं अशा अनेक पैलूंचा विचार ते महिला सबलीकरणासाठी करत. त्यांच्या मते, महिलांचा सर्वांगीण व्यक्तिमत्त्व विकास अत्यंत महत्त्वाचा होता.

अर्थशास्त्रात, महिलांचा हा सर्वांगीण विकास अनेक ठिकाणी घडताना दिसतो. महिलांना गुप्तहेर यंत्रणेचा भाग बनवणं, साध्वींचा आदर करणं, गणिकांना विशेष अधिकार आणि हक्क देणं तसंच त्यांना कायद्याने सबळ करणं, यांतून चाणक्य स्त्रियांना आदरपूर्वक वागणूक देत आणि त्यांना सर्व ठिकाणी सन्मानपूर्वक स्थान देत, हे आपल्याला समजतं.

अर्थशास्त्रातील प्रशासन व्यवस्थेत महिला सबलीकरणासाठी असलेला एक विशेष सरकारी विभाग सापडतो. तो सामाजिक आणि आर्थिक, दोन्ही

पैलूंवर काम करायचा. तो विभाग म्हणजे, कापडउद्योग. मंत्री, सरकारी अधिकारी आणि प्रमुख अधीक्षक या सगळ्यांनी कापडउद्योगाला स्त्री–अनुकूल बनवलं होतं.

आपण *अर्थशास्त्राच्या* दुसऱ्या खंडातील तेविसाव्या अध्यायातल्या चाळिसाव्या, 'सूतकाम आणि विणकामाचा अधीक्षक' या भागातले काही महत्त्वाचे घटक बघू या.

संपूर्ण कापडउद्योगात महिला कर्मचारी समाविष्ट होत्या. अगदी आधुनिक काळातसुद्धा कापडउद्योगात काम करणाऱ्यांपैकी ८० टक्के कर्मचारी स्त्रिया आहेत. म्हणूनच स्त्रियांना केंद्रस्थानी ठेवून धोरणं बनवावी लागत आणि निर्णय घ्यावे लागत.

चाणक्य सर्वप्रथम समाजातील विविध शाखांमधील स्त्रियांची नियुक्ती करून सुरुवात करत.

ते म्हणतात :

> ''त्याने लाकूड, झाडांची सालं, कापूस, रेशीम, भांग आणि जवस यांतून; विधवा, अपंग स्त्रिया, अविवाहित स्त्रिया, घर सोडलेल्या स्त्रिया, काम करून आपला दंड भरणाऱ्या स्त्रिया, गणिकांच्या आया, राजाच्या वृद्ध सेविका आणि ज्यांचं देवळातील काम संपलेलं आहे, अशा देवदासी; यांच्याकडून सूत पिंजून घ्यावं.'' (२.२३.२)

कुठल्या प्रकारच्या स्त्रिया कापडउद्योगात काम करतात, हे वर दिलेलं आहे. त्यांच्यापैकी काहींबद्दल आपण आता थोडं विस्ताराने जाणून घेऊ या.

विधवा : विधवांना आर्थिकदृष्ट्या सक्षम बनवले जायचे. मुख्यत्वे पुरुष हा कुटुंबाचा पोशिंदा असायचा. नवऱ्याच्या मृत्यूनंतर, आर्थिक आधार मिळण्याची व्यवस्था असायला आवश्यक होती. त्यामुळे रोजगारात प्रथम प्राधान्य विधवांना दिलं गेलं ज्यामुळे त्या पैशाच्या आधारे त्या आपल्या कुटुंबाची काळजी घेतील.

अपंग स्त्रिया : अपंगत्वाचा सर्वांत वाईट प्रकार, शारीरिक अपंगत्व हा नसून मानसिक अपंगत्व आहे. एखादी स्त्री अपंग असली तरी, जर ती एखाद्या हस्तव्यवसायात निपुण असेल तर, तिला उदरनिर्वाह करता येईल. तिला दुसऱ्यावर अवलंबून राहण्याची गरज पडणार नाही. चाणक्य अशा स्त्रियांना ओळखून त्यांचं कसब विकसित करण्यासाठी प्रशिक्षण देत.

लक्षात घ्या, ज्या स्त्रियांना कारखान्यात येऊन काम करणं शक्य नव्हतं, त्यांना घरून काम करण्याचा पर्याय उपलब्ध होता. कापूस आणि कच्चा माल त्यांच्या घरी पोहोचवला जायचा आणि त्या घरच्याघरी उत्पादन तयार करायच्या.

घर सोडलेल्या स्त्रिया : विविध कारणांमुळे तरुण मुली आणि स्त्रिया आपलं घर सोडून शहरांत किंवा इतर ठिकाणी येऊन पोहोचतात. समजा, एखादी तरुण मुलगी मुलाच्या प्रेमात पडते आणि त्याच्याशी लग्न करण्यासाठी आपल्या घरातून पळून जाते. नंतर तो मुलगा लबाड असल्याचं, आपली फसवणूक झाल्याचं तिच्या लक्षात येतं; काय करावं हेच तिला सुधरत नाही. ती ना स्वतःच्या घरी परत जाऊ शकते, ना नवीन जागी तिची ती राहू शकते.

अशा लोकांच्या सामाजिक सुरक्षिततेसाठी चाणक्यांनी व्यवस्था केल्या होत्या. ते त्यांना रोजगार देऊन सबळ बनवत.

राजाच्या वृद्ध सेविका : राजाचे अनेक सेवक असायचे. त्यात महिलांचाही समावेश असायचा. एका कालावधीनंतर त्यांनाही निवृत्त व्हावं लागायचं. इतर कुठल्याही नोकरीप्रमाणेच निवृत्तीच्या एका तारखेला तुम्हाला तुमचं पद मोकळ करून पुढच्या पिढीला द्यावं लागतं. पण काही निवृत्त लोकांना निवृत्तीनंतरही आर्थिक मदतीची गरज भासू शकते. कदाचित त्यांच्या कुटुंबात दुसरी कोणतीही कमावती व्यक्ती नसेल. किंवा त्यांची मुलं काही कमवू शकत नसतील. किंवा म्हाताऱ्या वयात स्वतःची काळजी घेण्याइतपत पुरेशी बचत त्यांनी केली नसेल. म्हणून राजाच्या जुन्या सेवकांना अशा प्रकारची रोजगाराची हमी दिलेली आहे.

देवळांमधील वृद्ध सेविका : स्त्रियांना रोजगार मिळवण्याची अजून एक जागा म्हणजे मंदिरं. 'मंदिर अर्थव्यवस्थे'चा एक सबंध कालखंड भारताने बघितलेला आहे. जिथे अनेक आध्यात्मिक आणि आर्थिक उपक्रम घडायचे, अशी ती एक भक्कम व्यवस्था होती. मंदिरांत काम करणाऱ्यांमध्ये महिलाही असायच्या. तिथे जेव्हा निवृत्तीची वेळ यायची, तेव्हा त्यांना कापडउद्योगात रोजगाराची दुसरी संधी दिली जायची.

कामकाजाच्या ठिकाणी घडणारे लैंगिक अत्याचार : चाणक्यांना समाजाचे सखोल ज्ञान होते. त्यांना ठाऊक होतं की, पुरुष जिथे प्रमुख असतील, त्या ठिकाणी जर महिला कामगार असतील, तर लैंगिक अत्याचाराच्या घटना मोठ्या प्रमाणात घडण्याची शक्यता होती. अशा प्रकारच्या घटना घडू नयेत, यासाठी त्यांनी अत्यंत कडक असे असंख्य कायदे बनवले होते.

स्त्रियांना सिक्स्थ सेन्स असतो. त्या आपल्या पुरुष सहकाऱ्यांच्या प्रत्येक नजरेमागील आणि प्रत्येक स्पर्शामागील हेतू ओळखू शकतात. जर एखाद्या वरिष्ठाने लगट करण्याचा प्रयत्न केला, तर थेट सर्वोच्च अधिकाऱ्यांकडे तक्रार करण्याची व्यवस्था उपलब्ध होती. अपराध्याविरुद्ध अतिशय कठोर पावलं उचलली जायची, त्याला नोकरीवरून ताबडतोब काढलंही जायचं. अत्यंत गंभीर प्रकरणांमध्ये देहान्त (फाशी) शासनाचाही विचार केला जायचा.

म्हणूनच चाणक्यांच्या विचारात आपल्याला स्त्रियांविषयी फक्त आदर आणि स्त्रीला सन्मान मिळवून देण्याची इच्छाच दिसते. स्त्रियांना जिथे आदर मिळतो, तिथेच देव वसतात, या विचाराचे ते होते.

४. शिक्षकांविषयी आदर बाळगणे

शिक्षक वेगवेगळ्या प्रकारचे असतात आणि विद्यार्थीही वेगवेगळ्या प्रकारचे असतात. चाणक्य हे उत्कृष्ट शिक्षक आणि उत्कृष्ट विद्यार्थी, यांचं एक दुर्मीळ मिश्रण होते.

म्हणूनच त्यांचे सर्व विद्यार्थी त्यांचा आदर करायचे. चाणक्यसुद्धा आपल्या सर्व गुरुजनांचा आदर करायचे. चाणक्य *अर्थशास्त्र* या आपल्या पुस्तकात, सुरुवातीपासून शेवटपर्यंत, *अर्थशास्त्र* हा विषय आपल्या आधी शिकवून गेलेल्या आपल्या गुरूंची प्रशंसा करताना दिसतात.

गमतीची गोष्ट म्हणजे चाणक्य आपल्या सर्व शिक्षकांशी सहमत आहेतच, असं नाही. पण तरी ते त्यांचा आदर करतात. त्यांच्या मतांमध्ये आणि दृष्टिकोनांमध्ये फरक असला तरीही त्यांच्याबद्दलचा परत आदरही आहे. एखाद्याचा आदर करण्यासाठी त्याच्याशी पूर्णपणे सहमत असायला हवं, असं नाही. मतभिन्नता असणं ही कमजोरी नसून ताकद आहे.

इतर आचार्यांच्या भिन्न मतांचा विचार करण्याच्या चाणक्यांच्या पैलूवर प्रकाश टाकणारी काही सूत्रं आपण बघू या.

कौटिल्यच्या *अर्थशास्त्राची* सुरुवात खालील प्रार्थनेने होते. त्यांनी आपल्या शिक्षकांना केलेली ही प्रार्थना आहे :

''ॐ नमः शुक्र अभ्यम्''
ॐ. शुक्र आणि बृहस्पती यांना माझं वंदन.

आपल्या संस्कृतीत शिक्षकांना सर्वांत जास्त आदर दिला जातो. गुरू-शिष्य परंपरेवर आपला गाढ विश्वास आहे. ज्यात प्रत्येक शिष्य गुरू बनतो आणि

प्रत्येक गुरू हा कुणाचा ना कुणाचातरी शिष्य असतो. अशा ज्ञानपरंपरेचे आपण समर्थक आहोत.

वरील प्रार्थनेमध्ये शुक्र आणि बृहस्पती, या दोन थोर गुरूंना वंदन केल्याचं आपल्याला दिसतं.

शुक्र – राक्षसांचे गुरू. त्यांनी आपल्या विद्यार्थ्यांना युद्धनीतीमध्ये मार्गदर्शन केलं आणि राज्यकारभार प्रभावीपणे कसा चालवावा, हेही शिकवलं.

बृहस्पती – देवांचे गुरू. ते स्वत: एक कुशल योजनाकार होते ज्यांनी आपल्या विद्यार्थ्यांना राजनीती शिकवली.

नोंद घेण्यासारखी बाब ही आहे की, या दोघांचे शिष्य एकमेकांच्या विरुद्ध असल्यामुळे ते आपापल्या शिष्यांना परस्परविरुद्ध दृष्टिकोन देतात. जेणेकरून युद्धात विजय मिळवण्याकरता अनेक प्रकारच्या आणि विसंगत अशा योजना पुढे आणल्या जातील.

चाणक्य संपूर्णपणे वेगळीच योजना बनवत. फक्त एकाच बाजूला पाठिंबा देण्यापेक्षा दोन्हींकडून शिकणं कधीही चांगलं असतं. एक चांगला विद्यार्थी कधी कुणाची बाजू घेत नाही, कोणताही विद्यार्थी किंवा विद्यार्थिनी, दोन शिक्षकांमध्ये तुलना करत नाही. प्रत्येक शिक्षकाची स्वत:ची शिकवण्याची एक पद्धत, एक शैली असते. त्यांचे सिद्धान्त आणि मूल्यव्यवस्था यासुद्धा पूर्णपणे वेगळ्या असू शकतात. पण कोण बरोबर आणि कोण चुकीचं, या वादात तरी कशाला पडायचं? सगळ्यांकडून शिकून घेणं, हेच उत्तम आहे

चाणक्य पुढे म्हणतात :

> "पृथ्वी संपादित करण्यासाठी आणि तिचं रक्षण करण्यासाठी राज्यशास्त्रावरील हा प्रबंध, मुख्यत्वे प्राचीन गुरुजनांनी रचलेल्या अनेक वेगवेगळ्या राज्यशास्त्राच्या प्रबंधांचं एकत्रीकरण करून बनवलेला आहे." (१.१.१)

चाणक्यांनी स्वत:चं *अर्थशास्त्र* कसं लिहिलं, याचं वर्णन या सूत्रात केलेलं आहे. हा प्रबंध विविध गुरूंच्या शिकवणी एकत्र करून बनवलेला आहे.

चाणक्यांनी अर्थशास्त्राच्या आधीच्या शिक्षकांचा अभ्यास केला. याचाच अर्थ असा की, कौटिल्यचं *अर्थशास्त्र* हे पहिलं किंवा एकमेव *अर्थशास्त्र* नाही – त्याच्या आधी अनेक *अर्थशास्त्रं* होती.

चाणक्यांनी राज्यशास्त्राच्या कैक तज्ज्ञ लोकांचा अभ्यास केलेला होता. *कौटिल्यच्या अर्थशास्त्रामध्ये* राजकीय विचाराच्या क्षेत्रात प्रवीण असलेल्या १४ अशा गुरूंचा उल्लेख आहे.

चाणक्यांनी स्वतः *अर्थशास्त्र* का लिहिलं, त्यामागचं कारणदेखील ते सांगतात. पृथ्वीच्या संपादनासाठी आणि संरक्षणासाठी ते लिहिलं गेलं आहे. हा उद्देश तर फार पूर्वीपासूनच स्पष्ट होता. म्हणजे माणसांना मारून नाही, तर इतर विविध योजना आणि धोरणं वापरून संपूर्ण जग जिंकायचं होतं.

याच प्रकारे, विषय कुठलाही असो, एका चांगल्या विद्यार्थ्याने अनेक शिक्षकांकडून शिकलं पाहिजे आणि मतभिन्नतेचा आदर करायला पाहिजे. त्यातूनच माहिती आणि ज्ञान मिळेल. इतर शिक्षकांच्या सिद्धान्तांवरून आणि अनुभवांवरून एखादा आपला स्वतःचा सिद्धान्त बनवू शकतो. चाणक्यांचं *अर्थशास्त्र* हे त्याचं एक उदाहरण आहेच.

आता असे काही प्रसंग बघू या जिथे चाणक्यांनी ते स्वतः विजेते राहतील याची काळजी घेतलीच, पण त्याचबरोबर शत्रूबद्दल त्यांच्या मनात एक सौम्य बाजूसुद्धा होती.

५. शत्रूला सोडून देणे

अलेक्झांडर हा एक निर्दयी जेता होता. त्याला संपूर्ण जग जिंकायचं होतं. तो ग्रीसवरून आला होता, जिथे त्याचे शिक्षक होते थोर तत्त्वज्ञ ॲरिस्टॉटल.

जेव्हा अलेक्झांडर आपल्या मोहिमेवर निघाला होता, तेव्हा त्याच्या गुरूने त्याला जगात इतर कुठेही मिळणार नाही, अशी गोष्ट भारतातून आणायला सांगितली होती. ती म्हणजे अध्यात्म. त्यामुळे भारतात केवळ भौतिक समृद्धीच नसून आध्यात्मिक, आंतरिक समृद्धीही आहे, हे अलेक्झांडरला माहीत होतं.

जेव्हा तो भारताच्या सीमेवर पोहोचला, तेव्हा चाणक्यांनी आणि त्यांच्या योजनांनी त्याचा पराभव केला. यापूर्वी एकही युद्ध न हरलेल्या राजाला या गोष्टीचा चांगलाच धक्का बसला. त्याच्या सैन्याचं मनोधैर्य खचलं आणि अज्ञात भारतातील परिस्थितींना तोंड देणं शक्य नव्हतं, म्हणून अलेक्झांडर मागे फिरला.

लक्षात घेण्यासारखी गोष्ट ही आहे की, चाणक्यांकडे त्या वेळी अलेक्झांडरचा पराभव करण्याचीच नाही, तर त्याला ठार मारण्याचीही पूर्ण ताकद होती. पण त्यांनी ते टाळण्याचा निर्णय घेतला. कारण शेवटी चाणक्यांचा उद्देश विजय मिळवणं हा होता, शत्रूचा जीव घेण्याचा नव्हता.

ग्रीसला परतीच्या वाटेवर अलेक्झांडरचा मृत्यू झाला. मात्र दोन गोष्टी चाणक्यांच्या मनात सदैव होत्या : पहिलं म्हणजे जरी अलेक्झांडर मेला असेल, तरी त्याचं सैन्य पुन्हा माघारी येऊन हल्ला करू शकतं. दुसरं म्हणजे अलेक्झांडर ग्रीसवरून आलेला होता, जी त्या काळातली अजून एक महान संस्कृती होती. त्यांच्याकडून शिकायची कुठलीही संधी चाणक्यांना दवडायची नव्हती. म्हणून

त्यांनी दोन्ही गोष्टी एकाच वेळी साध्य होतील, अशी योजना आखायचा प्रयत्न केला.

सेल्युकस हा अलेक्झांडरच्या फौजेचा सेनापती होता. चाणक्यांनी आपल्या शिष्याचं, राजा चंद्रगुप्ताचं लग्न सेल्युकसच्या मुलीशी, हेलनशी लावून दिलं. यामुळे त्यांना अपेक्षित असलेला परिणाम साधला गेला. शत्रू आता पुन्हा हल्ला करायचा साधा विचारसुद्धा करणार नव्हता कारण राणी त्यांच्यापैकीच एक होती.

स्त्री लग्नानंतर सासरच्या घरी येताना स्वत:ची संस्कृतीसुद्धा बरोबर घेऊन येते, हे चाणक्यांना माहीत होतं. या ज्ञानामुळे ती नवऱ्याच्या घराचं रूप पालटू शकते.

...आणि आपल्याला दिसून येतं की, चाणक्यांच्या विचारात ग्रीक लोकांबद्दलएक सौम्य बाजू होती. त्यांना शत्रूचा नाही, तर शत्रुत्वाचा नाश करायचा होता.

नंद साम्राज्यातील शेवटचा राजा, धनानंद याला हरवतानासुद्धा चाणक्यांनी याच तत्त्वाचा अवलंब केला होता. धनानंद अत्यंत जुलुमी राजा होता. चांगलं प्रशासन कसं करावं, हे शिकवणाऱ्या चाणक्यांच्या वडिलांनाही त्याने ठार केलं होतं. दुर्दैवाने धनानंदात सुधारणा होण्याची कोणतीही चिन्हं दिसत नव्हती.

चाणक्यांनी आपली वाट बदलली. चंद्रगुप्त नेतृत्व करत असलेल्या आपल्या शिष्यांच्या साहाय्याने त्यांनी धनानंदाचा पराभव केला. चाणक्य त्याला सहजपणे ठार मारू शकले असते. पण अलेक्झांडरप्रमाणेच त्यांनी त्यालाही जीवदान दिलं. धनानंदाला जंगलात हद्दपार करण्यात आलं. थोडासा फरक इथं मात्र नक्कीच होता.

अलेक्झांडरचा मृत्यू नैसर्गिक झाला होता, पण धनानंद मात्र अजूनही जिवंत होता. तो परत येऊन हल्ला करण्याची दाट शक्यता होती. हकालपट्टी केलेल्या राजाला राज्यात पाठिंबा मिळवणं अवघड गेलं नसतं.

एका मनुष्याने चाणक्यांना विचारलं, ''आचार्य, तुम्ही धनानंदाला सोडून दिलं; पण तो आपला नाश करायला परत आला तर?''

कुटिल हास्य करत चाणक्य उत्तरले, ''शत्रूला अशा प्रकारे सोडून द्यायला हवं की, तो परतूच शकणार नाही.'' काही क्षणांनी ते पुढे म्हणाले, ''पण शत्रूवर कधीही विश्वास ठेवू नये. क्षमा करावी पण कधी विसरू नये. माझे हेर त्याच्यावर जंगलातही नजर ठेवून आहेत. धनानंदाची प्रत्येक हालचाल माझ्या नियंत्रणाखाली आहे.''

चाणक्यांची ही आणखी एक बाजू होती : एकाच वेळी, कनवाळू अंत:करण आणि (उद्देशावर) लक्ष केंद्रित असलेली. हीसुद्धा आन्विक्षिकीच आहे.

७

व्यवस्थापनाबद्दल चाणक्यांचे विचार

चाणक्यांच्या विचारवैविध्यांबद्दल आपण चर्चा करत आहोत आणि शिकतही आहोत. या अध्यायात मात्र आपण वेगळा दृष्टिकोन विचारात घ्यायचा प्रयत्न करणार आहोत.

चाणक्य आताच्या काळात आहेत, अशी कल्पना करून सुरुवात करू या.

ख्रिस्तपूर्व चौथ्या शतकात जगणारे चाणक्य जर एकविसाव्या शतकात आले तर काय होईल? ते काय करतील? त्यांनी पूर्वी केले त्याप्रमाणे राष्ट्र बदलून टाकण्याचे प्रयत्न ते करतील का? त्यांनी आपल्या काळात हाताळली त्यापेक्षा वेगळ्या पद्धतीने राज्याची अर्थव्यवस्था व्यवस्थापित करण्याचा प्रयत्न ते करतील का?

ते लोकांना वेगळ्या पद्धतीने हाताळतील का? आजच्या पिढीला ते काही वेगळे सल्ले देतील का? त्यांना अजूनही चंद्रगुप्त मौर्यसारखा राजा निर्माण करायची इच्छा असेल का? ते नेत्यांना देऊ शकत असलेलं नेतृत्वाचं प्रशिक्षण कुठल्या प्रकारे बदलू शकेल का?

त्यांच्या व्यवस्थांमध्ये तंत्रज्ञानाचा मोठा हिस्सा असेल का? त्यांच्या माहिती गोळा करण्याच्या यंत्रणेची जागा सॅटेलाइट्स घेतील का? राजेशाहीच्या ऐवजी निवडणुकीची पद्धत असलेल्या लोकशाहीकडे ते कसं बघतील?

परस्परांशी जोडलेल्या देशांमधील व्यापार कसे वेगळे असतील? वाहतुकीच्या आणि दळणवळणाच्या वेगाचा मानवी संबंध हाताळण्याच्या पद्धतींवर काही परिणाम होईल का?

असे कैक प्रश्न विचार करण्याजोगे आहेत.

प्रशासनाच्या सगळ्या स्वरूपांमध्ये त्यांना एक उल्लेखनीय फरक नक्कीच जाणवेल. तो म्हणजे, आताच्या पिढीत ज्या प्रकारे संपत्ती निर्माण केली जात आहे, त्या पद्धतीत. त्या अधिकाधिक सुसंघटित आणि पद्धतशीर होत आहे. आज कंपन्या संपत्ती निर्माण करणाऱ्या झाल्या आहेत. कर संरचना बदललेली आहे. आता सगळ्या गोष्टी कॉर्पोरेट संस्कृतीशी जोडल्या गेल्या आहेत. आता व्यावसायिक परिवार म्हणजे राजे झाले आहेत.

म्हणून आजच्या काळात चाणक्यांना 'कॉर्पोरेट व्यवस्थापन सिद्धान्त' चाचपडून बघावे लागतील आणि ज्याला आपण 'कॉर्पोरेट चाणक्य' म्हणू शकतो, असं बनावं लागेल.

सध्याच्या कॉर्पोरेट आणि व्यवस्थापनाच्या काळात, आपल्याला व्यावसायिक नीतितत्त्वांची कमतरता भासते. आधुनिक महामंडळांनी केलेली कॉर्पोरेट प्रशासनाची मूलभूत रचना ही केवळ कागदावरच मर्यादित राहिलेली आहे. ती क्वचितच लागू पडताना दिसते. आणि कॉर्पोरेट्स हे समाजातील मुख्य प्रस्तावक (प्राइम मूव्हर्स) असल्यामुळे ही एक गंभीर समस्या आहे. चला तर मग, जगातील पहिले व्यवस्थापनाचे गुरू, चाणक्य यांच्या तत्त्वज्ञानाचा सखोल अभ्यास करू या.

चाणक्य यांची संशोधनाची पद्धत

व्यवस्थापनाला आता शास्त्र मानण्यात येतं. व्यवस्थापनाच्या क्षेत्रात आता अनेक संशोधनं केली जात आहेत. चाणक्यांनी व्यवस्थापनाविषयी आपलं संशोधन कसं केलं असतं?

चाणक्यांनी व्यवस्थापन क्षेत्रातील तज्ज्ञांच्या पुस्तकांचा त्याच प्रकारे अभ्यास केला असता, ज्या प्रकारे त्यांनी *अर्थशास्त्र* लिहिताना शुक्र आणि बृहस्पती या गुरूंच्या संदर्भांचा आधार घेतलेला होता. तसेच त्यांनी टिपणं काढली असती आणि व्यवस्थापन क्षेत्रातील संशोधकांच्या वेगवेगळ्या सिद्धान्तांबरोबर तुलना केली असती. त्यांनी या सिद्धान्तांचं मूल्यमापन अत्यंत काळजीपूर्वक, नि:पक्षपातीपणाने आणि योग्य तो आदर देऊन केलं असतं. आणि मगच ते 'स्वत:च्या अचूकते'पर्यंत पोहोचू शकले असते आणि जे योग्य व गरजेचं आहे, ते केलं असतं.

मग त्यांनी आताच्या पिढीसाठी, *अर्थशास्त्राची* अद्ययावत केलेली आवृत्ती काढली असती, ज्यात संकल्पना आणि प्रत्यक्ष प्रयोग, या दोन्ही पातळ्यांवरील विषय हाताळलेले असतील.

त्यांनी आपल्या निष्कर्षांचं बारकाईने अवलोकनही केलं असतं, जेणेकरून त्यांचे सिद्धान्त म्हणजे केवळ कल्पना नसून त्यांची मुळं व्यवस्थापनशास्त्रात आहेत, हे ठामपणे कळलं असतं. त्याचबरोबर त्यांनी राजकीय, लष्करी, नोकरशाही आणि कॉर्पोरेट अशा सर्व क्षेत्रांतील नेतृत्वाशी यावर सल्लामसलत केली असती. नवीन सिद्धान्ताची चाचणी करण्याचा हा एक बिनधोक मार्ग आहे.

न्यायव्यवस्था, हे आज भारतापुढील एक मोठं आव्हान आहे. त्यात अनेक व्यवस्थापकीय विनियोगांची अत्यंतिक गरज असते, कारण न्याय देण्यास विलंब करणं म्हणजे जणू न्याय नाकारणंच होय. योग्य निर्णयापर्यंत येऊन पोहोचण्याची प्रक्रिया ही खूप वेळखाऊ असते आणि कधीकधी तर न्याय्य खटल्याचाही अभाव असतो.

आपल्या न्यायव्यवस्थेसमोर असलेली संकटं चाणक्य नक्कीच सोडवतील आणि प्रत्येक गुन्हेगाराला शिक्षा मिळेलच, याची खात्री देतील.

व्यवस्थापनाच्या क्षेत्रात राजनीती (राजकारण)प्रमाणेच सर्व क्षेत्रांचा समावेश असतो. एखाद्या कॉर्पोरेट नेत्याने किंवा राजकारण्याने सर्वांगीण ज्ञानासकट सुसज्ज राहिलं पाहिजे. तो किंवा ती विद्येच्या सर्व शाखांमध्ये शिक्षित हवेत. आता कौटिल्यांनी *अर्थशास्त्रात* समाविष्ट केलेल्या सर्व क्षेत्रांची माहिती घेऊ या.

कौटिल्यांचे *अर्थशास्त्र*

अर्थशास्त्राची मुळं आपल्याला ऋग्वेदात आढळतात. *अर्थशास्त्रात* मुख्यत्वे अर्थव्यवस्था, राजकारण (मुत्सद्दीपणा) आणि शिक्षा (दंडनीती) हे विषय हाताळलेले आहेत. शुद्ध तर्कावर बेतलेला असा हा प्रबंध आहे.

अर्थशास्त्रात ६००० सूत्रं, १५ खंड, १५० अध्याय आणि १८० विभागांचा समावेश आहे. १५ खंडांचं वर्गीकरण अशा प्रकारे करता येईल : पहिला खंड व्यवस्थापनाच्या मूलतत्त्वांविषयी आहे; दुसरा खंड अर्थशास्त्राबद्दल; खंड क्र. ३, ४ आणि ५ हे कायद्यांवर बेतलेले आहेत; खंड क्र. ६, ७ आणि ८ यांमध्ये विदेशी धोरणांबद्दल माहिती आहे; खंड क्र. ९ ते १४ यांमध्ये युद्धासंबंधीचे विषय आहेत आणि १५व्या खंडात, *अर्थशास्त्र* लिहिताना वापरलेल्या पद्धती आणि योजना यांची माहिती आहे.

मात्र हे अत्यंत ढोबळ वर्गीकरण आहे, हेदेखील नमूद करायला हवं. एका खंडात सांगितलेल्या विषयाबद्दल आपण इतर खंडांमधूनही शिकू शकतो. उदाहरणार्थ, आपण व्यवस्थापनाच्या मूलतत्त्वांविषयी केवळ पहिल्या खंडामधूनच नाही तर दुसऱ्या, ८व्या आणि १०व्या खंडांमधूनही शिकू शकतो.

याचबरोबर, रत्नशास्त्र, आयुर्वेद आणि वास्तुकला अशा अनेक विशेष शास्त्रांचं वर्णन *अर्थशास्त्रात* आहे. आणि या प्रक्रियेमुळे आपल्याला कौटिल्यांच्या असामान्य बुद्धिमत्तेचं आंतरिक दर्शन घडतं.

आणखी एक विशेष गोष्ट म्हणजे, कौटिल्यांचं *अर्थशास्त्र* हे काही त्या प्रकारचं पहिलंच पुस्तक नाही. नंतरच्या कार्यातील अनेक नमुन्यांवरून आणि उल्लेखांवरून, कौटिल्यांच्या आधी *अर्थशास्त्राच्या* किमान चार भिन्न शाळा आणि तेरा वैयक्तिक शिक्षक होते, हे आपल्याला कळतं. आपल्या संपूर्ण कामात ते भारद्वाज, विशालाक्ष, पराशर, पिशुन आणि कौनपदंत यांसारख्या विविध आचार्यांचा उल्लेख करतात. कौटिल्याचं *अर्थशास्त्र* व्यावहारिक असल्यामुळे कदाचित काळाच्या ओघात इतर लोकांनी केलेली कामं हरवत गेली.

जवळजवळ २४०० वर्षांनंतर आपल्या पिढीपर्यंत हे पुस्तक पोहोचलेलं आहे याचं मुख्य कारण म्हणजे त्यांनी प्रत्येक संकल्पना योग्य रीतीने जुळवून घेतलेली होती. काळानुसार बदलत नसलेल्या मानवी मानसशास्त्राचा सखोल अभ्यास असलेल्या चाणक्यांची ही दूरदृष्टीच आहे.

कौटिल्यांनी हा महत्त्वपूर्ण प्रबंध आपल्या शिष्य-राजासाठी, चंद्रगुप्त मौर्यसाठी लिहिलेला होता. या अध्यायात आपण *अर्थशास्त्रात* चित्रित केलेल्या केवळ व्यवस्थापनाच्या पैलूंबाबत माहिती घेणार आहोत.

व्यवस्थापनासंबंधीच सर्व काही

विनयधीकरिकम (प्रशिक्षणाच्या मुद्द्याशी संबंधित) नावाच्या पहिल्या खंडात प्रशिक्षण हा विषय हाताळला आहे आणि त्यात व्यवस्थापनाची मूलभूत तत्त्वं आखलेली आहेत. एकवीस अध्याय आणि अठरा विभाग यांमध्ये ५०० सूत्रांचा समावेश आहे. जे विषय शिकवले जाणार आहेत, त्यांची व्याख्या करून पुस्तकाची सुरुवात होते. हे *अर्थशास्त्राला* एक मूलभूत आकार देऊन, अध्यायांची, खंडांची आणि शास्त्रांची (अध्याय १ ते ४) गणती करून केलं जातं.

प्रशिक्षणाच्या सर्वांत महत्त्वाच्या मुद्द्याबद्दल बोलायचं झालं तर, आजच्या व्यवसाय- शाळांमध्ये शिकवतात त्या पद्धतीवर कौटिल्यांचा विश्वास नव्हता तर तो गुरू-शिष्य परंपरेवर होता. म्हणूनच पाचव्या अध्यायाचं नाव 'वडीलधाऱ्यांशी सहयोग' असं आहे. कोणतंही ज्ञान मिळवताना ते फक्त सिद्धान्तांवर आधारित नसेल, याची काळजी घेणं आवश्यक आहे, ही बाब आतापर्यंत आपल्या लक्षात येणं आवश्यक आहे. तिथे व्यावहारिकता आणि मार्गदर्शन यांवर भर दिला पाहिजे.

अनेक लोकांनी चाणक्यांवर टीका केलेली आहे, त्यांची तुलना द *प्रिन्स* हे पुस्तक लिहिणाऱ्या मॅकियावेली यांच्याशी केलेली आहे, ज्यामध्ये *अधार्मिक* किंवा अन्यायी पद्धतींचा समावेश आहे. मात्र ही तुलना न्याय्य ठरू शकत नाही,

कारण चाणक्यांनी स्व-संयम आणि शत्रूवर विजय मिळवण्यासाठी सुयोग्य पद्धती वापरण्यावर विशेष जोर दिलेला होता. 'इंद्रियांवर नियंत्रण' नावाचा सहावा अध्याय कौटिल्यांची एक वेगळीच बाजू प्रकाशात आणतो, जी बाजू सध्या अर्थ लावणाऱ्यांकडून सहजपणे विसरली जाऊ शकते. या अध्यायात ते बारा सूत्रांमध्ये इंद्रियांवर नियंत्रण ठेवण्याचं महत्त्व समजवून सांगतात. म्हणजेच *काम* (वासना), *क्रोध* (राग), *लोभ* (हाव), *मान*-मोह (अभिमान), *मद* (अहंकार) आणि *हर्ष*-मत्सर (मूर्खपणा) हे कसं सोडून द्यावं, ते सांगतात. इंद्रियसुखांचा अति उपभोग घेतल्याने मरण पावलेल्या अनेक राजांची उदाहरणं ते देतात. अखेर बाराव्या सूत्रात, आपल्या इंद्रियांवर संयम ठेवून पृथ्वीवर दीर्घायुष्य उपभोगलेल्या जमदग्न्य आणि अम्बरीश या राजांचा उल्लेख ते करतात. म्हणूनच, कौटिल्यांची पहिली शिकवणसुद्धा आपल्याला 'बाहेरील शत्रूंच्या आधी आतील शत्रूंवर विजय मिळवायला' उद्युक्त करते.

सर्व प्रकारचं व्यवस्थापन सर्वप्रथम स्वयं-व्यवस्थापनाने सुरू होतं, असं चाणक्य म्हणतात.

'ऋषितुल्य राजा'चा मुद्दा मांडताना सातव्या अध्यायातील तिसऱ्या विभागातही पुन्हा या कल्पनेचा विचार केलेला आहे. सहा शत्रूंच्या टोळीला बाहेर टाकून देऊन, त्याने आपल्या संवेदनांवर नियंत्रण मिळवावं, वडीलधाऱ्यांच्या सान्निध्यात राहून आपल्या बुद्धीची जोपासना करावी, हेर वापरून नीट नजर ठेवावी, (उत्साहपूर्ण) क्रियांद्वारे हित आणि सुरक्षा साधावी, (नागरिक) विशेष कर्तव्यांचं पालन करतील हे बघावं, स्वत:ची कर्तव्यं पार पाडावीत, (विविध शास्त्रांची) प्रशिक्षण मिळवून स्वत:ला शिस्त लावावी, भौतिक फायदे मिळवून देऊन लोकप्रियता मिळवावी, जे फायदेशीर आहे ते करून चांगली वर्तणूक ठेवावी. (१.७.१)

इथे आपल्या लक्षात येतं की, कौटिल्यांच्या दृष्टीने 'राजर्षी' हा आदर्श आहे. अगदी सुरुवातीलाच सविस्तर वर्णन करून ते आदर्श राजा कसा असावा, हे स्पष्टपणे सांगतात.

धर्म, अर्थ आणि काम या तीन पुरुषार्थांपैकी कौटिल्य अर्थाला सर्वोच्च प्राधान्य देतात. "फक्त भौतिक हित हेच श्रेष्ठ आहे," असं ते म्हणतात, कारण आध्यात्मिक भलं आणि इंद्रियसुखं ही भौतिक हितावर अवलंबून असतात (१.७.६-७). या विचारांमुळे कौटिल्य इतर विचारवंतांपेक्षा अतिशय वेगळे ठरतात. यामुळेच पुस्तकाला *अर्थशास्त्र* हे यथायोग्य नाव दिलेलं आहे. नवशिक्यांना आणि विशेषत: धार्मिक पार्श्वभूमी असलेल्यांना कदाचित हे गोंधळात टाकू शकतं. म्हणूनच कौटिल्यांचं *अर्थशास्त्र* हे राज्यकर्त्यांना उद्देशून लिहिलेलं आहे, सर्वसामान्यांसाठी नाही.

हे *धर्मशास्त्र* नसून अर्थशास्त्र आहे. राजाचं आद्य कर्तव्य त्याच्या प्रजेचं भौतिक आणि शारीरिक हित सांभाळणं आहे, असं कौटिल्य म्हणतात. भौतिक पाया (अर्थ) भक्कम असेल, तर काम आणि धर्म साध्य करण्यास सोपं जाईल.

"अमात्यांची (राजाच्या अत्यंत जवळील लोकांची) नियुक्ती करणं ही व्यवस्थापनाची पुढची महत्त्वाची बाजू आहे," असं चाणक्य म्हणतात (१.८). त्यानंतर *मंत्री* आणि *पुरोहित*, यांची नियुक्ती करण्यात यावी. राजाला विविध मुद्द्यांवर सल्ला देणं आणि चांगली-वाईट अशा येईल त्या परिस्थितीत त्याला साथ देणं, या जबाबदाऱ्या वरील सर्व लोकांवर असतात. म्हणून त्यांच्या निवडप्रक्रियेवर काळजीपूर्वक लक्ष दिलेलं आहे. गुप्त चाचण्या घेऊन त्यांच्या प्रामाणिकपणाची खात्री करून हे साध्य केलं जाऊ शकतं (१.१०). राजाप्रति त्यांची असलेली निष्ठा तपासून बघण्यासाठीसुद्धा विविध चाचण्यांचा उल्लेख आहे.

याचा संबंध आपण थेट आजच्या कॉर्पोरेट जगाशी लावू शकतो, जिथे व्यवस्थापकांची निवड आणि नियुक्ती करणं, ही अत्यंत काळजीपूर्वक आखलेली प्रक्रिया आहे. आज सक्षम व्यवस्थापकांची निवड करताना एचआर विभाग अत्यंत महत्त्वाची भूमिका निभावतो. इंटेलिजन्स नेटवर्क ही व्यवस्थापन प्रक्रियेची पुढची पायरी, असं म्हणून कौटिल्य पुढे सरकतात. सातव्या अध्यायात अत्यंत बारकाईने, गुप्तहेरांची नेमणूक आणि हेरखात्यांची निर्मिती यांबद्दल सखोल विचार केलेला आहे. खालील वर्गात मोडणाऱ्या लोकांची हेरखात्यात नेमणूक करावी, असा सल्ला ते देतात : "तीक्ष्ण बुद्धीचा शिष्य, धर्मत्यागी भिक्षुक, घरमालक (समजला जाणारा), व्यापारी, संन्यासी, निडर, विष देणारा आणि भिक्षुक साध्वी." (१.११.१). ते आठव्या विभागात गुप्त सेवकांसाठी नियमही आखून देतात. या हेरांना आणि गुप्त सेवकांना नागरिकांवर नजर ठेवण्यासाठी नेमलं जातं. आपल्या प्रांतातल्या ज्यांना आपल्याकडे वळवून घेणं शक्य आहे आणि ज्यांना वळवून घेणं शक्य नाही, अशा दोन्ही प्रकारच्या लोकांवर त्यांनी नजर ठेवायची असते. (विभाग नववा). त्याचप्रमाणे दहाव्या विभागात शत्रू-राज्यांतील ज्यांना आपल्याकडे वळवून घेणं शक्य आहे आणि ज्यांना वळवून घेणं शक्य नाही; अशा दोन्ही प्रकारच्या लोकांवर विजय कसा मिळवावा याबद्दल चर्चा केलेली आहे.

अकराव्या विभागात मार्गदर्शनाचा मुद्दा हाताळला आहे. राजाने सल्लामसलत केल्याशिवाय कोणताही निर्णय घेऊ नये, असा सल्ला दिलेला आहे. आणि ही सल्लामसलत गुप्तपणे झाली पाहिजे. (१.१५.३). राजाची प्रकरणं त्रिसूत्री आहेत. अनुक्रमे; थेटपणे समजणारी, न समजणारी आणि अनुमानित अशी (१.१५.१९). म्हणूनच त्याने जे बुद्धीने प्रौढ आहेत, अशांसोबतच मसलतीसाठी बसावं. "सर्व कार्य हाती घेण्यापूर्वीच सल्लामसलत करावी. एकाबरोबरच मसलत

केल्याने अवघड प्रकरणांमध्ये निर्णय घेणं त्याला शक्य होणार नाही. (मात्र) जास्त सल्लागार असतील, तर निर्णय घेणं आणि गुप्तता राखणं अवघड होऊन जातं,'' असं कौटिल्य म्हणतात (१.१५.२, ३५, ४०). राजाने कुणालाही तुच्छ न लेखता, सर्वांचं मत ऐकण्याचा आणि अगदी लहान मुलाच्याही सुज्ञ सल्ल्याकडे लक्ष देण्याचा सल्ला ते देतात (१.१५.२२).

बाराव्या विभागात राजदूतांसाठी; त्यांनी शत्रूला निरोप कसे पोहोचवावेत आणि शत्रूच्या प्रांतात असताना स्वत:चं संरक्षण कसं करावं, याचे नियम नमूद केलेले आहेत.

कुठल्याही संघटनेच्या नेत्याने सर्वोच्च दर्जा सांभाळला पाहिजे, असं कौटिल्य म्हणतात :

''जर राजा उत्साही असेल, तर त्याची प्रजासुद्धा त्याच्यासारखीच उत्साही राहते. जर तो कामचुकार असेल (आणि कर्तव्य पार पाडताना आळस करत असेल) तर प्रजाही आळशी होईल, (आणि) मग त्याची संपत्ती पोखरायला सुरुवात करेल. त्याचबरोबर, आळशी राजा सहजासहजी त्याच्या शत्रूच्या हाती लागण्याची शक्यता असते. म्हणूनच स्वत: राजाने सदैव उत्साही राहिलं पाहिजे. आणि प्रेरणादायीसुद्धा.'' (१.१९.१-५).

मग चाणक्य, राजाने पालन करायच्या वेळेच्या व्यवस्थापनाची मूल्यं सांगतात (१.१९.७-२५). ''त्याचं दार प्रजेसाठी सदैव उघडं असावं आणि त्याने मंदिरं, देवता, आश्रम, पाखंडी मतं, वेद शिकलेले ब्राह्मण, गुरंढोरं, पवित्र जागा, अल्पवयीन व्यक्ती, वृद्ध, रोगी, त्रासिक, असहाय आणि स्त्रियांच्या प्रकरणांमध्ये लक्ष घालावं.'' (१.१९.२६-२९). ''भौतिक स्वास्थ्याचं मूळ उद्योगात आहे,'' असं चाणक्य म्हणतात. तसेच, ''त्याउलट वर्तणूक केल्याने भौतिक संकटं येतात; कृतिशून्य अवस्थेत जे मिळवलं आहे आणि जे मिळवायचं आहे, त्याचाही नाश होतो. उद्योगशील राहिल्याने संपन्न फळं मिळतात'' (१.१९.३५-३६).

उत्तम राजाचे गुणधर्म स्थापित केल्यानंतर, *अध्यक्षप्रचार* (विभागप्रमुखांचे उपक्रम) नावाच्या दुसऱ्या खंडात अर्थशास्त्र हाताळलेले आहे. छत्तीस अध्याय असलेल्या या पुस्तकात अर्थव्यवस्था व्यवस्थितपणे चालावी, म्हणून जे काही गरजेचं असतं, त्याचं सविस्तर वर्णन केलेलं आहे. हाताळलेले काही मुद्दे पुढीलप्रमाणे : महसूल वसुली व्यवस्था, जमाखर्च आणि जमाखर्च तपासणीसाठी कार्यालयं उभारणं; खाणी आणि कारखाने सुरू करणं; ग्रामीण भागांत वस्ती उभारणं; किल्ल्याचं बांधकाम करणं; विविध विभागप्रमुखांची नियुक्ती करणं आणि त्यांना जबाबदाऱ्या वाटून देणं; आणि अधिकाऱ्यांची तपासणी करणं. शेती, पशुपालन आणि व्यापार हे तीन मुख्य आर्थिक उद्योग आहेत. चांगल्या

अर्थव्यवस्थेचे मूलभूत गुणधर्म म्हणजे : जे नाही त्याचं संपादन करणं; जे मिळवलं आहे त्याचं जतन करणं; आणि मिळवलेल्या गोष्टींची संख्या वाढवणं व योग्य माणसाला (प्राप्तकर्त्याला) ते बहाल करणं. या बाबींवर सांसारिक जीवनाची सुव्यवस्थित देखरेख अवलंबून असते (१.४.१-४).

तीन, चार आणि पाच या खंडांमध्ये, राज्य चालवण्याच्या कायद्याच्या बाजू हाताळल्या आहेत. त्यात पुढील मुद्द्यांचा समावेश आहे : न्यायाधीश, वैध आणि अवैध व्यवहार, खटले भरणं, कर न भरणं आणि भागीदारीत उचललेली कामं पूर्ण करणं. गुन्हेगारांना पकडण्यासाठी गुप्तहेरांचा वापर कसा करता येईल, याबद्दलसुद्धा या भागात माहिती आहे. याव्यतिरिक्त, गुन्ह्यांच्या पातळ्यांवर नजर ठेवण्याच्या आणि शिक्षा व तपासाच्या बाबतीतसुद्धा यात माहिती आहे.

सहाव्या, सातव्या आणि आठव्या खंडांत परदेशी धोरणांचा मुद्दा हाताळलेला आहे. त्यामध्ये सशक्त परदेशी धोरणांच्या महत्त्वाबद्दल आणि राजांच्या वर्गीकरणाबद्दल सांगितलेलं आहे. राजांची वर्गीकरणं : शेजारचा राजा, मधला राजा, तटस्थ राजा, मित्र राजा; आणि त्यांच्याबद्दलच्या धोरणांबाबतदेखील चर्चा केलेली आहे. आजच्या अत्यंत स्पर्धात्मक जगात आर्थिक व्यवहार हाताळताना या विभागांचा विशेष उपयोग होऊ शकतो.

त्यानंतर खंड क्र. नऊ ते चौदा यांमध्ये आपण युद्धाच्या विषयाकडे वळतो. कौटिल्यांच्या मते, युद्ध हा नेहमीच शेवटचा पर्याय असतो. मात्र जेव्हा ते टाळता येणं शक्य नसतं, जेव्हा लष्कराची तयारी करणं अत्यावश्यक होतं; तेव्हा रणांगणात उचलायच्या योग्य पावलांवर आणि युद्धाच्या योजनांवर चाणक्य लक्ष केंद्रित करतात- आणि हे सर्व ते असामान्य अचूकतेने करतात.

शेवटाकडे येत असताना आपल्याला एक विस्मयजनक साक्षात्कार होतो. १७६व्या विभागात कौटिल्य 'जिंकलेल्या प्रदेशात शांतता कशी राखावी,' हा विषय हाताळतात. जिंकलेल्या प्रदेशांमधील नागरिकांना ते यथायोग्य आदर देतात आणि त्यांना सन्मानपूर्वक वागणूक द्यावी, अशी इच्छा प्रकट करतात. नवीन प्रदेश जिंकल्यानंतर राजाने शत्रूच्या चुका नष्ट करायला हव्यात आणि आपल्या सद्‌गुणांनी त्या जागा दुपटीने भरून काढायला हव्या. प्रजेला मान्य असणारं आणि फायदेशीर ठरणारं असं सर्वकाही, आपली कर्तव्यं पार पाडत, अनुदान देऊन, सूट देऊन, भेटवस्तू देऊन आणि सन्मान राखत राजाने केलं पाहिजे. शत्रूच्या वळवून घेतलेल्या लोकांना मंजूर केलेली सर्व अनुदानं त्याने दिली पाहिजेत; विशेषतः जर स्वतः कामी पडले असतील तर. राजाने स्वतःचा शब्द पाळला पाहिजे; जर तो ते करू शकत नसेल, तर तो विश्वासार्ह नाही. राजाची वर्तणूक ही त्याच्या प्रजेसमान असायला हवी. म्हणजेच चारित्र्य, पोशाख, भाषा आणि वर्तणूक यांमध्ये त्याने प्रजेचा अवलंब करावा. देशातील देवतांप्रीत्यर्थ

आयोजित केलेल्या महोत्सवांमध्ये त्याने समान भक्ती दाखवावी, सणासुदीला आणि क्रीडा-करमणुकीमध्ये प्रजेसारखाच रस घ्यावा (१३.५.३-८). त्याने सर्व देवदेवतांचा आणि आश्रमांचा सन्मान करावा. शिक्षण, वक्तृत्व आणि धार्मिकता यांत प्रतिष्ठित असलेल्या माणसांना भूमी, पैसे आणि सूट देऊ करावी. त्याने कैद्यांच्या सुटकेची आज्ञा करावी आणि संकटात असणाऱ्यांना, असहाय लोकांना आणि रोग्यांना मदत करावी. (१३.५.११).

पंधराव्या आणि शेवटच्या खंडात *अर्थशास्त्रात* वापरलेल्या कार्यपद्धतींबद्दल माहिती आहे.

चाणक्यांचे व्यवस्थापनातील निष्कर्ष

कौटिल्यांचं *अर्थशास्त्र* हे शुद्ध तर्कावर आधारित पुस्तक आहे. त्यामध्ये कोणतीही धार्मिक बाजू समाविष्ट केलेली नाही. त्यात अनेक विषय थेटपणे आणि (तरवारीच्या) पात्याच्या तीक्ष्णतेने हाताळले आहेत. काळजीपूर्वक विश्लेषण केलं, तर लक्षात येतं की, *अर्थशास्त्रातील* अनेक संकल्पना आजच्या कॉर्पोरेट जगातसुद्धा लागू पडतात. व्यवस्थापनाची काही शाश्वत आणि काळाबरोबर न बदलणारी तत्त्वं कौटिल्यांनी हाताळलेली आहेत. व्यवस्थापन हा फक्त शैक्षणिक विषय नसून एक 'मानसिकता' आहे, जी इंद्रियांवर संयम मिळवल्याने, वडीलधाऱ्यांच्या सहयोगाने, योग्य प्रशिक्षण आणि मार्गदर्शनाने आणि समाजाच्या सर्वांगीण भलं करण्याच्या उद्देशाने विकसित होते. आजच्या काळातील पिढीला अज्ञात असलेली कैक क्षेत्रं या पुस्तकाच्या सखोल अभ्यासामुळे खुली होतील.

आता व्यवस्थापनाच्या आणखी एका महत्त्वाच्या पैलूकडे बघू या : नियोजन.

व्यवस्थापनाचे तज्ज्ञ म्हणतात, "जेव्हा तुम्ही नियोजन करण्यात अपयशी ठरता, तेव्हा तुम्ही अपयशाचंच नियोजन करता."

तर, चाणक्यांनी सगळं कसं बारकाईने नियोजित केलेलं होतं, हे आपण बघू या.

नगराचे नियोजन आणि सार्वजनिक प्रशासन

नगर नियोजनाची आणि प्रशासनाची ही तत्त्वं व धोरणं शतकानुशतकं चंद्रगुप्त मौर्य, सम्राट अशोक आणि शिवाजी महाराज यांसारख्या अनेक राजांनी अभ्यासली होती, त्यांचा सराव केला होता आणि ती लागू केली होती.

आजच्या जगात लागू पडणाऱ्या नगर नियोजन, सार्वजनिक सुविधा आणि कायदा व सुव्यवस्था यांतील काही क्षेत्रांवर आपण प्रकाश टाकू या. सार्वजनिक सेवांचं व्यवस्थापन करणं, हा उत्तम शासन करण्याचा एक महत्त्वाचा मुद्दा आहे.

"प्रजासुखे सुखं राजा, प्रजाच हिते हितं..." (प्रजेच्या आनंदातच राजाचा फायदा असतो आणि जे प्रजेसाठी फायदेशीर आहे, तेच राजासाठीही फायदेशीर असतं). (१.१९.३४) - हा कौटिल्यांच्या *अर्थशास्त्राचा* मध्यवर्ती विषय आहे.

नागरिकांचं हित कशात आहे, हे समजून घेतलं तर उत्तम प्रकारे शासन करता येतं, यावर कौटिल्यांचा विश्वास होता. कोणत्याही निर्णयात्मक प्रक्रियेत भाग घेण्यापूर्वी राजाने हा मुद्दा लक्षात घ्यावा, असा सल्ला त्याला दिलेला आहे. "प्रजेच्या आनंदात आणि कल्याणातच राजाचा आनंद आणि फायदा असतो," असं कौटिल्य सांगतात.

सेवाभावी संस्थांना, समाजसेवकांना, सरकारी अधिकाऱ्यांना आणि निर्णय घेणाऱ्यांना फायदेशीर ठरतील अशा काही क्षेत्रांबद्दल खाली माहिती दिलेली आहे.

१. नवीन वसाहती

राज्याच्या विस्तारासाठी कौटिल्य नवीन वसाहतींच्या निर्मितीची कल्पना करतात आणि लोकांना त्या जागेत राहण्यासाठी मदत व्हावी म्हणून काही तरतुदी व आर्थिक आधार पुरवतात. ते म्हणतात : "त्याने (राज्यकर्त्याने) त्यांना अन्नधान्य, गुरं-ढोरं आणि पैसे देऊ करावेत. जे त्यांनी नंतर त्यांच्या सोयीने परत करावेत." (२.१.१३-१४)

आजच्या परिस्थितीत त्याचा उपयोग

झपाट्याने वाढणाऱ्या लोकसंख्येमुळे आज प्रत्येक नगरात प्रचंड गर्दी होत आहे. सरकारने एकाच जागी लोकसंख्या एकवटू नये यासाठी, गावांकडे पुन्हा स्थलांतरित होण्यास प्रोत्साहन देणारी किंवा लोकसंख्येला राहण्यासाठी नवीन जागेसंबंधीची काही धोरणं किंवा योजना आखल्या पाहिजेत. त्यांना प्रोत्साहन देण्याच्या दृष्टीने, सरकारने नवीन उद्योग सुरू करण्यासाठी लागणारा मूलभूत कच्चा माल कमी व्याजदरात, करांतून सवलती मिळवत आणि सहज परतफेड करता येईल अशा पद्धतीने पुरवावा.

२. पाण्याची तरतूद

जल हे जीवन आहे. सर्व जीवित प्राणी पाण्यावर अवलंबून असतात. म्हणून लोकांच्या वसाहती थेटपणे पाण्याच्या उपलब्धतेशी संबंधित असतात. म्हणूनच कौटिल्य सल्ला देतात : "नैसर्गिक झऱ्यांचा वापर करून किंवा इतर ठिकाणांवरून पाणी आणून जलाशयं बांधली पाहिजेत." (२.१.२०)

आजच्या परिस्थितीत त्याचा उपयोग

आजच्या काळात पाण्याचा अपव्यय पूर्णपणे टाळला पाहिजे. पावसाच्या पाण्याची साठवण करणं किंवा सार्वजनिक जलाशयं बांधणं, यांसारख्या योजना राबवल्या पाहिजेत. विशेषत: पावसाळ्यात, प्रांतीय पातळीवर, सबंध वर्षासाठी पाणी साठवण्याच्या योजना आखल्या पाहिजेत. पाण्याचा अपव्यय होऊ नये यासाठी समाजाला जागृत केलं पाहिजे.

३. रस्ते बांधणं

कोणत्याही देशाची आयुष्यरेषा म्हणजे रस्ते. रस्तेबांधणी आणि दूरवरच्या कानाकोपऱ्यांशी ते जोडणं आणि त्याचबरोबर त्यांचं सौंदर्य जपणं, या कौटिल्यांच्या दृष्टीने अत्यंत महत्त्वाच्या गोष्टी होत्या. ''साठवणी (जलाशय) स्वयंसेवा भावाने तयार करणाऱ्यांना राजाने जागा देऊन, रस्ते बांधून देऊन आणि लाकूड व इतर गरजेच्या गोष्टी देऊन मदत करावी.'' (२.१.२१).

चांगले रस्ते बांधण्यासाठी आवश्यक तो कच्चा माल देऊन राजाने लोकांना थेट मदत केली पाहिजे.

आजच्या परिस्थितीत त्याचा उपयोग

उत्तम रस्त्यांची बांधणी आणि त्यांची देखभाल या गोष्टींवर सरकारने विशेष भर दिला पाहिजे. फेरीवाले अशा सार्वजनिक मालमत्तेचा सर्रास गैरवापर करताना आपण बघतोच. अशा व्यक्तींविरुद्ध स्थानिक अधिकाऱ्यांनी कडक कारवाई केली पाहिजे. जनतेनेही हे उद्देश पूर्ण होण्यासाठी मदत केली पाहिजे, अशी चाणक्यांची अपेक्षा होती.

४. ऐच्छिक सेवा

कौटिल्य स्पष्टपणे नमूद करतात की, जो मनुष्य सर्वांच्या कल्याणासाठी एखादा उपक्रम राबवत असेल, त्याच्या आज्ञा लोकांनी पाळल्याच पाहिजेत. जे चांगले स्थानिक नेते स्वेच्छेने नवीन प्रकल्प सुरू करतात आणि पहिलं पाऊल उचलतात, त्यांना प्रोत्साहन दिलं पाहिजे. कौटिल्य म्हणतात, ''सर्वांसाठी हितकारक असलेला प्रस्ताव जो मांडतो त्याच्या आज्ञा त्यांनी पाळल्या पाहिजेत.'' (३.१०.३९)

आजच्या परिस्थितीत त्याचा उपयोग

सार्वजनिक जागांचं आणि सुविधांचं जतन करण्यात सक्रिय सहभाग घेण्याकरता तरुणाईला प्रोत्साहित केलं पाहिजे. स्थानिक पातळीवर योग्य ती पावलं उचलण्यासाठी त्यांना आवश्यक ते अधिकार आणि प्रशिक्षण दिलं पाहिजे. सक्षम स्थानिक नेत्यांच्या मार्गदर्शनाखाली पुढाकार घेण्यासाठी असे अधिकाधिक स्वयंसेवक पुढे आले पाहिजेत.

५. ग्राहक संरक्षण

ग्राहक संरक्षण हे आणखी एक असं क्षेत्र आहे, ज्याचा कौटिल्यांनी सविस्तर विचार केलेला आहे. काळा बाजार, भेसळ आणि फसवणुकीपासून प्रतिबंधात्मक पावलं उचलली पाहिजेत.

त्यांच्या मते, ‘‘राजाने चोरांना आणि व्यापारी, कारागीर, नट, भिकारी, जुगारी आणि यांसारख्या इतर चोरांना देशाला दडपण्यापासून रोखलं पाहिजे.’’ (४.१.६५). ग्राहकाला फसवल्याबद्दल होणारे दंडदेखील त्यांनी लिहून दिलेले आहेत. (४.१.२८)

आजच्या परिस्थितीत त्याचा उपयोग

आजच्या काळात सर्वत्र, सर्व प्रकारचे चोर आणि चोऱ्यांचे प्रकार कार्यरत आहेत. दरोडेखोर, भुरटे चोर, त्यानंतर अप्रामाणिक व्यापारी (जे एमआरपीपेक्षा जास्त किमतीत माल विकतात), कारागीर (जे वाजवीपेक्षा अधिक किंमत ग्राहकांकडून घेतात), भिकारी (जे अंधश्रद्धेच्या नावाखाली लोकांची फसवणूक करतात) आणि जुगारी- या सर्वांना थांबवलं पाहिजे. सर्वसाधारणपणे अशा प्रकारच्या लोकांचा प्रत्यक्ष किंवा अप्रत्यक्षपणे देशाच्या शत्रूंशी संबंध असतो म्हणून देशाचं संरक्षण करण्याच्या हेतूने त्यांच्या विरुद्ध कडक कारवाई केली पाहिजे.

६. संकटकालीन व्यवस्थापन

विशेषत: नैसर्गिक संकटांदरम्यान संकटकालीन व्यवस्थापन हे अजून एक क्षेत्र आहे, ज्यात कौटिल्य तज्ज्ञ होते. ते काही पावलं उचलण्याचा सल्ला देतात : ‘‘सवलतीच्या दरात लोकांना अन्नाचं वाटप, मित्रराज्यांची मदत घेणं, लोकांना शेजारील प्रांतात हलवणं, स्थलांतर आणि आणीबाणीशी झुंजण्यासाठी अधिक काम करणं.’’ (४.३.१७-२०)

आजच्या परिस्थितीत त्याचा उपयोग

जेव्हाही पूर किंवा भूकंप यांसारखी कुठलीही नैसर्गिक आपत्ती ओढवते, सर्वांनी ताबडतोब कामाला लागलं पाहिजे. जवळच्या ठिकाणांवरून मदत मागवली पाहिजे. गरज पडल्यास लोकांना सुरक्षित वातावरणात हलवलं पाहिजे. शक्य तितक्या लवकर गोरगरिबांना, आपत्तीत सापडलेल्यांना मदत करणं अत्यंत महत्त्वाचं आहे.

७. नागरी सुविधा आणि सामान्य सुविधा

अर्थशास्त्रात सार्वजनिक सुविधा पुरवण्यावर आणि त्यांचं रक्षण करण्यावर विशेष भर दिलेला आहे. कौटिल्य म्हणतात : ''सावलीच्या जागा, अंगणं, शौचालयं, शेकोट्या, धान्य कुटण्याच्या जागा आणि खुल्या जागा सार्वजनिक मालमत्ता म्हणून वापरायच्या आहेत.'' (३.८.२८).

आजच्या परिस्थितीत त्याचा उपयोग

सर्वसामान्य जनतेला उत्तम आरोग्य आणि आरोग्यदायी परिस्थिती जपण्यासाठी सावल्या, नैसर्गिक भोवताल, शौचालयं, उबदार जागा आणि मैदान व बागा यांसारख्या खुल्या जागा, सार्वजनिक सोयीसुविधा यांची गरज असते.

८. सार्वजनिक समस्या हाताळणं

कौटिल्य स्पष्टपणे नमूद करतात की, राजाने आपल्या अर्जदारांसाठी सदैव उपलब्ध असावं आणि त्यांना भेडसावणाऱ्या समस्या पुनःपुन्हा सांगण्याची वेळ आणू नये. ''आपल्याकडे समस्या घेऊन येणाऱ्या प्रत्येकाला त्याने (नेत्याने) कोणत्याही प्रतिबंधाशिवाय प्रवेश द्यावा.'' (१.१९.२६).

आजच्या परिस्थितीत त्याचा उपयोग

सरकारी नोकरांचं आणि सार्वजनिक प्रशासकांचं दार सदैव उघडं असलं पाहिजे. अनेक महत्त्वाचे निर्णय घेताना चुकीच्या माहितीमुळे किंवा माहिती न मिळाल्यामुळे विलंब होतो. संबंधित अधिकाऱ्यांना थेटपणे लोकांनी येऊन आपल्या समस्या सांगितल्या, तर ही अडचण सोडवता येऊ शकेल. यामुळे लोकांना सुरक्षित वाटेल आणि सरकारी अधिकाऱ्यांशी सहजपणे वागायला मदत होईल.

९. नियमित तपासणी

जर नियमित तपासण्या केल्या नाहीत आणि अहवालांवर नजर ठेवली नाही, तर कुठलाच नियम प्रभावी ठरणार नाही म्हणून कौटिल्य सल्ला देतात : ''मनुष्य मनाने चंचल असल्यामुळे, त्याने (नेत्याने) सतत त्यांच्या कामाची तपासणी केली पाहिजे.'' (२.९.२-३).

आजच्या परिस्थितीत त्याचा उपयोग

बॉस जर नियमितपणे कामाची तपासणी करत नसेल, तर एखाद्या व्यक्तीने सहजासहजी आत्मसंतुष्ट होणं (काम उरकणं) स्वाभाविक आहे. काळानुसार हळूहळू काम गृहीतच धरलं जातं. त्यामुळे, दैनंदिन आणि ताशी उत्पादकतेची नोंद करून ठेवायला हवी. एक चांगलं एमआयएस लागू केलं पाहिजे. मगच व्यवस्था सहजतेने आणि प्रभावीपणे चालू शकेल.

१०. शिक्षा करण्याची कला

कौटिल्यांच्या *अर्थशास्त्राचं* आणखी एक नाव- *दंडनीती* म्हणजेच शिक्षा करण्याची कला, असं आहे. ते म्हणतात : ''जर दंड वापरलाच नाही, तर शक्तिशाली कमकुवत असलेल्यांना गिळंकृत करतो...'' (१.४.१३-१४) आणि ''दंडाचा (शिक्षेचा) सातत्याने वापर केला तर राजा दहशतवादी ठरतो. सौम्य दंड देणारा राजा तिरस्कारयुक्त ठरतो. योग्य दंड देणारा राजा पूज्य ठरतो.'' (१.४.८-१०).

आजच्या परिस्थितीत त्याचा उपयोग

जर कडक कारवाई नाही केली, तर जंगलाचे कायदे कुठेही लागू होतील (अराजकता पसरेल). मात्र, नेत्याने जुलमी होता कामा नये; तसेच त्याने फार नरम राहूनही चालणार नाही. शिक्षा नेहमी न्याय्य आणि संतुलित असली पाहिजे. अशा शिक्षांचा आणि शिक्षा देणाऱ्याचा नेहमीच आदर केला जातो. शिक्षा केली जात असेल, तरच कामात गांभीर्य राहील. जर नसेल, तर हळूहळू संपूर्ण व्यवस्थेत भ्रष्टाचार माजेल.

चाणक्य आणि व्यवस्थापनाचा एक आढावा

अर्थशास्त्रातील व्यवस्थापकीय तत्त्वं ही शाश्वत आणि समर्पक आहेत. अनेक गोष्टी बदलत असतात, मात्र चाणक्यांचं लक्ष शाश्वतावर केंद्रित आहे.

व्यवस्थापन म्हणजेच लोकांची मनं ताब्यात ठेवणं. सर्वप्रथम नेत्याने स्वत:वर ताबा मिळवायचा असतो आणि मग अनेक साधनांच्या व तंत्रांच्या साहाय्याने त्याला इतरांना सांभाळायचं असतं.

आपला देश पुन्हा एकदा या संहितेचा वापर भारतीय व्यवस्थापन सिद्धान्ताची पुनर्बांधणी करण्याचा नकाशा म्हणून करू शकतो, ज्यामुळे आत्ताच्या पिढीला यश मिळेल. आपण आत्ता स्मार्ट सिटीज, मॉडेल टाउन्स आणि गावांबद्दल बोलत आहोत, जी प्रत्येक नागरिकाला जगण्याच्या मूलभूत गरजा पुरवू शकतील. याला प्रभावी कायद्याचा आणि सुव्यवस्थेच्या यंत्रणेचा आधार मिळायला हवा. यामुळे प्रत्येक व्यक्तीला सुरक्षित आणि संरक्षित वाटण्यास मदत होईल आणि राष्ट्रबांधणीच्या प्रक्रियेलाही याची मदतच होईल.

जेव्हा अशी मजबूत आणि प्रभावी व्यवस्थापकीय तत्त्वं वापरली जातात, तेव्हा केवळ कंपन्या, संघटना आणि संस्थाच नाही तर संपूर्ण देश, उत्पादकता आणि परिणामकारकतेच्या पुढील स्तरावर उत्क्रांत होऊ शकतो.

८

राजाची कर्तव्ये

चाणक्यांनी फक्त स्वत:बद्दलच नाही, तर राजाच्या आणि त्याच्या कर्तव्यांबद्दलसुद्धा विचार केलेला होता. राजाच्या कर्तव्यांचं दैनंदिन व्यवहारातील वर्गीकरण करण्यापर्यंत त्यांनी या विषयात काम केलेलं आहे. यामुळे दररोज कोणती कामं करावीत, याबद्दलची एक निश्चित यादीच राजाला मिळते. चाणक्यांनी मिनिटा-मिनिटाचा नित्यक्रम तयार केला होता.

राजाचा दैनंदिन नित्यक्रम

कौटिल्यांच्या मते, राजाने अत्यंत सक्रिय आणि साधं, डामडौल नसलेलं आयुष्य जगणं अपेक्षित असतं. तो खऱ्या अर्थाने विरक्त, तपस्वी असतो. म्हणूनच राजर्षींचा आदर्श दिलेला आहे. या ऋषीसारख्या राजाच्या आयुष्याबद्दल *अर्थशास्त्रामध्ये* सविस्तर माहिती दिलेली आहे आणि त्याचप्रमाणे त्याच्या प्रशिक्षणासाठी आराखडासुद्धा दिलेला आहे.

एक बुद्धिमान शिक्षक, आपलं ज्ञान संकल्पनेत असल्यापासून, ते प्रत्यक्ष वापरात येईपर्यंत त्याच्या सर्व बाजूंचा विचार करत असतो. माहितीची, ज्ञानाची अंमलबजावणी करण्याचं सर्वोत्तम स्वरूप म्हणजे सिद्धान्त प्रत्यक्ष सरावात आणणं.

राजासाठी तपशीलवार दिनक्रम सांगताना कौटिल्य, एक निरंतर सक्रिय आयुष्याची रूपरेषा आखली जाईल, याची काळजी घेतात. जेव्हा राजा सक्रिय असतो, तेव्हा त्याचंच उदाहरण डोळ्यांसमोर ठेवून प्रजासुद्धा सक्रिय होते.

राजाने लोकांसाठी एक आदर्श बनलं पाहिजे; ही वरच्याने खालच्यांना मार्गदर्शन करण्याची पद्धत असते. मनुष्याने, तो जे बोलतो ते करून दाखवलं पाहिजे आणि स्व-उदाहरणातूनच नेतृत्व केलं पाहिजे. जर राजा सुस्तावलेला

असेल, तर प्रजासुद्धा त्यामुळे सुस्तावेल. एखादा सक्रिय नेता निष्क्रिय व्यक्तीलासुद्धा सक्रिय करू शकतो. आणि जर राजाने सुस्ती दाखवली तर सक्रिय अनुयायीसुद्धा सुस्तावून जातात. परिणामी, प्रजेत आणि सरकारी अधिकाऱ्यांमध्ये भ्रष्टाचाराचं प्रमाण वाढतं. त्याचबरोबर जे शत्रू त्याचं राज्य हडपण्यामागे लागले आहेत, त्यांना आक्रमण करण्याची संधी मिळते. म्हणूनच राजाने सक्रिय राहिलं पाहिजे.

दिवसाची आणि रात्रीची विभागणी

राजाला दिवस-रात्र सक्रिय ठेवण्यासाठी एक दिनक्रम लिहून दिलेला आहे. 'नलिकां'च्या साहाय्याने दिवसाची आठ आणि रात्रीची आठ भागांमध्ये विभागणी करण्यात आलेली आहे.

नलिका हे वेळ मोजण्याचं माप असून, एक नलिका म्हणजे नव्वद मिनिटं. म्हणजेच चोवीस तास हे नव्वद मिनिटांच्या सोळा भागांमध्ये विभागले गेले आहेत; आठ दिवस आणि आठ रात्री.

तीन *पुरुष*, एक पुरुष (आणि) चार *अंगुलं* मोजणारी एक सावली, आणि सावली गायब होते ती मध्यान्ह, हे दिवसाचे आठपैकी पहिले चार भाग आहेत. याच पद्धतीने नंतरचे चार भाग समजून देण्यात येतात.

दिवसाच्या आठपैकी पहिल्या भागात, त्याने संरक्षणासाठी आणि जमा-खर्चासाठी केलेल्या कृतींबद्दल ऐकून घ्यावं. दुसऱ्या भागात, त्याने प्रजेच्या घडामोडींमध्ये लक्ष घालावं. तिसऱ्या भागात, त्याने स्नान आणि भोजन करून स्वत: अभ्यास करावा. चौथ्या भागात, त्याने रोख महसूल प्राप्त करावा आणि विविध विभागप्रमुखांना कार्यं नेमून द्यावीत. पाचव्या भागात, त्याने पत्र पाठवून मंत्रिमंडळाचा सल्ला घ्यावा आणि गुप्तहेरांनी आणलेली खबर स्वत: माहीत करून घ्यावी. सहाव्या भागात, त्याने स्वत:ला मनोरंजक उपक्रमांमध्ये गुंतवावं किंवा सल्लामसलत करावी. सातव्या भागात, त्याने हत्ती, घोडे, रथ आणि सैन्याची तपासणी करावी. आठव्या भागात, त्याने सरसेनापतीशी लष्करी योजनांबद्दल चर्चा करावी.

दिवस संपतो, तेव्हा त्याने दिवेलागणीच्या वेळी उपासना करावी.

रात्रीच्या आठपैकी पहिल्या भागात, त्याने गुप्तहेरांच्या मुलाखती घ्याव्यात. दुसऱ्या भागात, त्याने स्नान आणि भोजन करून अभ्यास करावा. तिसऱ्या भागात, त्याने संगीत ऐकत झोपी जावं आणि चौथ्या व पाचव्या भागांत, झोप पूर्ण करावी. सहाव्या भागात, त्याने संगीतवाद्यांच्या आवाजांनी उठून राज्यशास्त्राच्या शिकवणींचा आणि भावी कामांचा विचार करावा. सातव्या

भागात, त्याने सल्लागारांशी सल्लामसलत करण्यासाठी बसावं आणि गुप्तहेरांना विशिष्ट कार्य देऊन बाहेर धाडावं.

आठव्या भागात, त्याने धर्मगुरू व गुरूंकडून आशीर्वाद मिळवावेत आणि वैद्य, प्रमुख आचारी व ज्योतिष्यांना भेटावे. त्यानंतर, वासरासोबत असलेल्या गायीला आणि बैलाला प्रदक्षिणा घातल्यानंतर त्याने दरबाराकडे प्रस्थान करावे.

दिनक्रम समजून घेणे

राजाचा सर्वांगीण व्यक्तिमत्त्व विकास व्हावा, यासाठी कौटिल्यांनी हा दिनक्रम कसा रचला होता, हे त्याचं विश्लेषण केल्यावर कळतं. राजाच्या सर्वांगीण विकासासाठी आवश्यक असणाऱ्या शारीरिक, मानसिक, बौद्धिक आणि आध्यात्मिक पैलूंना हा दिनक्रम स्पर्श करतो. या दिनक्रमाची रचना अत्यंत गतिशील आहे, तरीही अभ्यासासाठी, मनोरंजनासाठी, आन्विक्षिकीच्या सरावासाठी (विचार करण्यासाठी), निद्रेसाठी, सल्लामसलतीसाठी, व्यायामासाठी आणि प्रवासासाठी त्यात भरपूर वेळ दिलेला आहे.

निद्रा (झोप)

चोवीस तासांची दीड तासांच्या मापात विभागणी केल्यावर, राजाने रात्री १.३० वाजता उठणं अपेक्षित आहे. जेव्हा आपल्या पिढीतील जवळपास सगळी माणसं झोपलेली असतात, तेव्हा एवढ्या लवकर उठण्यामागे कारण काय, असं एखाद्याला वाटेल; पण याचा अर्थ, त्याची झोप पूर्ण होत नाही, असं नाही.

राजाने रात्री लवकर नऊ वाजेपर्यंत झोपावं, असा सल्ला दिलेला आहे. तो रात्री साडेचार तासांची झोप घेतो. आणि तिला पूरक अशी दीड तासांची झोप तो दुपारी घेतो.

म्हणजे दिवसात एकूण सहा तास झोप घेण्याचा सल्ला दिलेला आहे. कोणत्याही सक्रिय आणि निरोगी व्यक्तीला एवढीच झोप घेण्याचा सल्ला देण्यात येतो.

मात्र दुपारी राजाला संपूर्ण विश्रांती किंवा मनोरंजक, सुखासीन उपक्रमांत सहभाग किंवा अगदी सल्लामसलत करणं यांपैकी कोणत्याही गोष्टीची निवड करता येते. अगदी आजही कार्यरत व्यावसायिकांना, त्यांच्या व्यग्र दिवसात आवश्यकता म्हणून पॉवर नॅप (थोड्याच वेळासाठी डुलकी) घेण्यासाठी प्रोत्साहित केलं जातं.

पण जर त्याला झोप येत नसेल, तर पॉवर नॅप घेण्याची बळजबरी न करता, खेळांसारखे काही मनोरंजक उपक्रम, ध्यान-साधना, किंवा काही

तज्ज्ञ माणसांशी चर्चा करण्याचा सल्ला दिलेला आहे. तो निर्णय शेवटी राजावर सोडलेला आहे.

कौटिल्यांच्या मते, त्याने संगीत ऐकत झोपी जायला पाहिजे आणि वाद्यांच्या आवाजाने उठलं पाहिजे. संगीत ऐकल्याने मनुष्याच्या सुप्त मनाला आराम मिळतो आणि त्यामुळे विचार करण्याचं कौशल्य वाढतं; जे राजाला सूक्ष्म बुद्धी वाढवण्यासाठी गरजेचं असतं, जी निर्णय घेण्यासाठी अत्यंत महत्त्वाची असते. त्याचबरोबर संगीत उपचारात्मकसुद्धा असतं. मानसिक आरोग्यावर संशोधन करणाऱ्यांच्या मतानुसार संगीतामुळे आपल्याला वाईट स्वप्नांच्या ऐवजी शांत, चांगली स्वप्नं पडायला मदत होते.

प्रातर्विधी

मनुष्य झोपेतून उठताक्षणी मनाची विचारप्रक्रिया सुरू होते. या विचारांचा उपयुक्त गोष्टींसाठी वापर करता येतो, पण तसं केलं नाही तर मानसिक ऊर्जेचा पूर्णपणे निचरा होऊ शकतो. पहाटे मनात येणाऱ्या विचारांना जर योग्य दिशा दिली, तर दिवसभरात हातून चांगलं काम घडेल आणि राजा अधिक कर्तृत्ववान होईल.

'राज्यशास्त्राच्या शिकवणींचा विचार' होणं अतिशय महत्वाचं आहे. राजाने राज्यशास्त्राचे आणि योग्य प्रकारे विचार कसा करावा, याचे म्हणजेच आन्विक्षिकीचे प्रशिक्षण घेतलेले असते. मात्र त्यांचा दैनंदिन सराव करणं महत्त्वाचं असतं.

समजा, आदल्या दिवशी त्याच्या समोर विविध समस्या, परिस्थिती आणि आव्हानं आली असतील, ज्यांच्यावर कृती करण्याआधी सखोल विचाराची आणि विचारविनिमय करण्याची गरज असेल त्यांच्यावर पुनर्विचार करण्यासाठी हीच योग्य वेळ असते. त्यासाठी तो त्रयी, अथर्ववेद आणि इतिहासवेद यांसारख्या शास्त्रांमधून मिळवलेल्या ज्ञानाचा वापर करू शकतो.

भूतकाळात डोकावून, शास्त्रांच्या सल्ल्याचं आणि ज्ञानाचं मार्गदर्शन मिळवून आणि आधीच्या शिक्षकांचे व ऐतिहासिक घटनांचे अनुभव लक्षात घेतल्याने, राजाला कोणत्याही परिस्थितीला सहजपणे तोंड देता येतं.

विचार करण्याचा वेळ

विचार करण्याच्या (आन्विक्षिकी) या वेळात, त्याने पुढे जे कार्य करायचं आहे, त्यावर विचार करणं अपेक्षित असतं. कामाची योजना करावी आणि योजनेअनुसार काम करावं. म्हणून दिवसाचं काळजीपूर्वक नियोजन केलं की, वेळा व्यवस्थित पाळल्या जातात आणि सर्वांत जास्त कामं करून होतात. जर

एखाद्याने येऊ घातलेल्या दिवसाचं व्यवस्थित नियोजन आधीच केलं नाही, तर इतरांच्या मागण्यांची पूर्तता करण्यातच तो दिवस हातातून निघून जाऊ शकतो.

सल्लामसलत

दीड तासाची पुढील नलिका म्हणजे रात्री ३ ते ४.३०. ही वेळ सल्लागारांशी सल्लामसलत करण्याची आणि गुप्तहेरांवर विशिष्ट कार्य सोपवून त्यांना रवाना करण्याची असते. एकदा का राजाने आपल्या संपूर्ण दिवसाचे काळजीपूर्वक नियोजन केले की, तो तज्ज्ञांचा सल्ला घ्यायला जातो.

सभांच्या या वेळांवरून लक्षात येतं की, राजा आणि त्याचे सल्लागार दुसऱ्या दिवसासाठी, पहाटेपूर्वीच तयार असायचे. जर राजा आणि त्याच्या तज्ज्ञांचा गट दिवसरात्र मेहनत करत असेल, तर स्वाभाविकतः इतरही अधिकारी राज्याच्या आणि त्यांच्या प्रजेच्या हिताकरता म्हणजेच *प्रजेच्या सुखाकरता* कामं करत असतील.

मंत्रिपरिषद म्हणजेच तज्ज्ञांचा गट राजाला मार्गदर्शन करतो आणि निर्णय घेण्यासाठी लागणारी साधनं पुरवतो. याच वेळी ते विविध विभागांमध्ये घडणाऱ्या उपक्रमांच्या दैनिक घडामोडी आणि प्रगती कशी होत आहे, हे राजाला सांगतात.

प्रत्येक मंत्री किंवा अमात्य, राजपुरोहितांसोबत विविध समस्यांवर उपाय सुचवत. सल्लागारांशी केलेल्या सल्लामसतींतून राजाचा दृष्टिकोन विस्तारण्यासाठी मदत होत असे.

गुप्तहेरांबरोबरचा वेळ

तज्ज्ञांशी सल्लामसलत करण्याच्या वेळीच राजा गुप्तहेरांना रवाना करायचा.

गुप्तहेर हे राजाच्या माहितीजालाचा एक महत्त्वाचा घटक असतात. कौटिल्य यांनी *कंटकशोधन* नावाचं १३ अध्याय आणि ४१८ सूत्र असलेलं संपूर्ण पुस्तक या विषयाला समर्पित केलेलं आहे. याचबरोबर गुप्तहेर, त्यांचं जाळं आणि त्यांना नेमून दिलेल्या विविध कार्यांबद्दल *अर्थशास्त्रात* ठिकठिकाणी उल्लेख आहेत.

भक्कम माहिती मिळवण्याचं हे जाळं दिवसरात्र राज्याच्या आत आणि बाहेर कार्यरत असतं. घडणाऱ्या गुन्ह्यांवर नियंत्रण ठेवणं आणि गुन्हे व गुन्हेगारांचा नाश करणं हे त्यांचे उद्देश असत. राज्यामध्ये नेमलेल्या हेरांचं काम हे राज्यात घडणाऱ्या सर्व प्रकारच्या गुन्हेगारी, बेकायदेशीर उपक्रमांची माहिती गोळा करण्याचं असे.

जनतेवर नजर ठेवण्यासाठी जरी कौटिल्य गुप्तहेरांचा वापर करत असले, तरी स्वतःच्या माणसांवरही ते नजर ठेवत. उदाहरणार्थ, महसुलाचा गैरवापर

करणाऱ्या अधिकाऱ्यांना शोधून काढणं आणि त्यानंतर जे त्यांनी घेतलं होतं, ते परत मिळवणं.

शत्रू-राजे, शेजारील राज्यांतील राजे आणि *राजमंडळातील* विविध राजे यांच्याबद्दलची माहिती मिळवण्यासाठीसुद्धा ते गुप्तहेरांचा वापर करत.

या गुप्तहेरांना अनेक अधिकार दिले जायचे : ते लोकांना संशयाच्या जोरावर अटक करू शकत, चौकशी आणि छळवणूक यांचा वापर करून ते तपास करू शकत, विविध सरकारी विभागांवर ते नजर ठेवू शकत आणि गुप्त शिक्षा देण्याबरोबरच ते अपराधाची शिक्षा ठरवू शकत. शिवाय साम, दाम, दंड, भेद यांसारखी धोरणं वापरण्याचं प्रशिक्षणही त्यांना दिलं जायचं.

मात्र गुप्तहेरांनी आपल्या अधिकारांचा गैरवापर करू नये, याकरता त्यांच्यावरही उलट हेरगिरी करणाऱ्या व्यवस्थेची निर्मिती केलेली होती. हेरखात्यांच्या संस्थांना औपचारिक स्वरूप देताना कौटिल्यांनी त्या व्यवस्थेची नियमित तपासणी करणं आणि त्यावर नजर ठेवणं, हा राजाच्या दिनक्रमाचा एक भाग बनवून टाकला.

''जे ज्ञात झालेलं आहे, त्याची माहिती करून घेणं, जे माहीत आहे ते निश्चित बळकट करून घेणं, दोन शक्यता असतील तर त्यातील संशय दूर करणं, जे अर्धवट कळालेलं आहे, ते पूर्णपणे कळून घेणं- हे बाह्य स्रोतांद्वारे (गुप्तहेरांद्वारे) साध्य करता येतं.''

गुप्तहेर प्रणालींकडून राजाला दैनिक अहवाल मिळण्याची पद्धत अजूनही वापरली जाते. राज्याचे मुख्यमंत्री रोज सकाळी पोलीस महानिर्देशकांकडून अहवाल घेतात, राष्ट्रपती तिन्ही सशस्त्र सेनांच्या प्रमुखांना भेटतात (भारताचे राष्ट्रपती हे लष्कराच्या सर्वोच्च सेनापतिपदी असतात) आणि पंतप्रधान राष्ट्रीय सुरक्षा सल्लागाराशी सल्लामसलत करतात.

आध्यात्मिक उपक्रम

एकदा गुन्ह्यांचं विश्लेषण झालं आणि त्यांच्या विरुद्ध उपाययोजना कार्यरत होण्याबरोबर बाह्य संकटं काय येऊ शकतील यावर योजना निश्चित झाल्या की, राजा आपले धार्मिक विधी पार पाडण्यासाठी मोकळा होतो. त्याने संपूर्ण दिवसासाठी विविध लोकांचे आशीर्वाद घेणं अपेक्षित असतं. यांत धर्मगुरू (*ऋत्विक*), उपदेशक (*राजगुरू* आणि शिक्षक) आणि राजपुरोहित यांचा समावेश असतो. आपली भारतीय संस्कृती आपल्याला दररोज आपल्या पालकांचे, आजी-आजोबांचे आणि इतर वडीलधाऱ्यांचे आशीर्वाद घेण्याची शिकवण देते.

या विधींना त्यांचा असा शास्त्रीय आणि मानसशास्त्रीय पाया असतो. *इन इंडियन कल्चर : व्हाय डु वुई* या पुस्तकाच्या प्रस्तावनेत रूढी आणि विधी (*आचार*) यांच्यामागील तर्क समजावून सांगितला आहे. लेखिका म्हणतात, ''भगवद्गीता *सनातन धर्म* परिभाषित करते. 'सनातन' (शाश्वत, अनंत) म्हणजे ज्याचा अग्नी, शस्त्र, पाणी, वायू यांनी विनाश होऊ शकत नाही आणि जो सर्व जैविक व अजैविक वस्तूंमध्ये उपस्थित असतो, तो 'धर्म'. म्हणजेच सर्व आचारांनी युक्त असलेला जगण्याचा मार्ग. सनातन धर्माचा पाया शास्त्रीय अध्यात्मात आहे. प्राचीन हिंदू साहित्यामध्ये शास्त्र आणि अध्यात्म एकात्मिक असल्याचं आपल्याला दिसून येतं. मनुष्याने आपल्या समस्या सोडवण्यासाठी शास्त्रीय ज्ञानाचा वापर करावा आणि तात्त्विक दृष्टिकोनातून अमरत्व मिळवण्यासाठी आध्यात्मिक ज्ञानाचा वापर करावा, असं यजुर्वेदाच्या 'ईशावास्य उपनिषद' नावाच्या चाळिसाव्या अध्यायात म्हटलेलं आहे.

भारतात प्रत्येक जण वर दिलेल्या फायद्यांसाठी आचार पाळत : मानसिक, शारीरिक, कौटुंबिक, सामाजिक आणि राष्ट्रवादी. प्रत्येक आचाराचा शास्त्रीय, तार्किक आणि तर्कशुद्ध रीतीने अर्थ समजून घेऊन त्यांचं आपल्या आयुष्यात पद्धतशीरपणे अनुसरण करणं, हा आपला हक्क आणि कर्तव्य आहे.

वैद्य, आचारी आणि ज्योतिषी यांच्या बरोबरचा वेळ

आपले नेहमीचे विधी पार पाडल्यावर कौटिल्य राजाला आपल्या वैद्यांना भेटण्याचा सल्ला देतात. राजाचा वैद्य हा आधुनिक डॉक्टरसारखा नसे. वैद्याला औषधी वनस्पतींचं आणि औषधांचं, ऋतुबदलानुसार होऊ शकणाऱ्या विविध आजारांचं ज्ञान असायचं. आणि प्रत्येक रुग्णानुसार त्यांवर करायचे उपाय बदलत.

हा *वैद्य* आयुर्वेदाचा तज्ज्ञ असायचा, ज्यात शरीर आणि मन या दोन्हींसाठी उपचारांचा समावेश आहे. रोजच्यारोज आरोग्याची तपासणी केल्याने मनुष्याच्या सर्वांगीण, समग्र हिताची खात्री करता येत असे. जवळून देखरेख केल्याने मनुष्य निरोगी आणि दीर्घायुषी होत असे.

नंतर राजा प्रमुख आचाऱ्याला भेट द्यायचा. स्वयंपाकघरातसुद्धा ही रोजची फेरी असायची. तो अन्नधान्यावर आणि स्वयंपाकघरात घडत असलेल्या उपक्रमांवर नजर फिरवत असे. आचाऱ्याबरोबर होणाऱ्या चर्चेमुळे त्याला राज्यात उपलब्ध असलेल्या हंगामी अन्नधान्याची कल्पना यायची. त्यामुळे कुठल्याही प्रकारचा तुटवडा असला तर त्याची काळजी घेता यायची. याचबरोबर राजा त्याला हव्या असलेल्या विशेष पदार्थांचीसुद्धा सूचना करू शकायचा.

राजा *ज्योतिषांनासुद्धा* भेट द्यायचा. चाणक्य स्वत: फलज्योतिषाचे तज्ज्ञ असल्यामुळे त्यांना ज्योतिषशास्त्राचं महत्त्व माहीत होतं. राजांनी आपल्या प्रशिक्षणात ज्योतिषशास्त्राचा अभ्यास करावा, अशी त्यांची सूचना होती. चाणक्यांनी खगोलशास्त्राबरोबरच ज्योतिषशास्त्राचा वापर राज्यात घडणाऱ्या अनेक उपक्रमांसाठी केलेला होता. उदाहरणार्थ, उत्तम प्रकारे शेती आणि सिंचन करण्यासाठी ऋतुबदलांचं भाकीत करणं, युद्धाची योजना करणं किंवा दैनंदिन योजना करण्यासाठी किंवा भविष्याचे (वातावरणाचे) अंदाज लावण्यासाठी त्याचा वापर करणं.

ज्योतिषशास्त्राचा वापर फक्त भविष्य वर्तवण्यासाठीच नाही तर भविष्य निर्माण करण्यासाठीसुद्धा केला पाहिजे, याची नोंद घ्यायला हवी. ती दुधारी तलवार आहे आणि चाणक्यांनी राजाला केवळ नक्षत्र आणि ग्रहांच्या स्थितीवर विसंबून न राहण्याची चेतावणीसुद्धा दिलेली आहे : "सतत नक्षत्रांचा सल्ला घेणाऱ्या मूर्ख माणसाकडून संपत्ती निसटून जाते; कारण संपत्ती हीच संपत्तीचं नक्षत्र आहे. नक्षत्रं तरी काय करतील? सक्षम माणसं निदान शंभर प्रयत्नांनंतर तरी नक्कीच संपत्ती कमावतील."

ज्योतिषशास्त्राचा अभ्यास आणि त्याचं ज्ञान आपली ताकद आणि मार्गदर्शक शक्ती बनली पाहिजे; कमजोरी आणि मनाचा सापळा नाही. म्हणूनच गुप्त वर्तणुकीच्या पुस्तकात त्याला *गुह्य विद्या* (गुप्त ज्ञान) असं म्हणलेलं आहे.

राजाला सुचवण्यात आलेला आणखी एक विधी म्हणजे वासरासोबत असलेल्या गायीला आणि बैलाला प्रदक्षिणा घालणं. भारतीय परंपरेत गायीला पवित्र मानण्यात येतं आणि तिला आईचा दर्जा दिलेला आहे (*गौ-माता*).

प्रजेसोबतचा वेळ

राजा उठल्यानंतर साडेचार तासांत या सर्व गोष्टींची पूर्तता झाली की सामाजिक भूमिका पार पाडण्यासाठी तो तयार होतो आणि राजदरबाराकडे जायला निघतो.

स्टीफन कवी आपल्या *द सेव्हन हॅबिट्स ऑफ हायली इफेक्टिव्ह पीपल* या पुस्तकात म्हणतात की, खासगी विजय हा सार्वजनिक विजयाआधी साध्य करायचा असतो. इथे खासगी विजय म्हणजे स्वत:वर प्रावीण्य मिळवणं, आणि सार्वजनिक विजय म्हणजे इतरांशी असलेल्या नातेसंबंधांमध्ये प्रावीण्य मिळवणं. खासगी विजय हा नेहमी सार्वजनिक विजयाच्या आधी यायला हवा, ही महत्त्वाची बाब आहे.

यालाच आयुष्याकडे आतून बाहेर बघण्याचा दृष्टिकोन म्हणतात. सार्वजनिक आयुष्यात प्रभावशाली बनण्यासाठी आधी तुम्हाला स्वत:च्या आत

बघावं लागतं, आपल्या आयुष्यात तुम्हाला रोखणाऱ्या मर्यादा उल्लंघून तुम्हाला स्वत:लाच विकसित करावं लागतं. लांबच्या पल्ल्यात यशस्वी होण्यासाठी हा सर्वोत्तम मार्ग आहे. तुम्ही फक्त स्वत:वर ताबा मिळवला, तर तुम्ही अत्यंत प्रभावी व्हाल आणि इतरांचे नेतृत्वसुद्धा करू शकाल.

म्हणूनच, आध्यात्मिक शक्तीने सुसज्ज होऊन, ज्ञानी व्यक्तींचे आशीर्वाद घेऊन, राज्याबद्दल सविस्तर माहिती मिळवून आणि तज्ज्ञांशी चर्चा करून मिळालेल्या कल्पना घेऊन राजा आपल्या *प्रजेला*, आपल्या स्वत:च्या माणसांना भेटायला सज्ज होतो.

राजदरबारात किंवा सभागृहात आल्यावर राजाने, त्याच्याकडे कामासाठी भेटायला आलेल्या सर्वांना अनिर्बंधित प्रवेश द्यावा. प्रजेला सहज रीतीने राजाची भेट घेता यावी. म्हणजेच राजाची भेट घेण्यासाठी कुणालाही पूर्वनियोजनाची गरज पडू नये.

या पद्धतीचा अवलंब करणं कुठल्याही नेत्यासाठी अत्यंत महत्त्वाचं आहे. एकदा नेता आणि अनुयायी, यांच्यातील अंतर कमी झालं की, व्यवस्थेत पारदर्शकता येईल. जर लोकांना त्यांच्या राज्यकर्त्याची थेट भेट घेता येत नसेल, तर राजाची माणसं राजापेक्षा जास्त शक्तिशाली बनण्याचा आणि त्यांनी त्यांच्या शक्तीचा गैरवापर करण्याचा धोका उद्‌भवतो. या प्रक्रियेतून अमात्य आणि मंत्र्यांचीसुद्धा सातत्याने तपासणी घेतली पाहिजे.

राजाची प्रजेबरोबर जर सहजासहजी भेट होत नसेल, तर राजाच्या जवळील माणसं त्याच्याकडून जे करायला हवं, जे करायला नको त्याच्या उलट कामंसुद्धा करून घेऊ शकतात. म्हणून खुलं व्यासपीठ, खुला मंच ठेवल्याने राजा आणि राजाची माणसं आपापली कर्तव्यं पार पाडत आहेत ना, याची खात्री करता येते. अगदी आजही राजकारणातील यशस्वी नेते अशा प्रकारच्या *जनता सभांचं* अनुसरण करतात.

नेता लोकप्रतिनिधी असल्यामुळे, त्याला लोकांच्या समस्यांवर थेटपणे भाष्य करता आलं पाहिजे. तसं केलं नाही तर त्याला लोकांच्या बंडाला किंवा शत्रूंनी त्याच्यावर मिळवलेल्या विजयाला तोंड द्यावं लागेल.

लोकांची कामे

माणसं कोणत्या प्रकारच्या प्रकरणांची चर्चा राजाशी करायचे?

त्याने मंदिरं, देवता, आश्रम, पाखंडी मतं, वेद शिकलेले ब्राह्मण, गुरंढोरं, पवित्र जागा, अल्पवयीन व्यक्ती, वृद्ध, आजारी, त्रासिक, असहाय आणि स्त्रिया यांच्या संबंधीच्या कामांत लक्ष घालावं.

या कामांमध्ये, आध्यात्मिक चर्चा करणाऱ्या शिक्षित ब्राह्मणांपासून ते विविध आश्रम आणि मंदिरांसमोर असलेल्या आव्हानांचा आणि देवदेवतांच्या कामांचा समावेश आहे. समाजाच्या विविध स्तरांचा त्यात सहभाग असतो. चाणक्य गरीब, असहाय, दुर्दैवी आणि दु:खी असलेल्यांबद्दल चिंतातुर आहेत. राजाने स्त्रिया, मुलं (अल्पवयीन व्यक्ती) आणि ज्येष्ठ नागरिकांचा (वृद्धांचा) आपल्या स्वत:च्या कुटुंबाप्रमाणे सांभाळ करायचा असतो. आणि कोणत्याही बाबतीत राजाने त्रस्तांना (प्रजेला) पित्याप्रमाणे अनुक्रम द्यायचा असतो, असं कौटिल्य ठामपणे सांगतात.

खुल्या सभेत पाखंडी मतांचा उल्लेख करणं, ही नोंद करण्यासारखी महत्त्वाची गोष्ट आहे. पाखंडी म्हणजे जे अधिकृत किंवा सर्वमान्य मतांपेक्षा वेगळ्या मतांवर विश्वास ठेवतात किंवा त्याची शिकवण देतात, जे कोणत्याही क्षेत्रात अपरंपरागत मतं मांडतात ते. अशी माणसं राजाने किंवा तत्कालीन व्यवस्थेने घेतलेल्या कुठल्याही मताला किंवा निर्णयाला खुलेपणाने आव्हान करू शकतात, विरोध करू शकतात. त्यांचा उल्लेख केल्याने राजाचा लोकशाहीवादी दृष्टिकोन दिसतो. जर एखाद्या व्यक्तीने राजाला खुलेपणाने आव्हान दिलं, तर त्या मतांचासुद्धा आदर लोकशाहीत व्हायला हवा. म्हणजेच राजर्षीला निर्माण करताना कौटिल्याने लोकशाहीवादी राजेशाही विहित केल्याचं दिसून येतं.

कामाचा प्राधान्यक्रम

खुल्या सार्वजनिक सभेमध्ये एखाद्या मुद्द्याला किंवा समस्येला अपेक्षेपेक्षा अधिक वेळ लागण्याची शक्यता ही असतेच. म्हणूनच राजाने प्राधान्यक्रम ठरवून घेतला पाहिजे. निकडीचे मुद्दे आधी लक्षात घेऊन मग सगळ्या बाबतीत योग्य ते निर्णय घेतले पाहिजेत.

त्याने प्रत्येक तातडीचा मुद्दा ताबडतोब ऐकून घेतला पाहिजे, ते पुढे ढकलायला नकोत. नेत्यावर असलेल्या प्रशासकीय जबाबदाऱ्या लक्षात घेता, त्याने महत्त्वाचे मुद्दे वर येताच ते मार्गी लावणं महत्त्वाचं आहे. जर काम प्रलंबित राहिलं, तर गोष्टी इतक्या मर्यादेपर्यंत साठत जातील की, तो पूर्णपणे त्यात हरवून जाईल आणि सगळ्या गोष्टी अडकून राहतील.

कबीरांचा सुप्रसिद्ध दोहा हीच तर गोष्ट समजावून सांगतो, "*कल करे सो आज कर, आज करे सो अब, पलमें प्रलय होयेगी, बहुरी करोगे कब.*"

उद्याचं काम आजच करा, आजचं काम आत्ता – या क्षणी. जर आत्ताचा क्षण हरवून गेला, तर काम कराल कधी?

निर्णय घेणे

ज्ञानी लोकांशी संबंधित निर्णय राजाने कसे घ्यावेत, हेही कौटिल्य समजावून सांगतात. त्यांच्याशी वागताना कमालीच्या आदराचा आणि विनम्रतेचा अवलंब करण्याचा सल्ला ते देतात. राजाने वेदांचं अध्ययन केलेल्यांच्या कामात लक्ष घालावे आणि संन्याशांच्या कामांत लक्ष घालण्यापूर्वी पवित्र अग्नीला भेट द्यावी, आपल्या आसनावरून उठून या दात्यांना अभिवादन करावं आणि धर्मगुरू व गुरूंच्या संगतीत त्यांना भेटावं.

भारतीय संस्कृतीअनुसार, गुरुजन आणि संन्याशांसारख्या ज्ञानी लोकांची, विशेष काळजी घेऊन, त्यांच्याविषयी प्रेम, सन्मान आणि आदर मनात बाळगून वागायचं असतं. जर या ज्ञानी लोकांच्या संदर्भात काही समस्या असतील, तरी राजाने त्यांना स्वतःच्या बळावर हाताळायचा प्रयत्न करायचा नसतो. जरी राजाने या आदरणीय लोकांच्या संबंधी महत्त्वाचे निर्णय घेणं अपेक्षित असलं, तरी त्याने सर्वप्रथम पवित्र अग्नीला भेट द्यावी, असा सल्ला आहे.

अग्नी शुद्धतेचं आणि त्यागाचं प्रतिनिधित्व करतो. अग्नीची उपस्थिती आणि अग्नीचे आशीर्वाद आपलं मन शुद्ध करतात आणि नकारात्मक गोष्टी जाळून टाकतात. पहिल्या वेदाची, ऋग्वेदाची सुरुवात अग्नीला आमंत्रण करून होते : '*अग्निमिळे पुरोहितं यज्ञस्य देवं ऋत्विजं, होतारं रत्नधातमं*' म्हणजे यज्ञाचा महायाजक असलेल्या, दैवी, शुश्रूषा करणाऱ्या, देवांना अर्पण केलेल्या वस्तू प्रस्तुत करणाऱ्या आणि महान संपत्तीचा मालक असलेल्या अग्नीचा मी गौरव करतो. वैदिक परंपरेतील विवाह किंवा विविध यज्ञांसारखा प्रत्येक विधी या अग्निदेवतेच्या, म्हणजेच अग्नीच्या उपस्थितीत आयोजित केला जातो.

अग्नीचे आशीर्वाद घेतल्यानंतर राजा या ज्ञानी माणसांच्या आणि संन्याशांच्या कामांत लक्ष घालतो. या वेळी त्याच्या समवेत त्याचे राजपुरोहित आणि राजगुरू असणं अत्यंत आवश्यक आहे, जेणेकरून तो या संवेदनशील प्रकरणात त्यांचं मार्गदर्शन घेऊ शकेल.

ज्ञानी माणसं आपल्या समाजाचे आदर्श असतात. आणि जरी ते न्यायालयात याचिका किंवा विनंती सादर करत असतील, तरी त्यांना अत्यंत सन्मानाची अशी वागणूक दिली पाहिजे. म्हणूनच राजाला स्वतःच्या आसनावरून उठून त्यांना सर्वप्रथम नमस्कार करण्याची सूचना देण्यात आलेली आहे. हीच आपली संस्कृती आहे, जिथे साक्षात राजालासुद्धा वडीलधाऱ्यांसमोर अत्यंत विनम्रपणे वागावं लागतं.

या रीतीने, राजाने त्यांच्या प्रकरणांत ज्ञानी माणसांच्याच मदतीने लक्ष घालावं. त्याने स्वतःच्या नव्हे, तर तीन वेदांचा अभ्यास असलेल्या व्यक्तींच्या

सल्ल्यावरून संन्याशांच्या आणि जादूचा सराव करण्यात पारंगत असलेल्या लोकांच्या प्रकरणांत निर्णय घ्यावेत. कारण तसं न केल्यास त्यांचा रोष ओढवू शकतो.

आपल्याला दुष्यंतच्या गोष्टीमध्ये, संन्याशांच्या प्रकरणांत लक्ष घालताना, या प्रक्रियेचं काटेकोरपणे पालन केल्याचं दिसून येतं. जर तसं केलं नसतं, तर त्यांनी भयानक क्रोध प्रकट केला असता आणि राजांना शापही दिला असता.

सूर्योदयाची वेळ

दिवसातील जवळपास सर्व महत्त्वाचे उपक्रम सूर्य उगवण्यापूर्वीच पूर्ण झालेले आहेत, ही गमतीदार गोष्ट आहे.

विविध प्रकारच्या लोकांची भेट घेऊन त्यांच्या कामांवर विचार केल्यानंतर, पुढील दीड तास हा संरक्षणाच्या आणि खजिन्याच्या प्रमुखांसोबत घालवण्यासाठी असतो. दिवसाच्या आठपैकी पहिल्या भागात त्याने संरक्षणासाठी आणि जमा-खर्चासाठी घेण्यात आलेल्या योजनांबद्दल ऐकून घ्यावं.

अर्थशास्त्रात अनेक ठिकाणी आपल्याला संरक्षण आणि खजिन्याचा प्रमुख (कोष-अध्यक्ष) यांचं महत्त्व दिसून येतं. अंगीकृत कोणतंही कार्य हे सर्वप्रथम खजिन्यावर अवलंबून असतं; म्हणून राजाने खजिन्याबद्दल प्रथम बघावं. खजिना आणि सैन्याच्या वापरातून, राजा स्वतःच्या पक्षाला आणि शत्रूच्या पक्षालादेखील दिशा देत असतो. आणीबाणीच्या प्रसंगांतसुद्धा राजा सर्वप्रथम सैन्यावर आणि खजिन्यावर नियंत्रण मिळवताना आपल्याला दिसतो. त्याने आपलं सैन्य आणि खजिना एके ठिकाणी, तटबंदी असलेल्या शहरात ठेवून, विश्वासू माणसांच्या हातात सोपवावा.

आर्थिक बाबी

आपल्या राज्याच्या आर्थिक बाबींची जबाबदारी घेणारे नेते उत्तम निर्णय घेणारे असतात आणि सातत्याने डोकं वर काढणाऱ्या विविध समस्यांवर आणि आव्हानांवर ते नियंत्रण ठेवू शकतात. मजबूत खजिन्याची निर्मिती केल्याने एका उत्तम आर्थिक रचनेचे निर्माण करता येते.

खजिना आणि सैन्य हे परस्परांशी जोडलेले असतात. सप्तांगांपैकी या दोन घटकांनासुद्धा राज्याची महत्त्वाची प्रकृती मानण्यात आलेलं आहे.

म्हणूनच अर्थव्यवस्था आणि संरक्षण या दोन विभागांवर सातत्याने नजर ठेवायला, त्यांची तपासणी करायला आणि गरज पडल्यास लगेच कृती करता यावी, या हेतूने अधिक वेळ राखून ठेवलेला आहे.

पंचमहाकाव्यात उमटलेले राजाच्या दिनक्रमाचे प्रतिबिंब

राजधर्म हा केवळ आपल्या आनंदासाठी नाही, याची जाणीव पंचमहाकाव्यात असलेल्या कर्तव्यतत्पर शासकांनासुद्धा होती. आपली विविध कर्तव्यं यशस्वीपणे पार पाडण्याकरता राजांना काटेकोरपणे त्यांच्या दिनक्रमाचं पालन करावं लागायचं. पंचमहाकाव्यातील राजांच्या दिनक्रमाचं आकलन आपल्याला काही विखुरलेल्या संकेतांमधून आणि 'नैसदकरिता' (एकोणिसावा अध्याय) यात उल्लेख असलेल्या नल राजाच्या दिनचर्येवरून होऊ शकतं.

भाटांनी गायलेल्या मंगल, प्रशंसात्मक गाण्यांनी राजाला झोपेतून जागं करावं. या गाण्यांना *भोगावली* असं म्हणत, ज्यात राजाने त्या काळात केलेल्या विशिष्ट कार्याचं वर्णन असायचं. या गाण्यांमार्फत लोकांना आपला राजा कोणत्या कामांत गुंतलेला आहे, हे कळायचं. पहाटेपर्यंत राजाने धर्माज्ञेअनुसार दिलेले विधी पूर्ण करून सकाळचं अभ्यंग स्नान केलेलं असायचं.

मग तो सरंजामशाही राजांना भेट द्यायचा. ते राजे त्याच्या पायांना स्पर्श करून त्याला नमस्कार करत आणि त्याला अद्‌भुत दागदागिने देऊ करत. त्यानंतर तो त्यांच्याशी हितगुज करायचा.

त्यानंतर मग पराक्रमी राजा विद्यार्थ्यांना युद्धकलेचं – हत्यारं वापरण्याचं, वार करण्याचं प्रशिक्षण द्यायचा.

मग तो सुवासिक लेप आणि सुगंधी जल वापरून स्नान करायचा.

स्नानानंतर तो मण्यांची जपमाळ हाती घेऊन वैदिक मंत्रांचा उच्चार करायचा. घरातील देवघरात, प्रार्थनागृहात तो संपूर्ण भक्तीने देवांची प्रार्थना करायचा. माध्यान्हीचे विधी उरकून दुपारच्या भोजनाच्या वेळी राणी त्याच्या सोबत असायची.

राजा त्याच्या समोर आणलेल्या गुंतागुंतीच्या भांडणांकडे लक्ष द्यायचा आणि त्यावर तातडीनं निर्णय द्यायचा, आणि तो त्याच्या मंत्र्यांशी सल्लामसलतसुद्धा करायचा. सायंकाळचे विधी पूर्ण करून तो रात्रीच्या दुसऱ्या भागात राज्याच्या प्रशासनाचा अधिक सखोलपणे विचार करायचा. नेमक्या वेळेचा उल्लेख केलेला नसला, तरी गुप्तहेरांशी चर्चा करण्यासाठीही राजाच्या दिनक्रमात अधिक वेळ ठेवला जायचा.

राम : आदर्श राजा (राजर्षी)

भारतीय इतिहासात रामाला मूर्तिमंत आदर्श नेता (*मर्यादा पुरुषोत्तम*) आणि अयोध्येला सर्वोत्तम प्रशासन (*रामराज्य*) असल्याचं मानलेलं आहे. राजाच्या दिनक्रमाचं रामदेखील शिस्तबद्धपणे पालन करत होता, हे आपल्याला दिसून येतं.

'रघुवंश'च्या सतराव्या अध्यायात कवी स्वत: म्हणतो की, दिवस आणि रात्रीच्या वेगवेगळ्या विभागण्यांमध्ये, पृथ्वीच्या शासनकर्त्यांनी जे जे करावं, असं कायद्याच्या पुस्तकांमधून नियुक्त करण्यात आलंय, त्याचं कठोरपणे पालन केलंच पाहिजे.

'रघुवंश'च्या या श्लोकात *नियोग* आणि *विकल्प* हे शब्द हेतुपूर्वक वापरले आहेत, जे कौटिल्यांनीसुद्धा अशा प्रकारे कार्य केल्यावरच यश मिळतं, हे मनावर बिंबवण्यासाठी वापरलेले आहेत. आपली कर्तव्यं पार पाडण्यासाठी राजाने वक्तशीर आणि पद्धतशीर असणं अपेक्षित होतं. याबरोबरच त्यांनी आपल्या कर्तव्यांतून सुटका मिळवण्याचा प्रयत्न करू नये, अशीही अपेक्षा आहे.

राजाच्या दिनक्रमात उल्लेख नसलेली अजून अनेक कर्तव्यं राजाने पूर्ण करणं अपेक्षित होतं. आपल्या व्यग्र कामकाजातून वेळ काढून राजाच्या दर्शनासाठी आतुर असलेल्या प्रजाजनांना भेट देणं त्याने अपेक्षित असायचं. अर्जदारांना भेटायची आणि त्यांचे अर्ज व तक्रारी खुद्द स्वत: ऐकण्याची राजाला आज्ञा होती.

रामराजा वक्तशीरपणे नागरिकांच्या सभांना उपस्थित राहून, स्वत: अन्यायाची प्रत्येक घटना ऐकून घ्यायचा. प्रजेशी असलेला राजाचा व्यक्तिगत संपर्क हा राजाच्या दिनक्रमाचा अत्यंत महत्त्वाचा भाग होता.

राजाच्या दिनक्रमाचा सारांश

अगदी *अर्थशास्त्राच्या* आधीच्या कामांमध्येसुद्धा राजाच्या दिनक्रमाची मुळं सापडतात. कौटिल्यांनी या कल्पना सुसंस्कृत केल्या आणि त्यांच्या पिढीकरता त्यांची पुनर्बांधणी केली. म्हणजेच कौटिल्यांचा दृष्टिकोन आधुनिक होता.

राजाच्या दिनक्रमाच्या सर्वसाधारण दृष्टिकोनातून कळतं की, त्यावर राजकारणावरील कामांमध्ये आढळून येणाऱ्या दिनक्रमाच्या पारंपरिक नमुन्यांचा प्रभाव होता. उदाहरणार्थ, दुर्योधनाने मनूने आखून दिलेली आचारसंहिता चालू ठेवण्यासाठी विविध कार्यांसाठी दिवस आणि रात्रीत वेगवेगळ्या वेळा निश्चित केलेल्या होत्या.

लवचीक वेळापत्रक

हा दिनक्रम राजांनी कठोरपणे पाळणं अपेक्षित नाही. गरज पडल्यास त्यात फेरबदल करता येतील, असा स्वत: कौटिल्यांनी उल्लेख केलेला आहे. पण राजे या आदर्श वेळापत्रकाकडे नमुना म्हणून नक्कीच बघत होते, याची नोंद घ्यायला हवी.

दिनक्रमाच्या या नमुन्यात आपल्याला दिसतं की, राजाने एकाच वेळी अनेक कामं करणं अपेक्षित आहे. वेगवेगळ्या लोकांना भेटण्यासाठी,

प्रशासनासाठी, तपासण्या आणि देखरेख करण्यासाठी, महसूल गोळा करण्यासाठी, मनोरंजनासाठी, आध्यात्मिक उपक्रमांसाठी आणि प्रवासासाठी एकाच दिवसात वेळा वाटून दिलेल्या आहेत. एक सावध राजा आपल्या लोकांचं नेतृत्व गतिशीलतेने करू शकेल. म्हणूनच राजाने नेहमी उत्साहपूर्ण असलं पाहिजे.

मात्र कौटिल्य राजाला, गरजेअनुसार दिनक्रमात बदल करण्याची लवचिकता देतात. परिस्थितीच्या मागणीअनुसार त्याने काय करावं, हे तो ठरवू शकतो. राजाने क्षमतेला अनुरूप अशी दिवस आणि रात्रीची विविध भागांत विभागणी करून घ्यावी आणि आपली कार्यं पार पाडावीत.

प्रत्येक व्यक्तीच्या प्रभावीपणे काम करण्याच्या वेळा आणि ऊर्जापातळ्या वेगवेगळ्या असतात. त्याचबरोबर प्रत्येक माणसाची क्षमता वेगवेगळी असते. या सगळ्यांचा आणि आणखी काही गोष्टींचा विचार राजासाठी वेळापत्रक तयार करताना ध्यानात घेतला पाहिजे.

स्पष्टता आणि ताठरपणा यांत फरक असतो. नित्यक्रम स्पष्टपणे विचार करून योजला पाहिजे, ताठरपणे विचार करून नव्हे. म्हणूनच राजाने सदैव सक्रिय राहून भौतिक आणि आध्यात्मिक हिताचं व्यवस्थापन साधलं पाहिजे.

राजाला आपली कर्तव्यं स्पष्टपणे समजावून सांगितली जातात. म्हणजे तो चांगली सेवा करायला बांधील राहतो. आणि चाणक्यांनी या गोष्टीची खात्री आन्विक्षिकीद्वारे केली.

९

मानवी आणि दैवी विचारसरणी

आपण जे बघू शकतो आणि आपल्याला जे जाणवतं, तितकंच विश्व मर्यादित नसतं. एकाच वेळी अनेक विश्वं अस्तित्वात असतात. काहींनाच हे समजतं आणि ते अनेक विश्वांमध्ये कार्य करू शकतात.

आपण जगतो त्या विश्वात माणसं, वस्तू आणि भावनांचा समावेश आहे. आपल्यापैकी बऱ्याच जणांचा विश्वास असतो की, हेच खरं विश्व आहे. मात्र आध्यात्मिक गुरू इतरही विश्वं अनुभवात आणि समजून घेतात : चैतन्याचं विश्व, देवत्वाचं विश्व, देव आणि इतर दैवी जीवांचं विश्व.

ही सगळी (अनेक) विश्वं परस्परांशी जोडलेली आहेत आणि आपण सगळे न कळतपणे या विश्वांमध्ये जगत असतो. वेळोवेळी आपल्या स्वप्नांमधून किंवा आपल्या प्रार्थनांमधून आपल्याला त्यांची झलक दिसते. जसं हे विश्व खरं आहे, तशीच ती विश्वंसुद्धा खरीच आहेत.

चाणक्यांना हे समजलं होतं आणि आपल्याला या विश्वात यश मिळवायचं असेल, तर इतर विश्वांतील जीवांची मदत आपल्याला घ्यावी लागेल, हेदेखील त्यांना माहीत होतं. पूजा, यज्ञ, धार्मिक विधी, आराधना, बळी, प्रायश्चित्त आणि प्रार्थना यांच्या मार्फत अनेक जण यासाठी प्रयत्न करतात.

चाणक्यांना इतर विश्वांच्या अस्तित्वाबद्दल कल्पना होती आणि त्यांनी इतर विश्वांशी संबंध जोडण्यासाठी अनेक योजनांचा वापर केलेला होता, हे *अर्थशास्त्रात* आपल्याला दिसून येतं.

मानवी विचारांना मर्यादा असतात. दैवी विचार मात्र अमर्याद असतात. एकदा का आपल्याला मानवी विचार आणि दैवी विचार यांना एकत्र आणता आलं की, आपण पूर्णपणे वेगळ्या पद्धतीने कार्य करू शकतो. संवेदनांचं विश्व

आणि संवेदनांपलीकडचं विश्व आपण एकत्र केलं तर आपल्याला या विश्वातील लोकांबरोबरच इतर विश्वांतील लोकांची मदत आणि मार्गदर्शन लाभेल.

चाणक्य अत्यंत बुद्धिमान होते. मानव जातीने बघितलेल्या सर्वांत बुद्धिमान मानवांपैकी बहुधा ते एक होते; पण त्यांच्या त्या घडणीमध्ये इतर विश्वांतून घेतलेल्या मदतीचाही वाटा होता.

या अध्यायात आपण दोन पैलू बघणार आहोत.

१. मानवी विचारसरणीचा वापर (तज्ज्ञांच्या मदतीने) कसा करायचा?
२. दैवी विचारसरणीचा वापर (चैतन्यविश्वांना आवाहन करून) कसा करायचा?

चाणक्यांच्या विचारात या दोन्हींचं एकत्रीकरण चालू असायचं.

पण लक्षात ठेवा, शेवटी निकालच महत्त्वाचे ठरतात.

१. मानवी विचारसरणीचा वापर (तज्ज्ञांच्या मदतीने) कसा करायचा?

चाणक्यांच्या मते, मनुष्याने एकट्याने कधी विचार करू नये. एकेकटा मेंदू काय करू शकतो? आपले उद्देश साध्य करायला इतरांच्या मेंदूंचा, बुद्धीचाही वापर करावा. त्याचबरोबर एक मनुष्य काही ठरावीक शक्यतांचाच विचार करू शकतो. त्यात इतरांचे विचार समाविष्ट केल्याने तुम्ही तुमची क्षितिजं रुंदावू शकता आणि मोठ्या संख्येत शक्यतांचा समावेश करून घेऊ शकता.

हीच विचारमंथनाची प्रक्रिया असते. एक अधिक एक दोनपेक्षा जास्त होतात. ही सहक्रियेची संकल्पना आहे. जेव्हा दोन मनं एकत्र येतात, तेव्हा ती तिसरी शक्यता बघू शकतात. मदत करायला अनेक हजर असताना एकट्याने विचार का करावा?

पण आपण ज्यांना मदतीला बरोबर घेणार आहोत, त्यांची काळजीपूर्वकपणे निवड केली पाहिजे. आपल्याला मार्गदर्शन करणारी मनं चांगली आहेत, याची खात्री करून घ्यावी. अशा प्रकारे चांगलं मार्गदर्शन मिळण्यासाठी वडीलधाऱ्या व्यक्तींशी उत्तम संबंध ठेवण्याची चाणक्यांची संकल्पना पुढे येते.

वडीलधाऱ्या व्यक्तींशी सहयोग

वृद्धसंयोग – आपल्या वडीलधाऱ्यांच्या सहयोगात असणं याचा अर्थ नेतृत्व, व्यवस्थापन आणि आर्थिक कौशल्य सुधारण्यासाठी विविध क्षेत्रांतील तज्ज्ञांच्या

खऱ्या आयुष्यातील अनुभवांवरून शिकणं. वास्तविक जीवनातील तज्ज्ञांना भेटणं आणि त्यांच्याकडून शिकणं, हा प्रवास अखंडितपणे सुरू राहायला पाहिजे.

तीन प्रकारची माणसं असतात : जे आपल्या चुकांवरून काही शिकत नाहीत असे; जे स्वत:च्या चुकांवरून काहीतरी शिकतात असे; आणि सगळ्यात उत्तम म्हणजे, जे स्वत:च्या चुकांबरोबरच इतरांच्याही चुकांवरून शिकतात, असे. 'वडीलधाऱ्या व्यक्तींशी सहयोग' म्हणजे जे आपल्याहून अधिक समंजस आणि अनुभवी आहेत, अशा लोकांकडून शिकणं. सातत्याने शिकत राहणं, हा थोर नेत्यांच्या उत्तम गुणांपैकी एक आहे.

अमात्यांकडून (मंत्र्यांकडून) सल्ला घेणं.

अमात्य किंवा मंत्री हे राजाचे सल्लागार असतात.

मंत्री हे राजानंतर राज्याचे दुसरे प्रमुख असतात. नेता नसेल तेव्हा देश निर्णयांसाठी मंत्र्यांवर अवलंबून असतो. *अर्थशास्त्रात* मंत्र्याचं महत्त्व सातत्याने अधोरेखित केलेलं आहे. खरं तर पहिल्या खंडाच्या आठव्या अध्यायाचं नाव हेचं *अमात्य-उपत्ती* म्हणजे 'मंत्र्यांची नियुक्ती' असं आहे.

अमात्य कोण असतो? त्याला मंत्री किंवा मिनिस्टर असं म्हणता येईल. सरकारात अनेक लोक असे असतात जे अमात्याची भूमिका बजावतात. मुख्यमंत्र्यांसाठी मंत्रिमंडळाचा सचिव हा अमात्य असतो, तर राष्ट्रीय सुरक्षा सल्लागार हा पंतप्रधानाचा महत्त्वाचा अमात्य असतो.

चाणक्य निदर्शनात आणतात :

> ''राज्यकार्य फक्त सहयोग्यांच्या मदतीने यशस्वीपणे पार पाडलं जाऊ शकतं. एक चाक एकटंच चालू शकत नाही म्हणूनच त्याने (राज्यकर्त्याने) मंत्र्यांची नेमणूक करावी आणि त्यांचं मत ऐकावं.''
> (१.७.९)

या सूत्राचा आपण जरा सखोलपणे अभ्यास करू या.

सहयोगींची मदत : राजाला एक मोठं राज्य सांभाळायचं असतं, ज्याचा सांभाळ तो एकटा करणं अशक्य असतं. ज्यांना आपण एकटेच सगळं काही करू शकतो असं वाटतं, त्यांची कधीच वाढ होणार नाही. नेत्यांना सांघिक कार्याचं महत्त्व माहीत असतं. जुन्या काळात मित्र, गुरू, मार्गदर्शक, शिक्षक यांच्या रूपाने सहयोगी मिळायचे. हे त्यांचे भक्कम सहयोगी असतात.

एक चाक एकटंच चालू शकत नाही : राजा त्याचं राज्य एकटाच चालवू शकत नाही. त्याच्या सोबत त्याला अमात्यांची गरज असते. चाणक्य इथे उदाहरण देतात. जर एखाद्या बैलगाडीला फक्त एकच चाक असेल, तर ती फक्त गोल गोल फिरत राहील. हालचाल असेल, पण प्रगती नसेल. कृती असेल पण दिशा नसेल. जड सामान आणि अनेक लोकांना वाहून नेणाऱ्या गाड्यांना अनेक चाकं असतात. जेवढं मोठं वाहन, तितकी जास्त चाकं. आणि ती चाकं तितकीच ताकदवानही हवीत. अवजड यंत्रांची वाहतूक करणाऱ्या मोठमोठ्या ट्रक्सना तर कधीकधी चाळीस किंवा पन्नास चाकं असतात. म्हणूनच आपल्यासारख्या मोठ्या देशात आपल्याकडे विविध विभाग हाताळायला विविध कॅबिनेट मंत्री असतात.

मजबूत अर्थव्यवस्था असण्यासाठी सल्ला : *अर्थशास्त्रात* मजबूत, सशक्त खजिन्याबद्दल, किंवा कोषाबद्दल सांगितलेलं आहे, जो राज्य चालू ठेवतो. कौटिल्य म्हणतात की, राजाचं प्रमुख कार्य हे खजिन्याचं संपादन, वाढ आणि विस्तार करण्यावर लक्ष केंद्रित करणं हे आहे. समृद्ध आणि व्यवस्थितपणे सांभाळलेला खजिना सुरक्षितसुद्धा ठेवला पाहिजे आणि त्याचं संरक्षणही केलं पाहिजे.

अर्थशास्त्रानुसार राजाला अर्थशास्त्राचं यथायोग्य ज्ञान असायला हवं; शिक्षणव्यवस्थेत शिकत असणाऱ्या पहिल्या विषयांपैकी (वार्ता) तो एक विषय असतो. राजाच्या दिनक्रमात, राज्याच्या जमा-खर्चाची खाती तपासणं हा पहिला उपक्रम असला पाहिजे. कोषाध्यक्षाने, म्हणजेच अर्थव्यवस्थेच्या प्रमुखाने राजाला दैनिक अहवाल सादर केले पाहिजेत आणि राज्याच्या आर्थिक स्थितीची माहिती राजाला दिली पाहिजे. राजाने आपल्या देशाच्या अर्थव्यवस्थेवर व्यवस्थित लक्ष ठेवलं पाहिजे आणि त्यावर त्याचे पूर्णपणे नियंत्रण असायला पाहिजे. जर खजिन्याबद्दल काही समस्या असतील, तर त्याने तो भरून काढण्यासाठी तातडीने पावलं उचलली पाहिजेत.

अर्थ म्हणजे संपत्ती आणि शास्त्र म्हणजे पवित्र ज्ञान. म्हणूनच खुद्द *अर्थशास्त्राचा* अर्थ, संपत्तीवरील पवित्र शास्त्र असा आहे. विद्वान माणसं त्याला (व्यष्टी) सूक्ष्म अर्थशास्त्रापासून ते (समष्टी) दीर्घ अर्थशास्त्रापर्यंत, हिशेब ठेवण्याच्या व्यवस्थेपासून ते हिशेब तपासणी करण्याच्या नियमांपर्यंत, कर गोळा करण्यापासून ते लोकांकडून जमा केलेल्या पैशांचा राज्याच्या विकासासाठी सदुपयोग करण्यापर्यंत सर्व गोष्टींचा समावेश असलेलं पुस्तक असं म्हणतात.

भारतीय लोक स्वभावाने आध्यात्मिक असल्यामुळे त्यांना संपत्तीची आणि भौतिक मालमत्तेची समज नसते, असा सततचा समज आहे, जो चुकीचा आहे. आपल्याला संपत्तीचं आणि पैशांचं व्यावहारिक मूल्य माहीत असतं. त्यांच्या

मर्यादा आणि लोभातून निपजणाऱ्या समस्यांचीही आपल्याला माहिती असते. एके काळी आपण जगातील सर्वांत समृद्ध देशांपैकी एक होतो. भारतीयांनी अर्थशास्त्राचे असे सिद्धान्त निर्माण केलेले आहेत जे अजूनही पाश्चात्त्य जगाच्या आकलनाबाहेरचे आहेत.

अर्थशास्त्र याचाच पुरावा आहे. संपत्तीच्या ज्ञानावर आणि ज्ञानाच्या संपत्तीवर लिहिलेलं ते पुस्तक आहे. *अर्थशास्त्राचा* अभ्यास केल्याने आपल्याला आपल्या गौरवशाली भूतकाळाची माहिती मिळते, आणि *अर्थशास्त्रात* वर्णन केलेली तत्त्वं आपल्या पिढीला थेटपणे लागू पडू शकतात आणि विविध परिस्थितींमध्ये ते आपल्यासाठी आर्थिक उपयोजनाचं साधन ठरू शकतं.

भूतकाळ असो वा वर्तमानकाळ, अर्थव्यवस्था हा हाती घेतलेल्या कोणत्याही कार्याचा कणा असतो. प्रत्येक व्यक्ती, कुटुंब, समाज, संघटना, संस्था किंवा देश, हे पैशांवर आणि अर्थव्यवस्थेवर अवलंबून असतात. भक्कम आणि व्यवस्थितपणे सांभाळलेला खजिना हे कोणत्याही संघटनेचं हृदय असतं.

खजिना हा प्रमुख घटक मानून विविध सरकारं आपले राज्यस्तरीय आणि राष्ट्रीय अर्थसंकल्प तयार करतात. उत्तम आर्थिक धोरणं रोजगाराच्या अनेक संधी निर्माण करतात आणि व्यापार, व्यवसाय व उद्योजकतेसाठी पोषक वातावरण तयार करतात. म्हणूनच, योग्यपणे नियंत्रित आणि व्यवस्थापित केलेल्या खजिन्यामुळे राजा, नागरिक आणि राज्य यांची भरभराट होते.

तात्त्विक दृष्टिकोनातून, संपत्तीचं आणि पैशांचं आकलन होणं अतिशय महत्त्वाचं असतं. एक जबाबदार नेता पैशांच्या किमतीला कधी कमी लेखणार नाही. मात्र एका नेत्याने नेहमी पैशांबद्दल जागृत असलं पाहिजे, फक्त पैशांचाच विचार मनात घोळवू नये.

पैशांबद्दल जागृत असलेला नेत्याला पैशांची जाण असते आणि तो त्याला योग्य स्थान व किंमत देतो. मात्र फक्त पैशांचाच विचार करणारा नेता जगाकडे केवळ आर्थिक दृष्टिकोनातूनच बघतो. 'यामुळे माझं काय भलं होणार?' अशी त्याची वृत्ती असते. तो स्वार्थी आणि भ्रष्ट असतो.

थोर नेते अर्थव्यवस्थेवर काम करतात, मात्र कोणत्याही प्रकल्पाचा उद्देश हा पैशांपेक्षा जास्त महत्त्वाचा असतो, हे ते जाणतात. असे नेते उद्योगशील असतात; ते जोखीम उचलायला तयार असतात; ते समाजाच्या कल्याणासाठी, सर्वांसाठी संपत्ती निर्माण करण्याचं काम करतात. हेच नेते सकारात्मक बदल घडवून आणतात.

अर्थशास्त्रामध्ये देशाला लागू पडू शकेल असा, 'संपत्तीचे चार टप्पे' नावाचा एक आर्थिक नमुना आहे.

हे चार टप्पे म्हणजे :

१. संपत्ती ओळखणं
२. संपत्ती निर्माण करणं
३. संपत्तीचं व्यवस्थापन करणं
४. संपत्तीचं वितरण करणं

संपत्ती ओळखणं : संपत्ती ओळखणं हा सुरुवातीचा मुद्दा आहे. आपल्या देशाची खरी संपत्ती कोणती? प्रतिभावान व्यक्ती, आपली संस्कृती, आपल्या परिश्रमाचा खरा हेतू – ही सर्व आपल्या राष्ट्रीय संपत्तीचा भाग आहेत. जर आपण त्यांना योग्य प्रकारे कामाला लावलं, तर आपण जगातील सर्वांत श्रीमंत देश बनू शकतो. 'ब्रेन-ड्रेन'च्या परिस्थितीतून 'ब्रेन-गेन'कडे वाटचाल करू शकतो.

संपत्ती निर्माण करणं : संपत्तीची निर्मिती करणं हे अत्यंत मेहनतीचं काम आहे. संयम आणि दीर्घकालीन दृष्टिकोनाची गरज असलेलं ते एक परिश्रमपूर्वक कार्य आहे; पण कष्टाने आणि तज्ज्ञांच्या मदतीने आपल्याला यश मिळू शकतं. देशातील प्रत्येक व्यक्ती जेव्हा या प्रक्रियेत सहभागी होते तेव्हाच देशासाठी संपत्तीची निर्मिती केली जाऊ शकते. देशातील प्रत्येक मनुष्याने नैतिकतेने आणि नि:स्वार्थीपणाने काम केलं पाहिजे.

संपत्तीचं व्यवस्थापन करणं : एकदा संपत्ती निर्माण करण्याचं आव्हान पार पाडलं की, पुढची पायरी आहे तिचं व्यवस्थापन करण्याची. निर्माण केलेल्या संपत्तीची देखरेख होणं, ही समस्या आहे. अचानकपणे श्रीमंत झालेली काही माणसं तितक्याच वेगाने सगळं काही हरवून बसलेली आपण पाहतो. म्हणूनच आपल्या संपत्तीचं जतन कसं करावं आणि भविष्यासाठी तिची गुंतवणूक कशी करावी, हे जाणून घेणं अत्यावश्यक आहे. पुढे येणारे दिवस कदाचित आजच्या इतके चांगले नसतील, हे एक नेता जाणतो. म्हणूनच पावसाळी दिवसांसाठी शिल्लक ठेवली पाहिजे.

संपत्तीचं वितरण करणं : देशाने निर्माण केलेली संपत्ती देशातील लोकांकडे परत जाण्याची गरज असते. कमनशिबी लोकांमध्ये ती वाटून द्यावी. आज अनेक कंपन्या या, सीएसआर (कॉर्पोरेट सोशल रिस्पॉन्सिबिलिटी – कॉर्पोरेट सामाजिक जबाबदारी) सारखे विविध उपक्रम राबवतात. ज्या समाजातून संपत्ती येते त्या समाजात ती परत जाईपर्यंत संपत्तीचं चक्र पूर्ण होत नाही.

जर हे चार टप्पे व्यवस्थितपणे सांभाळले, तर संपत्ती आपल्याला उत्तम आणि दीर्घ काळ टिकणारा आनंद देईल.

मित्रांकडून सल्ला घेणं :

मित्र - मित्र राष्ट्र हा राज्याचा सातवा घटक आहे.

मित्र म्हणजे सखा, तत्त्वज्ञ आणि मार्गदर्शक, जो चांगल्या आणि वाईट काळातही तुमची साथ करतो. गरजेच्या वेळी मदतीला येईल, तोच खरा मित्र. तो तुमचा सल्लागार आणि कोणतीही कृती करण्याआधी ज्याची मतं तुम्ही ध्यानात घेता, अशी व्यक्तीही असते. चांगले मित्र असणं, हे राजासाठी अत्यंत महत्त्वाचं आहे.

अगदी सर्वशक्तिमान राजालासुद्धा मित्राची गरज असते. तो तुमच्या समोर आरसा धरू शकतो आणि सत्य काय आहे, हे तुम्हाला दाखवतो. तो तुम्हाला योग्य वेळी योग्य सल्ला देणारा सल्लागार असतो.

योग्य मित्रांच्या निवडीचं महत्त्व आपल्याला महाभारतातील एका गोष्टीतून समजतं. कुरुक्षेत्राच्या युद्धाआधी, कौरव आणि पांडव, दोघांनी विविध राजांचा पाठिंबा मागितला. दोन्ही पक्षांना कृष्णाकडून मदत हवी होती. जेव्हा त्याला तसं विचारलं, तेव्हा दोन्ही चुलत भावंडांना पाठिंबा देण्याची कृष्णाची इच्छा असल्याचं कळलं. तेव्हा कृष्णाने स्वत:ला दोन भागांत विभागायचं ठरवलं - त्याचं सैन्य एका बाजूला आणि सारथी म्हणून नि:शस्त्र असलेला कृष्ण एका बाजूला. अर्जुनाने कृष्णाची साथ निवडली, तर दुर्योधन त्याचं शक्तिशाली सैन्य मिळवून आनंदी झाला.

यामुळे युद्धात जमीन-अस्मानाचा फरक पडला. कृष्णाने प्रत्येक वळणावर दिलेल्या योजनात्मक/धोरणात्मक सल्ल्यांमुळे पांडव युद्ध जिंकले. अर्जुनाचा सारथी म्हणून कृष्ण पांडवांना यशाकडे जाण्यासाठी मार्गदर्शन करायला सदैव हजर होता.

योग्य सल्लागाराची निवड करण्याची हीच ताकद असते. एक बुद्धिमान, विद्वान मनुष्य कोणत्याही संघाची किंवा संघटनेची सर्वांत मोठी संपत्ती असते. चांगल्या सल्लागारांची किंमत यशस्वी कंपन्यांना कळते. त्यामुळेच वेळोवेळी मार्गदर्शनासाठी त्यांच्याकडे सल्लागार समित्या असतात. म्हणूनच जेव्हा गोष्टी अवघड होऊन जातील, तेव्हा मित्रांची मदत घ्यावी.

काही लोकांना मदत मागण्यात संकोच किंवा कमीपणा वाटतो, हे संकटच आहे. कोणीही निर्दोष, परिपूर्ण नसतं. म्हणूनच मित्राला मदत मागितल्यामुळे अनेक संकटांमधून सुटका होऊ शकते. मित्रांची मदत घ्या आणि मित्रांनाही मदत करा. मैत्री दोन्ही पक्षांसाठी नेहमीच फायद्याची ठरते.

एक चांगला नेता हा मोकळ्या मनाचा आणि युती करून काम करायला तयार असणारा असतो. विविध क्षेत्रांत त्याच्यापेक्षा उत्तम असलेल्या लोकांनी तो नेहमी घेरलेला असतो. *अर्थशास्त्राच्या* पहिल्या खंडातील, पंधराव्या अध्यायातील, पस्तीस ते चाळीस क्रमांकांच्या सूत्रात कौटिल्य म्हणतात :

> ''सर्व कार्य हाती घेण्यापूर्वीच सल्लामसलत करावी. एकाबरोबरच मसलत केल्याने अवघड प्रकरणांमध्ये निर्णय घेणं त्याला शक्य होणार नाही. (मात्र) जास्त सल्लागार असतील, तर निर्णय घेणं आणि गुप्तता राखणं अवघड होऊन जातं.''

आपल्या सल्लागारांवरूनच राजा चांगला किंवा वाईट ठरतो. म्हणूनच नेत्याने आपल्या सल्लागारांची आणि मिळणाऱ्या सल्ल्यांची व्यवस्थित, चोखंदळपणे निवड करावी; कारण त्या सल्ल्यांच्या आधारावर घेतलेले निर्णय राज्य किंवा देश बनवूही शकतात आणि मोडूही शकतात.

सर्व कामं : 'सर्व' हा अत्यंत महत्त्वाचा शब्द आहे. नेत्याने कोणतेही आणि सर्व उपक्रम सुरू करण्याआधी इतरांचा सल्ला घेतला पाहिजे, मग उपक्रम कितीही छोटा किंवा मोठा असो. म्हणजे तो इतरांबरोबर विचार करू शकेल, फक्त एकांतात नाही. हाती घेतलेलं काम सुरू होण्यापूर्वीच अनेक मनं एकत्र काम करत असतील.

फक्त एकाबरोबरच मसलत करणं : कौटिल्य नेत्याला इथे चेतावणी देतात. एकच सल्लागार असेल तर तुम्ही त्या व्यक्तीवर अवलंबून राहता. ती तुम्हाला योग्य मागदर्शन करेलही पण त्याबरोबर ती व्यक्ती तुमची दिशाभूल करण्याचा धोकासुद्धा उत्पन्न होतो. तेव्हा, दुसरं मत विचारात घ्यावं.

बुद्धीने प्रौढ : सल्लागाराने बुद्धीने प्रौढ असणं अत्यंत महत्त्वाचं आहे. एखादा सल्लागार वयाने लहान, पण प्रौढ आणि एखाद्या विशिष्ट क्षेत्रात तज्ज्ञ असू शकतो. पोलिसांमधील, सायबर गुन्ह्याच्या केसमध्ये हे मोठ्या प्रमाणात दिसून येतं. त्यातील तज्ज्ञ हे साधारणपणे तरुण पोलीस अधिकारी असतात. त्यांना वरिष्ठ अधिकाऱ्यांपेक्षा तांत्रिक समस्या जास्त व्यवस्थितपणे कळतात.

बसणे आणि सल्लामसलत करणे : बसणे हे इथे प्रतीकात्मक आहे. *उपनिषद* म्हणजे आध्यात्मिक गुरूंसमोर खाली बसणं आणि त्यांचं ज्ञान ऐकणं. याच प्रकारे, जेव्हा आपण प्रौढ आणि बुद्धिमान माणसाबरोबर बसलेलो असतो,

तेव्हा आपण वर्गातील एखाद्या उत्तम विद्यार्थ्याप्रमाणेच ग्रहणशील असलं पाहिजे. संबंधित मुद्द्यांमध्ये स्पष्टता यावी, म्हणून ऐकण्याबरोबरच समस्येवर चर्चा करण्याची आणि प्रश्न विचारण्याचीही आवश्यकता असते.

अशा प्रकारे विविध लोकांनी दिलेल्या वेगवेगळ्या सल्ल्यांमार्फत चाणक्य राजाला विचार करण्याच्या आणि निर्णय घेण्याच्या प्रक्रियेत सामर्थ्यशाली बनवतात.

आता मानवी विचारसरणीचा उपयोग केल्यावर, चाणक्य राजाला दैवी विचारसरणी ध्यानात घ्यायला सांगतात.

२. दैवी विचारसरणीचा उपयोग (चैतन्यविश्वाला आवाहन करून) कसा करायचा?

चैतन्याचं किंवा आत्म्यांचं जग विचारात घेणं अव्यावहारिक आहे, असं अनेक लोक मानतात. मात्र चाणक्यांच्या मते ती एक अत्यंत व्यावहारिक अशी बाब आहे. एखाद्या गोष्टीवर आपण आंधळेपणाने श्रद्धा ठेवणं अपेक्षित नसतं, तर मानवी नियंत्रणाच्या बाहेरही काही गोष्टी असतात, हे समजून घ्यायचं असतं.

त्यामुळे जेव्हा एखादी समस्या आपल्या समोर उभी राहते, तेव्हा आपण सल्लागारांच्या मदतीने किंवा पर्यायी पद्धतींचा वापर करून त्यावर विविध उपाय शोधायला हवेत. मात्र बऱ्याच वेळा तसं करूनही आपल्याला हवं ते फळ मिळत नाही आणि मग आपण दैवी पद्धतींचा वापर करतो.

पर्यायी वैद्यकीय उपचारांबद्दल जसा विनोद केला जातो की, जेव्हा ॲलोपॅथी कामी येत नाही, आपण होमिओपॅथी वापरून बघतो आणि जेव्हा तेसुद्धा काम करत नाही, तेव्हा थेट तिरुपती.

या दृष्टिकोनाचा विचार चाणक्य आपल्या विचारात करतात.

अर्थशास्त्राच्या आठव्या खंडातील पहिल्या अध्यायातील दुसऱ्या सूत्रात चाणक्य म्हणतात :

> ''दैवी किंवा मानवी मूल स्रोत असलेलं राज्यावरचं संकट, दुर्दैवामुळे किंवा चुकीच्या धोरणांमुळे उत्पन्न होतं.''

कल्पना करा की, एखाद्या ठिकाणी आग लागलेली आहे आणि अग्नी संरक्षण यंत्रणा असूनही पन्नास लोकांचा मृत्यू होतो. यासाठी मग कोण जबाबदार ठरतं? दुर्दैवामुळे असं झालं, असं एखादा म्हणू शकतो. अग्नी नियंत्रणाचं मजबूत धोरण असूनही पन्नास माणसं आगीपासून वाचू शकली नाहीत. चाणक्य इथे वाईट नशीबसुद्धा विचारात घेतात.

आयुष्यात उत्तमोत्तम नियोजन करूनही गोष्टी चुकीच्या घडू शकतात. चांगलं उपग्रह प्रक्षेपणसुद्धा फसू शकतं. अंतिम सामन्यामध्ये सर्वोत्तम संघसुद्धा साध्या विरोधकाबरोबर खेळताना हरू शकतो. पण २१ जून २०१२ रोजी महाराष्ट्र मंत्रालयात लागलेल्या आगीमुळे, त्या इमारतीची अशा संकटाशी सामना करण्याची व्यवस्थित तयारी नव्हती, हे दाखवून दिलं.

म्हणूनच, जर मेहनत घेतलेली नसेल आणि व्यवस्थित नियोजन केलेलं नसेल, तर कोणी दुर्दैवाला बोल लावू शकत नाही. आपलं चांगलं नशीब आपल्याला पास करेल, अशी अपेक्षा ठेवून कोणी कोणत्याही तयारीशिवाय परीक्षा द्यायला जाऊ शकत नाही. असंख्य योजना आणि प्रयत्न हीच योग्य धोरणं आहेत, ही बाब नेते म्हणून आपल्याला कळायला हवी.

अचानकपणे घडू शकणाऱ्या गोष्टींची आधीपासूनच तयारी ठेवली पाहिजे. दुर्गाचं नियोजन करतानासुद्धा शत्रू करू शकत असलेल्या विविध प्रकारच्या हल्ल्यांचा विचार मनात ठेवून त्या पद्धतीने नियोजन आणि किल्ल्यांचं बांधकाम केलेलं होतं.

आजच्या जगात पायाभूत सुविधांचे शारीरिक आणि डिजिटल असे दोन प्रकार असतात. कामकाजाच्या ठिकाणी, चांगल्या कार्यालयांबरोबरच संगणक, इंटरनेट आणि मोबाइल फोन्स असलेलं उत्तम डिजिटल इन्फ्रास्ट्रक्चर असणंसुद्धा तितकंच महत्त्वाचं आहे. आजच्या राष्ट्रीय नेत्यांनी आपल्या लोकांसाठी विमानतळं, रस्ते, गृहनिर्माण, वाहतूक व्यवस्था आणि बाजारपेठांचं नियोजन केलं पाहिजे.

या सर्व निर्मितीच्या वेळी, आपण दैवी पैलूसुद्धा विचारात घेतले पाहिजेत. म्हणूनच भारतीय संस्कृतीत कोणत्याही कार्याचा आरंभ हा देवतांची पूजा करून, त्यांचे आशीर्वाद घेऊन केला जातो. यशाच्या मार्गावरील सर्व मानवी आणि दैवी अडथळे दूर करणाऱ्या देवाचे – गणपतीचे, *विघ्नहर्ता* म्हणून स्मरण केले जाते.

चाणक्य शत्रूशी लढताना अशा प्रकारच्या दैवी आणि अगदी गूढ अशा पद्धतींचासुद्धा वापर करताना दिसतात. ते म्हणतात :

> ''मंत्र आणि औषधींसोबत आणि मोहजालाने उद्‌भवतात, अशा कृतींचा वापर करून त्याने शत्रूंचा नाश करावा आणि आपल्या माणसांचं संरक्षण करावं.'' (१४.३.८८)

अर्थशास्त्रात अनेक युद्धविधी दिलेले आहेत. या मंत्रांचा वापर शत्रूचा विनाश करण्यासाठी होतो. अगदी आधुनिक काळातसुद्धा सैन्याच्या वेतनपटावर काही

पंडित आणि धर्मगुरू असतात. युद्धावर जाण्याआधी आणि युद्ध सुरू असताना देवांना आवाहन करणं हे त्यांचं कार्य असतं.

चाणक्य जखमी सैनिकांवर उपचार करण्यासाठी विविध औषधींचादेखील वापर करतात. यातील काही औषधं मंत्रोच्चाराने जागृत केलेली, दैवीसुद्धा असतात. आपल्या आयुर्वेदिक ग्रंथांत, अशा प्रकारच्या औषधांचा आणि ती कशी बनवायची अथवा शोधायची याचाही उल्लेख आहे.

रामायणातील संजीवनी वनस्पती हे त्याचं एक उदाहरण आहे. जेव्हा लक्ष्मण मृत्यूशी झुंज देत होता, तेव्हा हनुमानाने ती औषधी वनस्पती आणून त्याचा जीव वाचवला होता. अशा प्रकारचं औषध योग्य वेळी दिलं, तर संपूर्ण संघातील सर्वांचे जीव वाचू शकतात.

अखेर, निकाल महत्त्वाचे

आपण मानवी विचारांबरोबरच दैवी विचारांचासुद्धा वापर करू शकतो. पण शेवटी निकाल हाच सर्वाधिक महत्त्वाचा असतो. चाणक्य निकाल-केंद्रित व्यक्ती होते. हा किंवा तो - कोणताही मार्ग वापरून बघा, आपल्याला यश मिळवता आलं पाहिजे.

म्हणूनच आन्विक्षिकीचा सराव करण्यासाठी त्यांनी आपल्याला काही पद्धतीसुद्धा दिलेल्या आहेत. प्रभावी विचारविनिमयाची व्याख्या *अर्थशास्त्राच्या* पहिल्या खंडातील पंधराव्या अध्यायामधील बेचाळिसाव्या सूत्रात दिलेली आहे.

> ''हाती काम घेण्यासाठी लागणारी साधनं, उत्तम माणसं आणि सामान, जागा आणि वेळेची (सुयोग्य) वाटणी, पराभव झाल्यास लागणारी तरतूद (आणि) कामाची सिद्धता - म्हणजेच पाच पैलू असलेलं विचारविनिमय (सखोल मनन).''

या एका वाक्यात, कौटिल्य योग्य विचार करण्याच्या पाच तत्त्वांच्या व्याख्या स्पष्ट करतात. अमात्यांकडे ही कौशल्यं असण्याची किंवा या कौशल्यांचा त्यांनी विकास करण्याची गरज असते. सर्व सिद्धान्त आणि संकल्पना काही विशिष्ट तत्त्वांवर आधारित असतात.

कौटिल्यांनी परिभाषित केलेल्या योग्य विचार करण्याच्या पाच तत्त्वांकडे आपण बघू या.

हाती काम घेण्यासाठी लागणारी साधनं : एका चांगल्या राजाप्रमाणेच एक चांगला अमात्य नवीन प्रकल्प आणि चांगली कामं सुरू करण्यात पुढाकार

घेतो. उदाहरणार्थ, रेल्वेमंत्री (पंतप्रधानांचा अमात्य) नवीन रेल्वेमार्ग बांधणी, संगणकीय यंत्रणेचा वापर करणं इत्यादी नवीन प्रकल्प सुरू करेल.

द *सेव्हन हॅबिट्स ऑफ हायली इफेक्टिव्ह पीपल* या आपल्या पुस्तकात *स्टीफन कवी* याला स्वयंप्रेरित असणं असं म्हणतात. हा एका चांगल्या स्वामीचा आणि चांगल्या अमात्याचाही एक महत्त्वाचा गुण आहे.

उत्तम माणसं आणि साहित्य : अमात्याला अनेक साधनं वापरण्याची मुभा असते. यात निधी, त्याच्या माणसांचा गट आणि अगदी इन्फ्रास्ट्रक्चरचाही समावेश असतो. त्यांचा पूर्णपणे आणि प्रभावीपणे वापर कसा करून घ्यायचा, हे अमात्यापुढे आव्हान असतं. नेता म्हणून शिवाजी महाराजांकडे तानाजी आणि इतर अमात्य होते. म्हणजेच ते लढाईत, सैनिकांचे प्रभावी नेतृत्व करणारे सेनापती होते.

सुयोग्य जागा आणि वेळ : आपली चाल चालताना योग्य स्थान आणि योग्य वेळ निश्चित करणे, म्हणजेच योग्य पद्धतीने विचार करणे (आन्विक्षिकी). उदाहरणार्थ, युद्धात 'वेळ' ही बाब अत्यंत निर्णायक असते. शत्रूवर हल्ला कधी करायचा याचं उत्तर काही सोपं नाही. त्यासाठी काळजीपूर्वक नियोजनाची, विश्लेषणाची आणि चिकाटीचीही गरज असते. योग्य वेळ समजण्याची जाणीव; स्वानुभवातून, ज्ञानातून आणि इतर स्रोतांतून मिळालेल्या मार्गदर्शनातून येते.

फील्डमार्शल माणेक शॉ हे एक असाधारण रणनीतिज्ञ होते. त्यांच्या आज्ञेखाली भारतीय सेनांनी १९७१च्या युद्धात पाकिस्तानविरुद्ध अनेक मोहिमा यशस्वी पार पाडल्या, ज्यामुळे डिसेंबर १९७१मध्ये बांगलादेशाला स्वातंत्र्य मिळालं. 'युद्धभूमीवरची त्यांची वेळेची अचूक समज' ही सर्वांसाठीच प्रशंसेचा विषय होती आणि यश मिळवण्यासाठी उपयुक्त अशा गुणांपैकी तो एक गुण होता.

पराभव झाल्यास लागणारी तरतूद : पूर्णपणे यश मिळेल अशी सर्वोत्तम परिस्थिती आणि पूर्णपणे पराभव होईल, अशी सर्वांत वाईट परिस्थिती या दोन पर्यायांचा विचार करून मगच प्रत्येक चालीचं नियोजन केलं पाहिजे. प्रत्येक खेळीसाठी पर्यायी योजना असणं आवश्यक आहे. कोणत्याही व्यक्तीने पराभवाच्या वेळी पर्यायी उपाय ठरवून तयारीत असणं गरजेचं असतं.

एका नेत्याला त्याच्या यशाचं कारण विचारलं असता तो म्हणाला, ''मी प्रत्येक पायरीवर पराभव विचारात घेतो. एखादं काम सुरू करायच्या आधीच मी पर्यायी चालींची योजना आखतो.''

कामाची सिद्धता : अखेर नेतृत्व म्हणजे उद्दिष्टपूर्ती किंवा अपेक्षित फळ मिळवणं. जे उद्दिष्ट ठरवून, ते प्राप्त करण्यासाठी आपण निघालो, ते साध्य झालं आहे का, हे तपासून बघण्यासाठी मापदंड असणं अतिशय महत्त्वाचं आहे. प्रत्येक प्रकल्पाची सुरुवात मनात एक निश्चित उद्दिष्ट ठेवून होते. प्रकल्प पूर्ण होत असताना कदाचित प्रक्रिया विकसित होऊ शकते, मात्र पूर्वनियोजित मार्गापेक्षा घेतलेला मार्ग जरी वेगळा असला तरी अखेर उद्देश साध्य करावाच लागतो.

भारताचे महालेखानियंत्रक आणि महालेखाकार हे फक्त आर्थिक लेखापरीक्षणच करत नाहीत तर 'कामगिरीचं लेखापरीक्षण' करणं हेदेखील त्यांचं एक प्रमुख कर्तव्य असतं. विद्यापीठ आणि संशोधन संस्था (जसं, संरक्षण संशोधन आणि विकास संघटना आणि भाभा अणुसंशोधन केंद्र) यांसारख्या प्रत्येक सरकारी संस्थांचे निष्पत्ती मोजण्याचे काही विशिष्ट मापदंड असतात. या कामगिरींवरून त्यांची उत्पादकता मोजली जाते.

देश म्हणून भारताला अनेक राजकीय स्थित्यंतरांतून जावं लागलं. चाणक्यांच्या काळात राजेशाही हा शासनप्रकार होता, तर आजच्या काळात लोकशाही आहे, जिथे सरकार निवडलं जातं. मात्र लोकशाही हीच शासनाची सर्वोत्तम पद्धत आहे का, असा प्रश्न काहींना पडतो.

काही विचारवंतांनी असंही विचारलंय की, जर लोकशाही शासनाची सर्वोत्तम पद्धत नसेल, तर त्याहून चांगला पर्याय कोणता असेल? काही सम्राट हुकूमशहा आणि जुलूमशहा बनलेले आहेत. जर संपूर्ण जगच शासनाचा उत्तम नमुना म्हणून लोकशाहीकडे वाटचाल करत असेल, तर आत्ता अस्तित्वात असलेल्या लोकशाहीची अधिक वेगळी, अधिक चांगली आवृत्ती आहे का?

या विषयात संशोधन करणाऱ्या विद्वानांनी विविध तज्ज्ञांसोबत या प्रश्नांवर (आंतरिक आणि बाह्य) विचार, वादविवाद आणि चर्चा केलेली आहे. आणि 'उत्तम शासना'चा अधिक चांगला नमुना शोधण्यासाठी कौटिल्यांच्या विचारांतील विविध पैलूंचा अभ्यास करणं महत्त्वाचं आहे. नेत्याच्या विविध पैलूंपासून ते शासन कसं करावं, याविषयीच्या त्यांच्या तत्त्वज्ञानापर्यंत, शासनाच्या सर्व बाजूंवर *अर्थशास्त्र* प्रकाश टाकतं. म्हणूनच, या संशोधनात आपण नेतृत्वाच्या विविध अज्ञात तात्त्विक मिती धुंडाळल्या आहेत.

एक निरीक्षण स्पष्टपणे आढळतं की, अखेर शासनाचं कोणतंही स्वरूप हे शेवटी त्या राज्याचा प्रमुख असलेल्या राजावर किंवा नेत्यावर अवलंबून असतं. सरकारी यंत्रणा सक्षमपणे चालवणाऱ्या मंत्र्यांचा सक्षम संघ पाठीशी असलेल्या एका उत्तम नेत्याच्या अस्तित्वामुळे लोकांना उत्तम प्रशासन पुरवता येतं, असं चाणक्य स्पष्टपणे दाखवून देतात.

चाणक्यांनी आन्विक्षिकी शिकवली, ज्याला तत्त्वज्ञान आणि विचार करण्याची योग्य पद्धत असंही म्हणतात. आव्हानात्मक परिस्थितींमध्ये राजा आन्विक्षिकीचा उपयोग कसा करू शकतो, हे या पुस्तकातून समजावून सांगितलेलं आहे.

आपण कौटिल्यांचा 'राजर्षी' : एक आदर्श नेता हा विषयदेखील हाताळला. *अर्थशास्त्रात,* राजाने कोणत्या गोष्टी करायला पाहिजेत याबरोबरच कोणत्या २१ गोष्टी टाळायला हव्यात, त्यादेखील दिलेल्या आहेत. पण राजर्षी बनण्यासाठी, भारतीय तत्त्वज्ञानाचं प्रमुख मूलतत्त्व असलेली धर्माची संकल्पना समजून घेणं महत्त्वाचं आहे.

जर प्रत्येक व्यक्तीला त्याची/तिची भूमिका स्पष्टपणे कळली, तर समाजात एकोपा आणि शांतता नांदेल. धर्माच्या सर्व बाजू समजून घेऊन राजर्षी कार्य करत असतो.

याबरोबरच आपण राज्याचा सप्तांग नेतृत्व नमुना समजून घेतला. राज्याचे सात आधारस्तंभ – स्वामी, अमात्य, जनपद, दुर्ग, कोष, दंड आणि मित्र; तसेच *अर्थशास्त्राच्या* मते त्यांचे आदर्श गुणधर्म कोणते, हेही आपण पाहिलं. विविध नेते, संघटना आणि संस्थांसोबत या विद्वानाने सप्तांग नमुन्याची चाचणी घेतलेली आहे. आधुनिक युगात प्रत्येक *अंगाचा* यशस्वी उपयोग आपण बघितला.

कैक वर्षांच्या संशोधनानंतर, फक्त काहीतरी सापडलं म्हणून आपल्याला आनंद होता कामा नये– तर त्या शोधांतून समाजाला कसा फायदा होईल, हे बघितलं पाहिजे. त्यासाठी नेतृत्वाचं ज्ञान शक्य तितक्या लोकांपर्यंत पोहोचवणं हा एक उत्तम मार्ग आहे.

अर्थशास्त्राच्या ज्ञानसागरात अजून भर कशी घालायची याच्या कल्पना या पुस्तकात आहेत. या संकल्पना नीट समजण्यासाठी चांगल्या गुरूंच्या मार्गदर्शनाखाली कौटिल्यांच्या संपूर्ण *अर्थशास्त्राचा* (६००० सूत्रांचा) अभ्यास करावा.

विद्वानांच्या आणि गुरुजनांच्या आशीर्वादाने मनुष्य ज्ञानाच्या क्षेत्रात खूप महत्त्वाचं योगदान करू शकतो. आपण *अर्थशास्त्रातील* ज्ञानाची आपल्या पिढीकरता पुनर्बांधणी करू शकतो.

जसं स्वामी चिन्मयानंद म्हणतात, "जे तुमच्याकडे आहे, ती देवाकडून तुम्हाला मिळालेली भेट आहे. आणि आपल्याकडे जे आहे, त्यातून तुम्ही जे करता, ती तुमच्याकडून देवाला भेट आहे." याच प्रकारे आपल्याकडे *अर्थशास्त्रातील* ज्ञान आहे. आणि आपण त्या ज्ञानाच्या आधारे जे करू, ती आपल्याकडून त्यांना (कौटिल्यांना) भेट असेल. आपण आपल्या पिढीतील आदर्श नेते – राजर्षी निर्माण करण्याचा उद्देश मनात ठेवू या.

कौटिल्याच्या *अर्थशास्त्रात* दिलेल्या नेतृत्वाच्या कल्पनांना समकालीन समर्पकता आहे. या कल्पना एखाद्या नेत्याने प्रत्यक्षात आणल्या तर, अत्यंत कार्यक्षम सरकारी यंत्रणा आणि आनंदी नागरिक, ही त्याची फलनिष्पत्ती असेल. जे नेते नाहीत, अशांनासुद्धा नेतृत्वगुण विकसित करण्यासाठी या कल्पनांचा उपयोग होऊ शकतो. म्हणजे एक दिवस या कल्पना स्वाभाविकपणेच त्यांना आपापल्या क्षेत्रांत नेतृत्वस्थानी घेऊन जातील. परिणामी, चांगले नेते चांगल्या समाजाची निर्मिती करतील.

म्हणूनच, *अर्थशास्त्रात* चाणक्यांनी सांगितलेल्या नेतृत्वाच्या कल्पना या जीवित शक्ती आहेत आणि आधुनिक व भविष्यकाळासाठी त्या उपयुक्त ठरतील, असा निष्कर्ष लावता येईल. प्रत्यक्ष जगामध्ये, संशोधनाचे निष्कर्ष आणि तत्त्वज्ञान उपयोगात आणावं लागतं.

या संशोधनाच्या निष्कर्षांवरून आपल्या देशाला, समाजाला आणि जगाला आवश्यक असणाऱ्या चांगल्या, नैतिक आणि तात्त्विक नेत्यांची तातडीची गरज पूर्ण होऊ शकते.

एक राजर्षी, आपापल्या कर्तव्यांचं पालन करणाऱ्या धार्मिक प्रजेला सोबत घेऊन, आदर्श आध्यात्मिक समाजाची निर्मिती करतो. जे 'उत्तम प्रशासना'च्या कोणत्याही नमुन्याचं अंतिम ध्येय असतं. हेच आन्विक्षिकीचं – विचार करण्याच्या शास्त्राचं प्रमुख कार्य आणि उद्दिष्ट आहे.

१०

तुमच्या मनात

पुस्तकाच्या शेवटाकडे येताना, आपण पुन्हा एकदा त्याच्या उद्देशापाशी जाऊ या. आजच्या पिढीतील जवळजवळ कुणालाच माहीत नसलेल्या, आन्विक्षिकीच्या संकल्पनेशी तुमची ओळख करून देणं, ही या पुस्तकाची प्रमुख केंद्रीय कल्पना आहे. त्याचबरोबर, या पुस्तकामार्फत आपण 'चाणक्यांच्या विचारात' शिरण्याचाही प्रयत्न केलेला आहे.

मात्र आतापर्यंत चाणक्यही तुमच्या मनात शिरलेले असणार, याची मला खात्री आहे. त्यांना तुमच्या विचारांमध्ये प्रवेश करू द्या, आणि ते तुम्हाला पूर्णपणे बदलून टाकतील. तुम्ही पूर्णपणे बदलून जाल, तुमचा पुनर्जन्म होईल.

म्हणजेच या पुस्तकाचं अंतिम ध्येय, आन्विक्षिकीची तत्त्वं उपयोगात आणणं आणि त्याचबरोबर तुमच्यातील चाणक्य बाहेर आणणं, हा आहे.

या शेवटच्या अध्यायात आपण चाणक्य आणि आन्विक्षिकीची तुम्हाला आलेली समज, याबद्दल बोलणार आहोत. प्रस्तुत अभ्यास तुम्ही मनातल्या मनात करण्यासाठी आणि तुम्ही वेगळ्या प्रकारे विचार करू शकता का, हे बघण्यासाठी असेल. मी तुम्हाला काही प्रश्न विचारणार आहे. त्यांची उत्तरं तुम्ही तुमच्या या पुस्तकाच्या आणि चाणक्यांच्या आयुष्यासंबंधी केलेल्या अभ्यासातून देणं अपेक्षित आहे. चाणक्यांच्या मार्गाने विचार करण्यास मदत व्हावी, म्हणून मी तुम्हाला चाणक्यांची काही सूत्रं आणि काही टिपासुद्धा देणार आहे.

विचार करण्याच्या या पद्धतीचा आपल्या आयुष्यात नियमितपणे सराव करा. तुमच्या मनात तुम्हाला चाणक्य मार्गदर्शन करताना दिसतील. आणि लक्षात ठेवा... चाणक्य कधीच हरत नाहीत.

१. तुमच्या मते आन्विक्षिकी म्हणजे काय?

टीप : कौटिल्यांच्या *अर्थशास्त्रात*, पहिल्या अध्यायात आन्विक्षिकीची व्याख्या कशी केली आहे, याचा अभ्यास आपण केला आहे.

मार्गदर्शक सूत्र :

> ''आन्विक्षिकीचा नेहमीच इतर शास्त्रांसाठी दिवा, सर्व कृतींचं साधन आणि सर्व कायदे आणि कर्तव्यांचा आधार म्हणून विचार केला जातो.'' (१.२.१२)

तुमच्या नोंदी :

....

....

....

....

....

....

....

....

....

....

....

....

....

....

....

....

....

....

....

....

....

....

२. *अर्थशास्त्राचा* सप्तांग नमुना म्हणजे काय?

टीप : 'विचार करण्याची सात परिमाणे' या चौथ्या अध्यायात त्याचा समावेश आहे.

मार्गदर्शक सूत्र :

> "स्वामी, अमात्य, जनपद, दुर्ग, कोष, दंड, मित्र" - इति प्रकृतीय (६.१.१.)
> राजा, मंत्री, देश (नागरिक), राजधानी, खजिना, सैन्य आणि मित्रदेश हे (राज्याचे) घटक आहेत. (६.१.१)

तुमच्या नोंदी :

....

....

....

....

....

....

....

....

....

....

....

....

....

....

....

....

....

....

....

....

....

....

३. चाणक्यांच्या मते शत्रूचे महत्त्व काय आहे?

टीप : 'विचार करण्याचे आठवे परिमाण' या पाचव्या अध्यायात त्याचा समावेश आहे.

मार्गदर्शक सूत्र :

> "शत्रू वगळून, या सात घटकांचं एकमेकांच्या गुणवैशिष्ट्यांसह वर्णन केलेलं आहे; जे कार्यरत असताना राजाच्या उत्कृष्ट गुणांना अधीन होतात." (६.१.१५)

तुमच्या नोंदी :

....

....

....

....

....

....

....

....

....

....

....

....

....

....

....

....

....

....

....

....

....

....

....

४. *अर्थशास्त्रात* दिलेली नेतृत्वाची आणि व्यवस्थापनाची मार्गदर्शक तत्त्वं कोणती आहेत?

टीप : 'व्यवस्थापनाबद्दल चाणक्यांचे विचार' या सातव्या अध्यायात त्यांचा समावेश आहे.

मार्गदर्शक सूत्र :

> "प्रजासुखे सुखं राजा, प्रजाच हिते हितं..." (१.१९.३४)
> प्रजेच्या आनंदातच राजाचा फायदा असतो आणि जे प्रजेसाठी फायदेशीर आहे, तेच राजासाठीही फायदेशीर असतं. (१.१९.३४)

तुमच्या नोंदी :

....

....

....

....

....

....

....

....

....

....

....

....

....

....

....

....

....

....

....

....

....

....

५. चाणक्य हे कपटी आणि धूर्त मनुष्य होते, या बाबतीत तुमचं काय मत आहे?

टीप : 'चाणक्यांची दुसरी बाजू' या सहाव्या अध्यायात याचा समावेश आहे.

मार्गदर्शक सूत्र :

> "त्याने जंगलातील सरदारांशी, सीमेवरच्या प्रमुखांशी आणि शहरी व ग्रामीण भागांतील मुख्य अधिकाऱ्यांशी संपर्क स्थापित करावा." (१.१६.७)

तुमच्या नोंदी :

....
....
....
....
....
....
....
....
....
....
....
....
....
....
....
....
....
....
....
....
....
....
....

६. राजाने (नेत्याने) दिवसा किती तासांची झोप घेणं अपेक्षित असते?

टीप : 'चाणक्यांची दुसरी बाजू' या सहाव्या अध्यायात याचा समावेश आहे.

मार्गदर्शक सूत्र :

> "तीन पुरुष, एक पुरुष (आणि) चार अंगुलं मोजणारी एक सावली, आणि सावली गायब होते ते मध्यान्ह, हे दिवसाचे आठपैकी पहिले चार भाग आहेत. याच पद्धतीने नंतरचे चार भाग समजून देण्यात येतात." (१.१९)

तुमच्या नोंदी :

....

....

....

....

....

....

....

....

....

....

....

....

....

....

....

....

....

....

....

....

....

७. इतरांकडून सल्ला कसा घ्यायचा?

टीप : 'मानवी आणि दैवी विचारसरणी' या नवव्या अध्यायात याचा समावेश आहे.

मार्गदर्शक सूत्र :

> ''राज्यकार्य फक्त सहयोग्यांच्या मदतीने यशस्वीपणे पार पाडलं जाऊ शकतं. एक चाक एकटंच चालू शकत नाही. म्हणूनच त्याने (राज्यकर्त्याने) मंत्र्यांची नेमणूक करावी आणि त्यांचं मत ऐकावं.'' (१.७.९)

तुमच्या नोंदी :

....

....

....

....

....

....

....

....

....

....

....

....

....

....

....

....

....

....

....

....

....

....

८. समस्या सोडवताना दैवी मदत कशी घ्यावी?

टीप : 'मानवी आणि दैवी विचारसरणी' या नवव्या अध्यायात याचा समावेश आहे.

मार्गदर्शक सूत्र :

> "दैवी किंवा मानवी मूलस्रोत असलेलं राज्यावरचं संकट, दुर्दैवामुळे किंवा चुकीच्या धोरणांमुळे उत्पन्न होतं." (८.१.२)

तुमच्या नोंदी :

....
....
....
....
....
....
....
....
....
....
....
....
....
....
....
....
....
....
....
....
....
....
....
....

१. या पुस्तकात विचार करण्याचे कोणते विविध नमुने दिलेले आहेत?

टीप : 'विचार करण्याच्या आदर्श पद्धती' या तिसऱ्या अध्यायात त्यांचा समावेश आहे.

मार्गदर्शक सूत्र :

> "व्यक्तीची कुवत ही तिच्या काम करण्याच्या क्षमतेवरून ठरते. आणि त्या क्षमता लक्षात घेऊन मंत्र्यांची नियुक्ती योग्य त्या हुद्द्यावर, योग्य ठिकाणी, योग्य वेळी आणि योग्य कामावर करावी." (१.८.२८-२९)

तुमच्या नोंदी :

....
....
....
....
....
....
....
....
....
....
....
....
....
....
....
....
....
....
....
....
....

१०. यापुढे तुम्हाला कधीही समस्येला तोंड द्यावं लागलं, तर तुम्ही काय कराल?

टीप : हे संपूर्ण पुस्तकच तुमच्यासाठी मार्गदर्शक आहे.

मार्गदर्शक सूत्र :

कोणाकडून कोणतेही मार्गदर्शन नाही...
आता तुम्हीच तुमचे चाणक्य आहात...

तुमच्या नोंदी :

....
....
....
....
....
....
....
....
....
....
....
....
....
....
....
....
....
....
....
....
....
....
....

आभार

हे पुस्तक एका व्यक्तीशिवाय तयार होणं शक्यच नव्हतं, ती म्हणजे : मिली अश्वर्या.

जवळपास तीन वर्षांपूर्वी जेव्हा पेंग्विन रँडम हाऊसबरोबर पुस्तक लिहिण्यासंबंधी चर्चा सुरू झाली, तेव्हा माझ्या व्यग्र दिनक्रमामुळे माझं पहिलं उत्तर काही फारसं सकारात्मक नव्हतं. मात्र मिलीच्या संयमामुळे आणि चिकाटीमुळे अखेर हे पुस्तक प्रत्यक्षात आलं. मिली, तुझे मनापासून आभार.

पेंग्विन रँडम हाऊसने घेतलेल्या कष्टासाठी त्या संपूर्ण टीमचेच आभार.

या पुस्तकाचा विषय माझ्या हृदयाच्या अत्यंत जवळचा आहे, कारण आन्विक्षिकी हे माझ्या मुलीचं नाव आहे. आपल्यापैकी कित्येकांसाठी हा शब्द नवीन आहे. जेव्हा मला हा शब्द (आणि *अर्थशास्त्रातील* विचार करण्याचं शास्त्र) गवसला, तेव्हा मी खूपच आनंदित झालो. माझ्या मुलीचं नाव आन्विक्षिकी ठेवण्यापासून मी स्वत:ला रोखू शकलो नाही. हे विलक्षण नाव सगळ्यांनाच आवडलं, असं नाही; पण माझ्या कुटुंबातील सदस्यांनी मला ते नाव ठेवू दिलं. माझे आईवडील; सी.के.के. आणि सुशीला पिल्लई, माझे सासूसासरे, शेखर आणि धनवती शेट्टी, चंद्रिका आणि सारिका या माझ्या मेव्हण्या (आणि सारिकाचा नवरा अजय) – तुमच्या सगळ्यांचेच आणि माझ्या सर्व मित्रांचे आभार; जेव्हा तुम्ही तिचं नाव घेता, तेव्हा तो शब्द मला रोज पुन्हा पुन्हा ऐकू येतो.

अर्थशास्त्र हा आपल्या दैनंदिन विचारांचा भाग बनवण्यासाठी मला संशोधनात आणि पीएचडीत मदत करणारे माझे गुरू डॉ. शुभदा जोशी आणि डॉ. गंगाधरन नायर यांचे मनापासून आभार. आणि मला आन्विक्षिकीचा, त्याच्या सखोल आध्यात्मिक मुळांपासून अभ्यास करण्यासाठी आणि त्याचं आकलन होण्यासाठी मदत करणारे चिन्मया मिशनचे स्वामी तेजोमयानंद आणि स्वामी अद्वयानंद यांचेही मनापासून आभार.

अनुवादक परिचय

अमर देवगांवकर :

नाट्यलेखक, दिग्दर्शक, अनुवादक म्हणून कार्यरत.
अतुल पेठे, क्षितिज पटवर्धन, जितेंद्र जोशी यांच्यासोबत नाटकांमध्ये तांत्रिक कामांचा अनुभव.
आतापर्यंत विविध वृत्तपत्रे आणि मासिके यांतून नाट्यपरीक्षण, पुस्तक परीक्षण आणि इतरही विविध विषयांवर लेख प्रकाशित.
विविध वेबसाईट आणि पुस्तकांसाठी लेखन केले आहे.